दिशाहीन आयुष्याचा भाग्योदय

एक रोचक आत्मकथा

पोपटराव सजन पाटील

#AnyoneCanPublish with
सकाळ प्रकाशन

सकाळ प्रकाशन

Dishahina Ayusyacha Bhagyodaya
Popatrao Sajan Patil, 2025

दिशाहीन आयुष्याचा भाग्योदय
पोपटराव सजन पाटील, २०२५

शब्दांकन : संजना महादेव मगर

प्रथम आवृत्ती	: जानेवारी २०२५
प्रकाशक	: सकाळ मीडिया प्रा. लि.
	५१५, बुधवार पेठ, पुणे-४११ ००२
मुखपृष्ठ, मांडणी आणि मुद्रितशोधन	: सारद मजकूर, पुणे
मुद्रणस्थळ	: विकास प्रिंटिंग ॲण्ड कॅरिअर्स प्रा. लि.
	प्लॉट नं. ३२, एमआयडीसी, सातपूर, नाशिक
ISBN	: **978-81-90638-19-7**
अधिक माहितीसाठी	: ०२०-२४४० ५६७८ / ८८८८८८४९०५०
	sakalprakashan@esakal.com

ओम शांती।

माझ्या आयुष्याच्या पुस्तकात
माझ्या प्रत्येक पानावर
मला साथ देणाऱ्या माझ्या
'जनाबाई'स
सप्रेम भेट!

स्वर्गीय चंद्रकांत गर्जे यांना समर्पित

चंद्रकांत गर्जे यांचे नुकतेच निधन झाले. ते नाशिकमधील महाविद्यालयात निवृत्त प्राध्यापक होते. त्यांनी त्यांच्या सासरेबुवांच्या आयुष्यावर आत्मकथन लिहिले होते. त्यामुळे असेल त्यांनी मला माझ्या स्वतःच्या संघर्षाबद्दल आणि अनुभवांबद्दल लिहिण्यासाठी नेहमीच प्रोत्साहन दिले आणि त्यात काही अडचण आल्यास मदत करण्याचे वचनही दिले.

ते मला नेहमी सांगत, 'तुमच्या आयुष्यात तुम्ही जो संघर्ष केला, जे चढ-उतार तुम्ही अनुभवले ते तुम्हाला जे आठवेल ते लिहा. बाकी मी सर्व मांडणी करेन.' दुर्दैवाने मी त्यांची इच्छा पूर्ण करण्यापूर्वीच त्यांचे निधन झाले. त्यांच्या स्मरणार्थ मी माझ्या आयुष्याबद्दल लिहायचे ठरवले आहे. लोक येतात आणि जातात; पण त्यांची छाप कायम आपल्या आयुष्यावर राहते. कारण त्यांची पोकळी कोणीच भरून काढू शकत नाही.

म्हणूनच मी हे पुस्तक त्यांच्या स्मृतीस अर्पण करत आहे.

भूमिका

असे असावे जीवन ज्याला
करुणतेची झालर असावी
पाहताच डोळ्यांमध्ये ज्यांच्या
आपुलकीची जाणीव व्हावी

हल्ली स्वतःविषयीचा विचार सगळे जण करत असतात; पण दुसऱ्या व्यक्तीविषयीचा विचार करणारी, दुसऱ्यांना मदत करणारी, आपल्यासोबत दुसऱ्यांनादेखील पुढे नेणारी, विचारांचा पाया भक्कम असणारी माणसे समाजात वावरताना दिसतात, तेव्हा समाजात माणुसकी जिवंत असल्याचा प्रत्यय येतो. 'एकमेका साह्य करू अवघे धरू सुपंथ!' या उक्तीला साजेसे व्यक्तिमत्त्व म्हणजे पोपटराव सजन पाटील! पोपटरावांना भेटल्यानंतर मला माणुसकीचा जिवंत झरा पाहायला मिळाला. त्यांच्या आयुष्यातील घटना ऐकताना, त्यांच्या संघर्षाची व्याप्ती समजून घेताना माणूस म्हणून कसे वागावे याचे जिवंत उदाहरण डोळ्यासमोर उभे राहिले. एका माणसाने दुसऱ्या माणसाच्या भविष्याचा विचार करावा. आपले आयुष्य सुंदर असावे आणि त्या सुंदरतेबरोबर आप्तांच्या आयुष्यातही प्रकाशाची तिरीप होता यावे, अशी आशा बाळगणाऱ्या पाटील यांच्या आयुष्याची गोष्ट या पुस्तकरूपाने वाचकांच्या समोर आणताना मला मनस्वी आनंद होत आहे.

आयुष्यात येणारा संघर्ष किंवा भोवतालची परिस्थिती कोणाच्याही हातात नसते. हातात असते ते या परिस्थितीला धैर्याने तोंड देण्यासाठी योग्य मार्ग काढणे व हा मार्ग पाटील यांनी काढला. या पुस्तकात व्यक्त झालेल्या त्यांच्या अनुभवातून, मार्गदर्शनातून जीवनात येणाऱ्या अनेक संकटातून मार्ग काढत पुढे जाण्याची प्रेरणा घेऊन आपण आपला भविष्यकाळ निश्चितच सोनेरी करू शकतो.

जग खूप सुंदर आहे; पण ती सुंदरता पाहण्याची नजर निश्चित असावी असे म्हणतात. तसेच पावलोपावली सुवर्णसंधी आपली वाट पाहत उभी असते, आपल्याला त्या सुरक्षित कवचातून बाहेर काढून असुरक्षित वातावरणात राहून आहे, ती परिस्थिती स्वीकारावी लागते, तेव्हाच आपण स्वतःचे आणि परिणामी

इतरांचे आयुष्य सुंदर आणि स्वप्नवत बनवू शकतो.

माझी कॉलेज मैत्रीण विनिता हिने मला काकांविषयी म्हणजेच तिच्या वडिलांच्या आयुष्याविषयी काही लिखाण वाचायला दिले आणि त्यावर पुस्तक होईल का? असे विचारले. ते लिखाण वाचून मीदेखील भारावून गेले. नंतर विनिताला शब्दांकन करून देण्याचे मान्य केले. कारण काकांच्या लिखाणात अत्यंत प्रेरणादायी, उत्स्फूर्त गोष्टी आहेत, ज्या नवीन पिढीला उपयुक्त ठरतील. एक मराठी माणूस व्यावसायिक क्षेत्रात घट्ट पाय रोवून उभा राहू शकतो, याचे काकांचे आयुष्य एक उत्कृष्ट उदाहरण आहे. स्वतःसह आपल्या आप्तस्वकीयांनादेखील व्यवसायात पुढे जाण्यास त्यांनी प्रोत्साहन दिले. त्यांना आलेले अनुभव नक्कीच युवा पिढीसाठी प्रेरणादायी ठरतील, असे लक्षात आले आणि विनिताच्या प्रयत्नांनी माझ्या लेखणीतून हा शब्दांचा प्रवास सुरू झाला.

पोपटराव यांना आलेले अनुभव हे दर्शवतात की मराठी माणूस केवळ पारंपरिक क्षेत्रातच नव्हे; तर आधुनिक व्यवसायातदेखील प्रभावीपणे काम करू शकतो. भविष्यातील पिढी व्यवसायाच्या नवीन संधी शोधून त्याचे सोने करू शकते. या पुस्तकातल्या अनुभवांमधून प्रेरणा निश्चितच मिळेल आणि आलेल्या अडचणीत डगमगून न जाता त्यातून कसे बाहेर निघता येईल, याचा राजमार्ग त्यांना नक्कीच गवसेल.

प्रत्येक माणूस त्याच्या आयुष्यात संघर्ष करतच असतो; पण काही जण असे असतात की, जे आपल्याला पुन्हा पुन्हा येणाऱ्या अपयशांवर कशी मात करायची हे शिकवतात. शिवाय नकळत माणुसकीची, आपुलकीची शिकवण आपल्याला देऊन जातात आणि अशा व्यक्तींच्या प्रेरणादायी चरित्रातूनच आपल्याला आयुष्याचे धडे गिरवायला मिळतात. सामान्य परिस्थितीतून जाणाऱ्या, प्रामाणिक कष्ट करणाऱ्या, सामान्य माणसाच्या दिशाहीन आयुष्याचा भाग्योदय कागदावर उतरवताना लेखिका म्हणून मला आत्मिक समाधान वाटते.

कोणत्याही लेखनास पूर्णत्व येण्यासाठी बऱ्याच जणांची सोबत हवी असते. या लेखन प्रवासात अस्मिता डिंगोरे, विनिता पिंगळे, माझा परिवार तसेच जनाबाई पाटील आणि पोपटराव पाटील यांची सोबत लाभली, या सर्वांची मी मनापासून आभारी आहे.

– संजना महादेव मगर

प्रेमळ जोडीदार

दृष्ट लागण्याजोगे सारे
गालबोटही कुठे नसे
असा माझा संसार

वसंत ऋतूप्रमाणे बहारदार दिसणारा माझा संसार फुलवण्यासाठी सुरुवातीला थोडे कष्ट, थोडी तडजोड सहन करतच आज मी या वळणावर येऊन पोहोचले आहे; पण मला त्याची कधीच खंत वाटली नाही. मी सात मे एकोणीसशे सदुसष्ट साली लग्न करून पाटील घराण्याची सून बनून आले. जशी मी गारेगाव इथे आले तशी सुखस्वप्नांमध्ये जगत होते. माहेरी आठ भावंडांमध्ये मी मोठी बहीण होते, तर सासरीदेखील मोठी सून, मोठी वहिनी म्हणून आले होते. हा मोठेपणा फक्त नात्यातच नाही, तर वयाने लहान असूनही मोठी जवाबदारी सांभाळण्यातही होता. लग्न करताना यांचे (पोपटराव) पत्नीविषयीचे विचार वेगळे असतील; पण माझ्यासाठी तर सगळेच स्वप्नवत होते. उंचपुरे नाकेडोळी रेखीव, गोरेपान असे राजबिंडे व्यक्तिमत्त्व असणारे, अतिशय चांगल्या स्वभावाचे, निर्मळ अंतःकरण असलेली व्यक्ती मला पतीच्या रूपात मिळाली, त्याबद्दल मी सदैव परमेश्वराची ऋणी आहे.

माझ्या सासू-सासऱ्यांनी मला खूप जीव लावला आणि मला एक उत्तम व्यक्ती म्हणून घडवण्यास ते वातावरण कारणीभूत ठरले. माझ्या सासूबाईंच्या हाताखाली मी तयार होत गेले. त्या दोघांसोबतच मला माझ्या आजे-सासऱ्यांनीदेखील खूप जीव लावला. आजे-सासूंना मी पाहिले नव्हते; पण आजे-सासरे मला नातसून म्हणून नाही, तर नात म्हणूनच वागणूक देत. दीर, नणंदा या सगळ्यांसोबत मीदेखील अनायसेच त्या घराचा अविभाज्य अंग बनून गेले. त्यांची सुख-दुःखे आता माझी होत होती.

आयुष्यात अनेक चढ-उतार येत असतात; पण मी त्यांचे निर्मळ अंतःकरण जाणून होते. त्यामुळेच ते घेतील त्या निर्णयाला मी नेहमीच साथ दिली. कधी कधी मला त्यांच्या तापट स्वभावाची भीती वाटायची; पण स्वतःच्या आई-वडिलांप्रमाणे माझ्या आई-वडिलांच्या ऑपरेशनची जबाबदारी त्यांनी स्वतः उचलली आणि मुलाप्रमाणे त्यांची मनोभावे सेवा केली. त्यांनीच माझ्या लहान भावाच्या पायाचे ऑपरेशन केले, तेव्हा त्यांनी त्याला तीन महिने अगदी मुलाप्रमाणे सांभाळले. माझ्या आईला तर ऑपरेशनच्यावेळी स्वतःचे रक्तदेखील दिले. तेव्हा वाटले की आपण आयुष्यात सारे काही कमावले आहे. आयुष्य पुढे पुढे जात राहिले अन् या सर्व प्रपंचगाड्यात मुले कधी मोठी झाली हे कळले नाही.

उतारवयात आम्ही नाशिकला फार्म हाऊसमध्ये राहत असताना एके दिवशी अचानक माझा घरातच अपघात झाला आणि माझ्या पायाला मोठी दुखापत झाली. त्यावेळी मला उचलून हॉस्पिटलमध्ये नेले गेले. अपघातामुळे मला काही महिने बेडरेस्ट सांगितलेली, तेव्हा माझ्या पतींनी मला खूप काळजीने जपले. मला आजपर्यंत त्यांना घरकाम करताना पाहायची सवय नव्हती; पण मी आजारी पडल्यावर त्यांनी माझी जी काळजी घेतली, ते पाहून माझे मन अगदी हरखून गेले. त्या क्षणाला मला त्यांच्या हृदयातील माझ्याबद्दलच्या भावना, प्रेम अधिकच प्रकर्षनि जाणवले.

एकमेकांची सुख-दुःखे पार पाडत आम्ही आयुष्याच्या या वळणावर येऊन पोहोचलो. तेव्हा त्यांनी मला अजून एक सुखद धक्का दिला. आमच्या दारावरील नावाच्या पाटीवर आम्हा दोघांची नावे टाकून मला त्यांनी 'घरमालकीण' हा दर्जा दिला. आयुष्यात आतापर्यंत केलेल्या कष्टांची पावती पाहून मी मनोमन सुखावले आणि देवाजवळ एकच प्रार्थना केली की, आम्ही दोघे आहोत तोवर असेच छान, सुखी, समाधानी आयुष्य हसत-खेळत पार पडू दे आणि आमची साथ शेवटपर्यंत कायम अशीच राहू दे.

— जनाबाई पोपटराव पाटील (पत्नी)

सकारात्मक दृष्टी जोपासणारे बाबा

'जगी सर्व सुखी असा कोण आहे? विचारी मना तूच शोधून पाहे!'
समर्थांच्या या वाक्याचा अर्थ प्रत्यक्षात वेगळा असला, तरी येथे ज्यांच्या

मस्तकी आई-वडिलांचा भक्कम हात सदैव आशीर्वाद देण्यासाठी कायम असतो. ते नशीबवान असतात. कोणत्याही प्रसंगात सदैव पाठीशी उभे राहणारे वडील आम्हाला लाभले आहेत म्हणून आम्ही नशीबवान आहोत.

तीन भावंडात मी मोठी असल्याने वडिलांचे कष्ट मी जवळून पाहिले आहेत. आम्हा तिघांचा प्रपंचगाड्याच्या विचारात ते स्वतःला विसरले. मी त्यांना स्वतःसाठी जगताना कधी पाहिलेच नाही. आयुष्य जगताना फार कमी गोष्टीतही आनंदी आणि समाधानी आयुष्य कसे जगायचे ते आमच्या पप्पांनी शिकवले. अगदी दुपारच्या जेवणात भाजी नसली तरीही साखर-आंबा-पोळी खाऊन आम्ही आनंदाने जगलो; पण मधल्या सुट्टीत वीस ते पंचवीस पैशाचा पेरू मात्र रोज खाल्ला. एवढे पैसे जवळ असले म्हणजे आम्ही स्वतःला श्रीमंत समजायचो. श्रीमंती, पैसा, उंची कपडे यापेक्षा मनाची श्रीमंती, नात्यातले प्रेम, प्रत्येक गोष्टीत सकारात्मकता शोधण्याची दृष्टी असे आयुष्य जगण्यासाठी उपयुक्त व प्रेरणादायी अनुभव सांगत आमचा जगाकडे पाहण्याचा दृष्टिकोन पप्पांनी तयार केला. उत्तम आयुष्य जगण्यासाठी खूप कमी पैसा लागतो हे त्यांच्याकडूनच आम्ही शिकलो. माझ्या आजारपणात त्यांचे दिसलेले हळवे मन मला अजूनही आठवते. त्यांचा जेवढा धाक वाटायचा तेवढा त्यांचा आदरही वाटायचा. त्यांच्याकडे पाहूनच मी माझ्या आजाराचे किंवा दुखण्याचे रडगाणे कधीच गायले नाही. आजार शरीराचा असतो; पण आपले मन मात्र याही परिस्थितीत शांत आणि प्रसन्न कसे ठेवायचे याची शिकवण त्यांनी दिली.

या वयातही त्यांचा नीटनेटकेपणा वाखाणण्याजोगा आहे. न चुकता आजही रोज सकाळी एक तास ते नियमित वॉक करतात. निसर्गाशी जणू त्यांचे सख्यच आहे. मुळातच स्वच्छतेची खूप आवड असल्याने घर मोठे नसले, तरी ते स्वच्छ नीटनेटके असावे, कपडे ढीगभर नसले तरी ते स्वच्छ आणि इस्त्री केलेले असावेत, हा नियम ते आजही पाळतात. सर्व जवळच्या नातेसंबंधातील आणि मित्र परिवारातील व्यक्तींच्या चुका न बघता चांगले बघण्याची दृष्टी त्यांनी आम्हाला दिली. म्हणूनच आम्ही तिघे भावंडे कधीच एकमेका अंतरलो नाही. आम्ही मनाने आणि विचाराने कायम एकच आहोत. प्रत्येक गोष्टीत चांगलेच शोधण्याची दृष्टी आणि वृत्ती पप्पांमुळे तयार झाली. माणसाला जगण्यासाठी आणखी काय हवे असते?

आज पन्नाशीनंतरही आमच्या चुका दाखवून आमच्या सुखाच्या आड येणाऱ्या प्रत्येक गोष्टींची जाणीव करून देताना जराही न कचरणारे कणखर वृत्तीचे पप्पा

नातवंडांचे लहानपणीचे प्रसंग आठवून हसायला लागले की डोळ्यातून पाणी येईपर्यंत खळखळून मोकळे हसतात. तेव्हा त्यांना पाहून आम्हालाही आमचेही हसणे थांबवता येत नाही. पप्पांकडून माझ्या स्वभावात स्पष्टवक्तेपणा आला आहे. तसेच कोणत्याही प्रसंगात घाबरून न जाता त्याला सामोरे जायला मी शिकले आहे. सर्वांना मदत करण्याची वृत्ती त्यांच्यामुळेच तयार झाली आहे. आई-वडिलांकडून रंग-रूप याहीपेक्षा महत्त्वाचे म्हणजे त्यांचे सद्गुण माझ्या स्वभावात आले आहेत.

वडिलांशिवाय जीवन जगणे कठीण आहे. त्यांचा आधार प्रत्येक अवघड मार्ग सोपा करतो. कणखर, धाडसी, प्रेमळ, हळवे असे स्वभाव कंगोरे असणाऱ्या पप्पांविषयी थोडक्यात लिहिणे अवघड आहे. पप्पांच्या आधाराची सावली आणि आशीर्वादाचा हात सदैव आम्हा भावंडांवर, नातवंडांवर राहो हीच ईश्वरचरणी प्रार्थना.

– मालती राजेंद्र कापडणीस (कन्या)

....

थोर तुझे उपकार बाबा

माझे पप्पा एक असे व्यक्तिमत्त्व आहेत की त्यांच्याबद्दल किती सांगू आणि कसे व्यक्त होऊ हे समजतच नाही. 'जगणे पोरके झाले की आईचे महत्त्व कळते आणि पाठीवर हात ठेवून आधार द्यायला कोणी नसले की बापाचे महत्त्व कळते.' आजही डोळे बंद केले की मला पप्पांची माझ्या लहानपणी मी पाहिलेली प्रतिमा आठवते. सकाळी गुणगुणत मला गुदगुल्या करून उठवणारे, आमच्यासोबत उठून मग अंघोळ करून नियमित देवपूजा करणारे, दूध-भाकरीचा नाश्ता करून कामावर जाणारे आणि संध्याकाळी दमून-थकून येणारे, अविरत कष्ट आणि कठोर परिश्रम यांनी पूर्ण झपाटलेले आमचे पप्पा. नील-ज्योतीच्या घरात असताना घराला दिवाळीला रंग देणारे पप्पा, नेहमीच सणासुदीला हार बनवणारे माझे पप्पा. निलज्योतीच्या घराचा नंबर ६७० होता. या घरावर पप्पांनी खूप प्रेम केले. जसजसे पैसे आले तसतसे त्यांनी लाईटची फिटिंग, टेलिफोनची फिटिंग, फ्रिज आणि वॉशिंग मशीनची फिटिंग करून ठेवले. जेव्हा वस्तू येतील तेव्हा येतील; पण फिटिंग मात्र आधी तयार असायची. त्या वास्तूने स्वतःला पप्पांसाठी जणू काही सज्ज केले होते. त्याच वास्तूचेही भाग्य पप्पांनी स्वतःबरोबर बदलून टाकले. आजही आठवते 'हॅप्पी होम'ची ती पाटी! खरेच ते हॅप्पी होम होते म्हणूनच तर

पप्पांनी त्या घरातले सामान बसंत बहारला नेल्यानंतर त्या घरातील शेवटची रात्र चटईवर झोपून काढली. त्या रात्री त्यांना काय वाटले असेल, ते फक्त आणि फक्त आम्हालाच माहीत आहे. त्या घरातील अठरा-एकोणीस वर्षांचा जो काही प्रवास झाला, तो अपार कष्टाचा कालखंड आहे. पप्पांचा तो प्रवास म्हणजे त्यांनी स्वतः स्वतःशी केलेला संघर्ष आहे.

प्रत्येक व्यक्तीच्या आयुष्यात एक आदर्श व्यक्तिमत्त्व असते, जिच्याभोवती त्या व्यक्तीचे संपूर्ण आयुष्य फिरत असते. माझ्या मनात ते स्थान फक्त आणि फक्त पप्पांनाच मी देऊ शकते. जगातली सगळ्यात मोठी प्रेरणा हे आई-वडिलांचे कष्ट असतात. माझा स्वतःपेक्षा जास्त विश्वास फक्त त्यांच्यावरच आहे. किंबहुना असे म्हटले तरी चालेल की ते माझा 'वीक पॉईंट' आहेत. पप्पा म्हणजे फणस आहेत, वरून टणक आणि आतून मऊ. असे म्हणतात ना की, तुम्ही आयुष्य किती जगलात याला महत्त्व नाही, तर ते कसे जगलात याला महत्त्व आहे. आयुष्याच्या कितीतरी अवघड वळणावरही स्वतःची वाट शोधून त्यावर अविरत चालत राहणे खूप अवघड आहे. म्हणून मला त्यांच्या कष्टाची जाणीव आहे. आई-वडिलांनी केलेल्या उपकाराची परतफेड कधीच करता येत नाही, हे खरे आहे. माझ्या आयुष्यात ही खंत कायम राहील की, मी माझ्या आई-वडिलांसाठी कधीच काहीच केले नाही; पण त्यांनी मात्र माझ्यासाठी खूप काही केले आणि अजूनही करत आहेत.

वडील म्हणजे उंबराचे झाड असतात

लपलेल्या भावनांचे जणू खोड असतात

वडील म्हणजे समुद्रातले जहाज असतात

खंबीर आधाराचे दुसरे नाव असतात

नील-ज्योतीच्या घरात स्टोव्हवर पाणी तापवत होतो, तेव्हा एक दिवस दीदी म्हणजे माझी मोठी बहीण पाणी बादलीत ओतत असताना पाणी सांडले. तिला भाजले असेल म्हणून इकडून पप्पा तिकडून दादा असे दोघेही पळाले आणि दोघेही घसरून पडले. ही एक मजेदार आठवण आमच्या लक्षात राहिलेली आहे. दुसरी एक आठवण पप्पांच्या कष्टांची जाणीव करून देणारी आहे. आम्ही लहान होतो तेव्हा घरी मुंबईहून मालाचे मोठे डाग आणले जात. तीन मजली बिल्डिंग असल्याने आम्ही बच्चे कंपनी खालीच मोठ्या मालाचे डाग वेगळे करून छोटे-छोटे सामान थैलीत भरून वर न्यायचो. मग उरलेले सामान पप्पांच्या पाठीवर थैला ठेवून खालून पिशवीला हात लावून सगळे वर नेत असायचो. एकदा दौंडकर काकांनी हात

लावला, तेव्हा त्यांच्या तोंडून निघाले, 'पाटील, हे लई अवघड आहे, तुम्ही सगळे कसे काय नेता ?'

पप्पा त्यांचे आयुष्य किती वयापर्यंत जगणार यापेक्षा कसे जगणार याकडे लक्ष केंद्रित करत वाटचाल करत आहेत. हे पाहून आयुष्य भरभरून जगण्याची त्यांची इच्छा पूर्ण व्हावी अशी प्रार्थना आहे. सरतेशेवटी भरभरून प्रवासासाठी फिरत पप्पांनी आयुष्याची मजा लुटावी अशी इच्छा आहे.

- विनिता समीर पिंगळे (कन्या)

माझे गुरू, सखा, मार्गदर्शक आणि प्रेरणास्त्रोत

खरं तर पप्पांविषयी भावना व्यक्त करताना माझे शब्द थिटे पडतात. ते फक्त माझे वडील नसून माझे गुरू, सखा, मार्गदर्शक आणि प्रेरणास्त्रोत आहेत. त्यांच्या प्रत्येक कृतीत, त्यांच्या जीवनशैलीत मी माझ्यासाठी एक मार्गदर्शक प्रकाश पाहतो. वयाच्या ऐंशीव्या वर्षीदिखील त्यांचा आत्मविश्वास आणि काम करण्याची उर्मी, माझ्या जिव्हाळ्याचा भाग आहे. शहरात राहूनही गावच्या मातीशी नाळ जुळलेली ठेवणे, ही गोष्ट त्यांच्या मनाच्या प्रखरतेची आणि मातीशी असलेल्या प्रेमाची साक्ष आहे.

वडील हे नेहमीच मुलांसाठी एक आदर्श असतात आणि त्यांच्याच पावलांवर पाऊल ठेवून चालणे, हे मुलांसाठी एक मोठे ध्येय असते. मीदेखील या गोष्टीला अपवाद नाही. लहानपणापासूनच मी त्यांचे कष्ट, चिकाटी, जिद्द आणि काटकसरीपणा पाहत आलो आहे. नकळतच हे सारे गुण माझ्या अंगी मुरत गेले. त्यांच्या या गुणांमुळे माझ्या आयुष्याला आकार आला आणि मी आज ज्या ठिकाणी आहे, ते त्यांच्या शिकवणीमुळेच आहे. माझ्या लहानपणी मला एक गोष्ट नेहमी जाणवायची की, माझे आई-वडील स्वतःसाठी अगदी थोड्या गोष्टींवर समाधान मानत होते. एक- दोन कपड्यांच्यावर त्यांनी स्वतःसाठी कधी काही घेतले नाही; पण आम्हाला मात्र कधीच काही कमी पडू दिले नाही. त्यांची ही त्याग भावना, आम्हाला दिलेला आदर्श, हीच आमची सर्वात मोठी संपत्ती आहे. आज मीही माझ्या मुलांसाठी असाच आदर्श घालून देण्याचा प्रयत्न करतो. माझ्या आयुष्यातील एक विशेष क्षण आजही माझ्या स्मरणात आहे. जेव्हा पप्पांनी मला पहिल्यांदा नगरच्या काही दुकानदारांना माल पोहोचवण्यासाठी एकटेच पाठवले होते. त्या दिवशी मी

पहिल्यांदा एकटा निर्णय घेण्याची आणि समाजात वावरण्याची कला शिकलो. त्यांच्यासोबत राहून त्यांच्या मार्गदर्शनाखाली मी अनायसे व्यवसाय प्रशासनाचे धडे गिरवले. त्यामुळेच वय लहान असूनही मी आमचा व्यवसाय यशस्वीपणे चालवू शकतो आहे. माझ्या वडिलांची विचारसरणी आणि तत्त्वे माझ्यासाठी प्रेरणादायी आहेत. त्यांच्या कष्टांचे महत्त्व समजते म्हणूनच माझ्या पत्नीने आणि मी सदैव त्यांची सेवा करण्याचे ठरवले आहे. त्यांच्या कष्टांना, त्यागाला, प्रेमाला आणि त्यांना आम्ही नेहमीच आदर्श स्थानी ठेवले आहे. आमचे कर्तव्य आम्ही मनापासून नक्कीच पार पाडू.

– प्रमोद पाटील (चिरंजीव)

उत्साह आणि कणखरतेच मूर्तिमंत उदाहरण

आपल्या आयुष्यात अनेक लोक भेटतात. प्रत्येकाच्या स्वभावाचा, हालचालींचा, कधी विचारांचा पगडा आपल्यावर पडतो. कधी तो सुखद असतो, तर कधी सौम्य. काही लोक फार कमी काळ भेटतात आणि जीवन जगायला मार्ग आणि जीवनाकडे बघायला एक दृष्टी देऊन जातात. अशाच एका व्यक्तिमत्त्वाबद्दल आज खूप दिवसांनी लिहावे असे वाटले.

२७ जानेवारीला आपल्याला भांडगावला (इंदापूर) जायचे आहे, अशी चर्चा चालू असताना मालतीने तिच्या सोबत २५ जानेवारीला पुण्याला चल म्हणून सांगितले. त्यासाठी २६ तारखेला नाशिक येथे (मालतीच्या माहेरी) राहावे लागणार होते. मी साशंक होते, कारण आपल्यामुळे मालतीच्या माहेरी त्रास देणे मला योग्य वाटत नव्हते. फक्त सामान पाठवून मागून जावे या पर्यायाचा मी विचार केला; पण तेही गैरसोयीचे आहे हे जाणवले. मालतीने तिच्या आईशी फोनवर बोलणे करवून दिले. दुसऱ्या क्षणी मालतीच्या आईकडून उत्तर आले की, 'माहेरी यायला काय विचार करायचा?' या वाक्याच्या पुढे मी काहीही बोलू शकले नाही; पण आज समाधान वाटते आहे, बरे झाले मी गेले नाही. कारण एका मोठ्या करारी आणि कणखर व्यक्तिमत्त्वाला भेटायला मी मुकले असते. ते व्यक्तिमत्त्व म्हणजे मालतीचे वडील पोपटराव पाटील.

त्यांनी त्यांच्या जीवनातील जे चढ-उतार सांगितले. (मालतीने कधी परिस्थिती या विषयावर चर्चा केली नव्हती.) पण एखादा मनुष्य कितीदा शून्यावर येऊन पुन्हा

नव्याने उभारी घेऊ शकतो, ते याचे मूर्तिमंत उदाहरण आहेत. सगळ्यात जिव्हारी लागला तो पुढील प्रसंग. (तो त्यांच्या किंवा मालतीच्या परवानगीशिवाय तुम्हाला सांगते आहे.) त्यांचे शिक्षण फक्त दहावीपर्यंत झालेले होते. परिस्थिती बेताची म्हणून ते पुण्यात कामासाठी आले. मिळेल ते काम म्हणजे अगदी आंब्याच्या पेट्या उचलण्याचेही काम त्यांनी केले. सगळ्यांना आर्थिक मदत करत राहिले. पगाराचे एक काम त्यांना मिळाले; परंतु काही कारणास्तव ते काम गेले. पुण्यासारख्या शहरात राहणे अवघड झाल्यावर ते गावी परत गेले; परंतु तेथेही बायको (मावशी) आणि तिघे मुले (मालती आणि दोन भावंडे) यांना राहणे अशक्य झाले. काय करावे? हा यक्ष प्रश्न भेडसावत असताना फक्त रिक्षा चालवण्याचे लायसन्स काढून त्यांनी पुन्हा पुणे गाठले. (त्या वेळची त्यांची मानसिक स्थिती काय असेल? या विचारानेच माझे मन सुन्न झाले होते.) स्वतः आणि घरातील चार सभासद यांच्या रोजच्या जेवणाचा, राहण्याचा प्रश्न सोडवण्यासाठी त्यांनी काय आणि कसे केले असेल? आपण विचारही करू शकत नाही.

काकांनी पुण्यात आल्यावर रिक्षा चालवायला सुरुवात केली. त्यांनी जेव्हा सांगितले, भोसले नगर रिक्षास्टॉपला रिक्षा लावत होतो, तेव्हा माझ्या अंगावर अक्षरशः शहारे आले. मी शांतपणे ऐकत होते; पण मन थाऱ्यावर नव्हते.

त्यांनी त्यानंतर सांगितले, 'पण जेथे रिक्षा लावत होतो, तेथेच (भोसले नगरमध्ये) माझे स्वतःचे घर घेतले'. मला त्या क्षणी त्यांचा खूप अभिमान वाटला आणि पुढे ऐकण्याची उत्कंठापण वाढली. नंतरच्या आयुष्यात हे करोडो रुपयांची उलाढाल करणारे कसे झाले? काकांनी सांगितले की, ते गॅरेज लाईनला लागणारे सामान लोकलने रोज मुंबईहून हातात आणत. त्यातून बिझनेस करत. आज ते परिस्थितीवर मात करून यशोशिखरावर आहेत; पण त्यांना त्यासाठी कशा परिस्थितीला सामोरे जावे लागले याची कल्पनाही करणे मुश्किल झाले होते.

आपल्या माणसांना त्यांनी कामाची संधी दिली. कोणताही गर्व न करता जमिनीवर चालणारा त्यांच्यातला चांगला माणूस शाबूत ठेवला, ही अभिमानाची बाब आहे. त्यांनी नातेवाईकांनाही कामे दिली; परंतु त्याबदल्यात त्यांच्याकडून कसलीही अपेक्षा ठेवली नाही, हे त्यांचे मोठेपण आहे. त्यांच्या वागण्यात कोठेही बडेजावपणा नाही.

आम्ही गप्पा मारत बसलो होतो तेव्हा मालती म्हणाली, 'पपा, आम्हाला नारळ पाणी प्यायचे आहे.' त्या क्षणाला हा तत्पर बाप उठला. नारळाच्या झाडावरून शहाळे घेऊन आला आणि स्वतः शहाळे फोडून आम्हाला शहाळे पिण्यास दिले.

मालतीकडून वडील कडक आहेत एवढेच ऐकून होते. भेटल्यावर जाणवले ते त्यांच्यातील स्पष्टवक्तेपणा, शिस्तबद्धता, सतत कामात राहण्याची वृत्ती, आजारांना न गोंजारणारा, झाडांची विशेष आवड असणारा, कामाची सुसूत्रता, कामाचा उरक असणारे हे व्यक्तिमत्त्व. आजही वयाच्या ऐंशीव्या वर्षी आला क्षण उत्साहात घालवण्याची वृत्ती त्यांच्यापाशी आहे. मला जगायचे कसे हे काकांनी कृतीतून शिकवले.

आयुष्यात आलेली दुःखे, कष्ट, स्वार्थी प्रवृत्तीचे लोक यांच्याबद्दल त्यांच्या मनात कोणतीही कटुता नाही. या गोष्टींना ते आपले प्रारब्ध समजून सोडून देतात. सकारात्मक दृष्टीचा पगडा त्यांच्यावर असल्याचे प्रकर्षाने जाणवले.

मालतीच्या आईनेही ज्या आनंदाने स्वागत केले. मोठ्या मनाने छान गरम गरम स्वयंपाक करून जेवायला घातले, ते मी कधीच विसरू शकणार नाही. जे माहेरपण उपभोगले त्याची मी परतफेड करू शकणार नाही. त्या ऋणात आणि आनंदी क्षणाच्या आठवणीतच मला राहायचे आहे. मागच्या पिढीकडून शिकण्यासारखे खूपच आहे; पण ते शोधणे आणि आत्मसात करणे यापासून आपण फार दूर चाललो आहोत. मालतीच्या वडिलांचा प्रवास ऐकून मालतीच्या वडिलांवर पुस्तक लिहिले जावे असे मनापासून वाटले.

आपण महत्त्वाच्या नसणाऱ्या विषयावर, उसन्या आणलेल्या दुःखावर किती रडत बसलो आहोत, हे जाणवले. काकांना भेटल्यानंतर स्वतःला तेथून थोडे वरच्या पायरीवर नेले आहे.

– स्नेहा हिरे

....

पाठीराखा मामा

मी कपिल कापडणीस. आज पेशाने डॉक्टर आहे. माझ्या या यशामागे माझ्या मामाचा मोठा आशीर्वाद आहे. माझे मामा म्हणजे पोपटराव पाटील.

आपले लाड करणारा, नेहमी आपली बाजू घेणारा, आपल्यासोबत मजा-मस्ती करणारा, 'काही झालेच तर मला फक्त एक फोन कर,' असे सांगणारा, आपल्यासाठी आई-बाबांना समजावणारा, आपल्याला नेहमी धीर देऊन सपोर्ट करणारा असा प्रत्येकाच्या आयुष्यात एक तरी मामा हवा असतो.

माझे मामा खूप वेगळे आहेत. ते माझे सख्खे मामा नसले तरी त्यापेक्षा

कमीही नाहीत. त्यांच्याविषयी आज आभार मानण्याची वेळ आल्यावर त्यांचे आभार मानून मी त्यांना परके तर करत नाही ना, असे वाटते आहे. तरीही मामाने माझ्यासाठी काय केले आहे, हे मला सांगावेसे वाटते. माझ्या या मामामुळे मी डॉक्टर झालो. आमच्या नात्याचा मला खूप आदर आणि अभिमान वाटतो.

नाशिक आणि पुणे येथे आमच्या बऱ्याचदा गाठीभेटी झाल्या आहेत. प्रत्येक भेटीत त्यांचा चांगुलपणा आणि कर्तृत्व याची मला नव्याने ओळख होत राहिली. मामाने मला जणू दत्तकच घेतले. मी डॉक्टर व्हावे म्हणून मामाने माझ्या शिक्षणासाठी अर्थसाहाय्य केले. मला डॉक्टर म्हणून जनमानसात उच्चस्थान मिळवून दिले; पण त्याची त्यांनी कुठेही वाच्यता केली नाही. दिलेले पैसे परत करण्याचा तगादा तर सोडाच, पैशांबद्दल त्यांनी कधी चकार शब्ददेखील काढलेला नाही. आर्थिक ऋण तर फेडले जातील; परंतु समाजात त्यांनी मला मिळवून दिलेला मानसन्मान, प्रतिष्ठा यांचे ऋण फेडणे अशक्य आहे.

प्रत्येक व्यक्ती आयुष्यात कोणाच्या तरी आधाराने किंवा सहकार्याने यशस्वी होत असते. माझ्या यशाच्या वाटचालीत माझ्या आई-वडिलांसह माझ्या मामाचाही सर्वांत मोठा वाटा आहे.

– डॉ. कपिल कापडणीस (भाचा)

मनोगत

नमस्कार वाचकहो, मी पोपटराव पाटील. मीदेखील तुमच्यासारखाच सर्वसाधारण घरातील साधारण राहणीमान असणारा एकदम साधाच माणूस आहे; परंतु माझ्या आयुष्यात आलेल्या कठीण प्रसंगातून मी शिकत गेलो, घडत गेलो, प्रगती करत गेलो. अनेक प्रसंगाना न डगमगता, यशापयशाची कास धरत धीराने तोंड देऊन आज माझा हा प्रवास मजल-दरमजल करत आयुष्याच्या या वळणावर येऊन ठेपला आहे. जिथे माझा विश्वास आहे की सुख आणि दुःख कायमचे टिकत नाही, कोणत्याही प्रिय-अप्रिय घटना या कायम राहत नाहीत; पण आपण आपल्या या एकाच आयुष्यात कोणत्या गोष्टी करतो आणि आपण इतरांशी कसे वागतो हे खरोखर महत्त्वाचे आहे. जेव्हा आपण कठोर परिश्रम करतो आणि चांगल्या गोष्टी करतो, तेव्हाच आपल्याला निखळ आनंद मिळतो म्हणूनच मला वाचकांसमोर माझा आयुष्याचा अनेक उन्हाळे-पावसाळे पाहिलेला प्रवास समोर ठेवायचा आहे.

कोणत्याही पद्धतीने पाहिले तरी माझी पार्श्वभूमी कुठल्याही सुशिक्षित लेखक अथवा कवीची नसून एक सर्वसाधारण शेतकरी कुटुंबाची आहे. होय, माझा जन्म एका शेतकरी कुटुंबातील आहे. जो तुम्हा-आम्हा सर्वांचा दाता आहे. तो अन्नदाता शेतकरी, जमिनीशी असलेले त्याचे नाते हे आई-मुलासारखे असते. त्याची नाळ कायम आईशी म्हणजे मातीशी जोडलेली असते. मी आजही माझ्या मातीशी प्रामाणिक आहे.

आज वयाच्या ऐंशीव्या वर्षी मला माझे आत्मकथन लिहावेसे वाटत आहे. माझ्या लेखी या गोष्टीला विशेष महत्त्व आहे, कारण माझ्या अनुभवांचा, व्यवसायात प्रगती करण्याचा फायदा जर कोणालाही किंवा एकाला जरी झाला तर मला मनापासून आनंद होईल. या लेखनाचा घाट घालण्याचे कारण म्हणजे त्याचे झाले असे की माझ्या मोठ्या मुलीची म्हणजे मालतीची मैत्रीण, स्नेहा हिरे आणि मालती या दोघी आम्ही राहत होतो तिथे म्हणजे नाशिकला लाखल गावी या आमच्या शेतातील फार्महाऊसवर आमची एक दिवसीय भेट घेण्याकरता आल्या होत्या. त्या दोघी फार्महाऊस पाहत होत्या. आमच्या बंगल्याच्या पडवीत झोपळ्यासमोरील खुर्चीवर

बसलेलो होतो, तेव्हा तिथे असलेल्या झोपाळ्यावर बसून स्नेहा अगदी आपुलकीने माझी चौकशी करत होती. अगदी सर्वसाधारण चौकशी म्हणजे जसे की, कधीपासून येथे राहता? पूर्वी काय करत होते? आता कसे वाटते? त्या वेळेस तुमच्या कामाची सुरुवात कशी झाली? असे एक ना अनेक प्रश्न विचारत होती. मीसुद्धा तिने आपुलकीने विचारलेल्या प्रश्नांना उत्तरे द्यायचे म्हणून माझ्या आयुष्यातील कडू-गोड अनुभव, मला भेटलेली माणसे यांच्या गोष्टी अखंडितपणे सांगत होतो.

एकदा आठवणींची साखळी सुरू झाली की एकामागून एक कडी गुंफत अखंड बनत जाते. तास-दीडतासाच्या आमच्या प्रश्नोत्तरामध्ये मी जे सांगत होतो ते तिची चाणाक्ष बुद्धी अगदी अचूक टिपत होती. घरी परत गेल्यावर स्नेहाने ते सर्व एका लेखात शब्दबद्ध केले आणि तिच्या सर्व मैत्रिणींना दाखवले. तिच्या सर्व मैत्रिणींनी अतिशय उत्स्फूर्तपणे माझ्याविषयीच्या लेखाला दाद दिली. तिचे तेच लिखाण मला मालतीने वाचायला पाठवले. स्नेहाने अतिशय सुंदर शब्दांत माझ्या विचारांची, माझ्या अनुभवांची मांडणी करून लिहिलेल्या गोष्टी वाचताना अतिशय समर्पक आणि प्रेरणादायी वाटत होत्या. आजपर्यंत ज्यांनी ज्यांनी माझे अनुभव ऐकले, त्यांनी अनेकवेळा मला लेखन करण्यास सुचवून प्रोत्साहित केले होते. माझी गोष्ट, माझे आयुष्य सर्वांसमोर उलगडावे यासाठी सर्व आग्रह करत होते; पण 'हो, हो, नक्की लिहीन कधीतरी!' असे म्हणून लिखाणाचा विचार माझ्याकडूनच दुर्लक्षित होत होता; पण स्नेहाचे उस्फूर्त लिखाण वाचून माझ्या जीवनात सुरुवातीपासून घडलेल्या सर्व घटना शब्दबद्ध करण्याचा मी निश्चय केला. मला असे वाटते की, माझे विचार इतरांसाठी उपयुक्त ठरू शकतील. वाचकांना त्यांच्या जीवनाच्या वाटेवर प्रेरणादायी विचारांचा रस्ता दाखवू शकतील. मला आलेल्या अनुभवांतून शिकत स्वतःचे जीवन सुखाने जगण्याचा प्रयत्न वाचक करू शकतील, असा मला विश्वास वाटतो.

माझे आजपर्यंतचे कार्य, कुटुंबाविषयी असणारी माझी आस्था, त्यांच्यावरील प्रेम, माझ्या आयुष्याच्या प्रवासात साथ देणारी माणसे, नकळत मला आयुष्याचा धडा शिकवून जाणाऱ्या व्यक्ती या सर्वांना शब्दरूपात गुंफून त्याची सुंदर माळ वाचकांपुढे सादर करावी आणि नवीन पिढीला या पुस्तकातून व्यवसायातील बारकावे तसेच आयुष्यात येणाऱ्या प्रसंगाला कसे सामोरे जावे याची प्रेरणा मिळावी, इतकाच या पुस्तक लेखनाचा मूळ उद्देश आहे.

पुस्तक प्रकाशनासाठी मदत करणाऱ्या 'सकाळ प्रकाशन'च्या अमृता देसर्ड आणि 'सारद मजकूर'चे अभिजीत सोनावणे यांचे मी मनापासून आभार मानतो.

- पोपटराव सजन पाटील

आपल्याला बहरलेला डेरेदार वृक्ष दिसत असतो. त्याच्या डौलदारपणाचे कौतुक सगळेच करत असतात. त्याला आलेली फळे अतिशय चवीने चाखतात; पण त्या झाडालाच माहीत असते की अगदी छोट्याशा रोपट्यापासून ते डेरेदार वृक्ष बनत असताना, त्याला किती अडचणींचा सामना करावा लागलेला आहे. त्याचा हा डौलदारपणा त्याच्या घट्ट रोवलेल्या मुळांमुळे आणि त्याला मिळालेल्या खतपाण्यामुळे अखंड उभा असतो. माणसाचेही काही वेगळे नसते. बघणाऱ्याला त्याचा वरवरचा थाट दिसतो; पण त्यामागे त्या प्रत्येक व्यक्तीचा खूप मोठा संघर्ष दडलेला असतो. हिरण्यमृग अतिशय विलोभनीय दिसतो. त्याचे सर्वांनाच आकर्षण वाटत असते; पण हिरण्यमृगाची वाट ही काटेरीच असते. त्या वाटेवर चाललेला हिरण्यमृग सर्वांना दिसतो; पण त्याच्या पायाखालील काटे कोणालाच दिसत नाहीत. माझ्याही आयुष्याचे अगदी तसेच आहे. सर्वांना आज माझी विजयश्री दिसत असेल; पण माझा प्रवास असाच काटेरी वाटेवरून झालेला आहे. संघर्षमयी वाटेवरून चालताना त्याचा सामना करण्याची ताकद मला माझ्या रुजलेल्या मुळांमधून मिळाली आणि माझी आजूबाजूची परिस्थिती त्याला पोषक

होती. कोणत्याही व्यक्तीला घडण्यासाठी त्याची माती, त्या मातीत रुजलेली त्याची पाळेमुळे कारणीभूत ठरतात. मातीमुळेच माणूस घडतो आणि प्रत्येकालाच आपले गाव, आपली माती प्रिय असते. गावाचा थाटच काही न्यारा असतो. गावाकडचे वातावरण अतिशय शुद्ध असते. तेथील डोंगर, ओढे, आजूबाजूला पसरलेली हिरवळ सारे काही विलोभनीय असते. तेथील प्रत्येक लहान मूल त्याच्या आजूबाजूच्या परिस्थितीला अनुसरून साहसी वृत्तीने जगलेला असतो. तर निसर्गाने नटलेले नयनरम्य गाव म्हणजे माझे 'गारेगाव'!

माळेगाव शहरापासून पंधरा ते सोळा किलोमीटर उत्तरेकडे माळरानात दोन डोंगरांमध्ये माझे टुमदार गाव वसलेले आहे. अठरापगड जातीच्या तीन ते चार हजार लोकसंख्येचे वास्तव्य असलेले आमचे गाव म्हणजे 'गारेगाव'. गावातील प्रत्येक माणसामध्ये माणुसकीचा झरा अखंड वाहत आहे, एकमेकांविषयी माया, प्रेम अखंड पाझरत आहे. माणसाने माणसाला माणसापरी वागवणारे हे गाव आहे. गावाच्या नावातले गूढ आजतागायत कायम आहे. मला नेहमीच प्रश्न पडतो की गारेगाव हेच नाव का पडले असावे? पण असो. माझे गाव मला प्रचंड आवडते. गाव, गावाकडचे वातावरण, शेती याचे मला सदैव आकर्षण वाटत राहिलेले आहे. म्हणजे कर्माने मी जरी शहरात असलो, तरी आत्म्याने सदैव गावच्याच वातावरणात रममाण असतो. म्हणूनच की काय आयुष्याच्या उत्तरार्धातदेखील मी शहराऐवजी शेती आणि गावालाच पसंती दिली आणि नाशिकजवळ माझे स्वतःचे जिव्हाळ्याचे, समाधानाने परिपूर्ण असे 'फार्म हाऊस' बांधले.

माझे कुटुंब तसे फार विस्तारित होते म्हणजे गोकुळच म्हणू शकता. आमच्या कुटुंबातील महत्त्वाचे सदस्य म्हणजे आमचे आजोबा. ते गारेगावपासून दोन किलोमीटरवर असलेल्या वळवाडीचे मूळ रहिवासी. माझ्या आजोबांचे नाव गमन रामभाऊ पाटील. ते सांगत की, त्यांचे आई-वडील लहान असताना त्यांना सोडून देवाघरी गेले. मग त्यांच्याच वाड्यातील वडीलधाऱ्यांनी आजोबा लहान असतानाच त्यांचे गारेगाव येथील जयराम पाटील यांच्या तीन कन्यांपैकी कनिष्ठ कन्येसोबत 'घरजावई राहावे लागेल' या अटीवर लग्न लावले. त्यामुळे आमचे आजोबा वळवाडीतून गारेगाव या ठिकाणी कायमचे स्थायिक झाले. मागे वळून पाहताना असे वाटते, की एका अर्थाने ते बरेच झाले. कारण देवाने सगळ्याच गोष्टींचे नियोजन अगदी व्यवस्थित केलेले असते. आजोबा इथे आले म्हणूनच पुढे

बऱ्याच चांगल्या गोष्टी घडत गेल्या. खरे तर आजोबांना 'घरजावई' म्हणून राहणे कितपत मान्य असेल, त्यांनाच माहिती; पण नियतीच्या पुढे कोणालाही जाता येत नाही. जे विधिलिखित असते तेच घडत जाते.

लग्न झाल्यावर त्यांनी बरेच दिवस सासरवाडीच्या मंडळींची व इतर नातेवाईकांची सेवा केली. हे सर्व घरजावई म्हणून करताना नकळतपणे त्यांची बरीच फरफट होत असे. कारण त्या काळात एवढे मोठे शिवधनुष्य पेलवणे सोपे नव्हते; परंतु माझे आजोबा फार कणखर स्वभावाचे, सत्यवचनी आणि मायाळू होते. दिलेल्या शब्दाला जागणारे होते. मी तेव्हा वयाने लहान असलो तरी आजोबांच्या गोष्टी समजण्याइतपत सुज्ञ होतो. त्यातही आजोबा मला जवळ घेऊन पूर्वी घडलेल्या सर्व गोष्टी सांगत असत. त्यामुळे त्यांच्या आयुष्यातील चढ-उतारांचा मी साक्षीदार होतो. त्यांना चांगल्या-वाईटाची पारख होती. थोरामोठ्यांनी दिलेल्या आशीर्वादाची जाण होती. त्यामुळे ते हे सर्व अगदी मनापासून, आनंदाने करत होते. पाहता पाहता त्यांच्या संसाररूपी रथाचे सारथ्य सुरू झाले.

संसाराची गाडी पुढे जात असताना त्यांना चार अपत्ये झाली. मोठा मुलगा शंकर, दुसरा राजाराम, तिसरा सजन आणि शेवटची मुलगी सरूबाई. या चारही मुलांना जन्म देणारी माझी आजी; माझ्या आजोबांची अर्धांगिनी गजरा. साक्षात देवमूर्ती, आखूड बांधा आणि अतिशय गोरा रंग, त्यामुळे तिचे व्यक्तिमत्त्व उठून दिसत असे. कधीकधी परमेश्वरसुद्धा इतक्या अनुरूप जोड्या कशा ठरवतो याचे नवल वाटते. खरेच इतकी अनुरूपता फक्त परमात्म्यालाच जमू शकते आणि म्हणतात ना, 'आयुष्यभराच्या जोड्या या स्वर्गातच बनत असतात.' आजोबा रंगाने सावळे. सरळ नाक, धडधाकट शरीरयष्टी, मोठ्या चेहऱ्याचे होते. ते डोक्यावर महात्मा फुलेंसारखी लाल पगडी घालत. त्यावर पांढरा दुपट्टा पाठीवर सोडलेला असायचा आणि अंगात आजकाल शिवकालीन चित्रपटांमध्ये मावळ्यांच्या अंगात दाखवतात ना अगदी तशीच पांढऱ्या रंगाची बंडी घालत आणि गुडघ्यापर्यंत पांढरी धोती. जसे मला समजायला लागले तसे मी त्यांना या पेहरावाशिवाय कधी पाहिलेच नाही. कारण शेवटपर्यंत त्यांचा तोच पेहराव राहिला.

काही माणसांचे व्यक्तिमत्त्व हे त्यांच्या पेहरावात दडलेले असते, त्या व्यक्तींचे नाव जरी उच्चारले तरी त्यांची मूर्ती डोळ्यांसमोर उभी राहते. त्यावेळी काही दिवसांसाठी आजोबांकडे गावपाटीलकी आली होती. गावपाटीलकी म्हणजे सर्व गावातील समस्यांचे निराकरण करण्याचे ठिकाण. त्याच काळात आजोबांचे मोठे सुपुत्र शंकर पाटील हे 'नारू' या रोगाने ग्रस्त झाले होते. तो आजार इतका बळावत

गेला की परिणामी ते एका पायाने अधू झाले. उंच, पीळदार शरीर, रुबाबदार मिशी हे जरी त्यांच्याकडे होते, तरी ते शेतीचे काम करू शकत नव्हते. मग आजोबांकडे त्यावेळी तालुक्यातून येणारे अधिकारी वगैरे यांची बडदास्त शंकर पाटीलच ठेवत असत. माझे दोन नंबरचे चुलते राजाराम पाटील आणि माझे वडील सजन पाटील हे हाताशी दोन गडी, काही माणसे घेऊन शेती सांभाळायचे. आजोबांना त्यांच्या सासरेबुवांकडून पासष्ट एकर जमीन मिळालेली होती.

तसे बघितले तर माझे गाव, शेतजमीन हे सर्व दुर्गम भागात मोडत असे. आतासारखे त्यावेळी रस्ते नसत. त्यावेळी जे रस्ते होते, ते फक्त बैलगाडी येण्या-जाण्यासाठीच असायचे. गाव हे माळमाथ्यावर असल्याने त्या रस्त्यावर दगड-गोटे हे असायचे. गावकूस, आठवडा बाजार चार-पाच किलोमीटरवर असायचा. त्यावेळी बाजार करून येताना भलतीच मज्जा यायची, रस्त्याच्या अवस्थेमुळे गाडीत बसलेले सर्व जण डुलत्या बाहुलीप्रमाणे हिंदोळत असायचे. घरी पोहोचेपर्यंत अंग खिळखिळे व्हायचे; पण बैलगाडीतून सफर करायची सवय आणि बैलगाडीचे मोठे अप्रूप असल्याने त्यात बसायला छान वाटायचे. आजही बैलगाडीतून सफर करणे, हे माझ्यासाठी स्वप्नपूर्तीच्या आनंदापेक्षा कमी नाही. कारण आजही मला त्या गोष्टींबद्दल तितकाच जिव्हाळा आहे.

सरू आत्याचे लग्न आमच्या गावापासून तीन किलोमीटर अंतरावरील विराणे येथील तुकाराम पगारे यांच्याशी झाले. त्यांना तीन मुले आणि तीन मुली अशी एकूण सहा अपत्ये झाली. आजोबांची मुले तशी सुखातच होती; पण त्यांना मुलीचे दुःख सलत होते. त्यांचे जावईबापू होतकरू नव्हते. त्यामुळे जेव्हा ते कुटुंबातून वेगळे झाले तेव्हा सरू आत्याची खूप फरफट होऊ लागली. ती फरफट पाहून आजोबांनी त्यांच्याकडील बारा एकर जमीन आत्याला दिली होती. बाकीची जमीन ते स्वतः कसायचे. त्यावेळी बागायती जमीन कशी कसायची, हे माहीत नसल्याने पावसाळी हंगामात येणारे बाजरी, भुईमूग, कुळीथ, कपाशी, मठ, मूग इत्यादी संपूर्ण कुटुंबाला पुरेसे व्हायचे. इतर वेळेस हिवाळा संपायच्या आधी मध्यप्रदेश, गुजरात, नर्मदा या परिसरात दोन्ही मुलं आणि आजोबा बैलगाड्या घेऊन एका महिन्याच्या सफरीसाठी, नव्हे तर सागवान लाकडाच्या व्यापारासाठी पाठवले जायचे. त्यावेळी त्याला 'डांगात जाणे' म्हणायचे. त्याचा अर्थ लहानपणी कळत नसायचा; पण आता समजतो. धुळे जिल्हा संपल्यानंतर गुजरातमधील डांग जिल्हा लागतो. आजोबा सागवान लाकूड आणून मालेगाव तालुक्यात विकण्याचा व्यवसाय करत असत. त्यात त्यांनी भरपूर पैसा कमावला आणि

मुलांसाठी सागवान लाकडाची धाब्याची बसकी घरे बांधली. गावात साधारण आठ गुंठे जागेवर चिरेबंदी वाडा बनवला आणि तिन्ही मुलांना तीन घरे बांधून ठेवली. शिक्षणाचा अभाव असूनदेखील आजोबांची दूरदृष्टी व प्रगत विचारसरणी यामुळे त्यांनी आपल्या कुटुंबाचा योग्य समतोल राखला. अत्यंत विचारी वृत्तीने आजोबांनी घेतलेल्या निर्णयांचे आजही समर्थन करावेसे वाटते. दूरदृष्टीने घेतलेले निर्णय फक्त स्वतःचाच नाही, तर संपूर्ण पिढ्यांचा उद्धार करत असतात आणि त्यांचा हा वारसा पुढे मला चालवण्याचे भाग्य प्राप्त झाले.

गजरा आजी आजोबांना संसारामध्ये उत्तम साथ देत असे. रथाची दोन्ही चाके भक्कम असली की रथ अगदी वेगाने धावत असतो. दोघेही समविचारांनी संसाररथ पुढे नेत होते, एकमेकांना खूप साथ देत होते. त्यामुळे ते तिन्ही मुले आणि सूनांची मूस बांधून पुढे जात राहिले. दोघांच्याही विचाराने घराला एकत्र राहण्याची परंपरा लाभली, असे वाटत होते. गजरा आजीला आम्ही सर्व नातवंडे 'माय' या नावाने व आजोबांना 'दादा' म्हणून हाक मारत होतो. आम्ही कधीही माय व दादांना जवळ बसलेले किंवा जवळ येऊन बोललेलेदेखील पाहिले नाही. तो काळच परंपरा, मानसन्मान, स्वतःसाठी नव्हे तर दुसऱ्यांसाठी जगण्याचा होता. स्वतःचा विचार व स्वाभिमानाला मुरड देत फक्त समाज व परंपरा यांची सांगड घालून ते चालत राहिले. तीच परंपरा व समाजरूढी मला वयाच्या पंचेचाळीस वर्षांपर्यंत चालू ठेवावी लागली, हे सत्य आहे.

एकत्र कुटुंब पद्धत असल्याने माझे वडील, दोन्ही मोठे आणि मधले चुलते या सर्वांची अशी एकूण बारा अपत्ये मिळून मोठा परिवार होत गेला. मोठ्या चुलत्यांची सात अपत्ये, मधल्या चुलत्यांची दोन आणि माझ्या वडिलांची तीन असा मोठा परिवार एकाच छताखाली राहत होता. त्या काळी अशा एकत्र कुटुंब व्यवस्थेची पद्धतच होती. एकत्र कुटुंब म्हणजे आपल्या भारतीय संस्कृतीचा पाया मानला जायचा. सर्वांमध्ये एकमेकांविषयी असलेली आपुलकी, प्रेम, जिव्हाळा या सर्वांनी नाती एकदम घट्ट रोवलेली असायची. त्यामुळे या रोवलेल्या मुळांचा वटवृक्ष ठिकठिकाणी बहरलेला पाहायला मिळायचा.

आमच्या घरात कायम पै-पाहुण्यांची वर्दळ असायची, नातलगांचे येणे-जाणे कायम असायचे. जसजसे नातेसंबंध वाढत गेले म्हणजे सूना, जावई एकेक करून आमच्या परिवारात जोडले गेले, तसतसे ही माणसांची वर्दळ दरवर्षी वाढतच राहिली. त्यामुळे येणारे दिवस, वर्षे कशी जायची? हे कळायचेच नाही. वेळ कधी कोणासाठी थांबत नसते, ती अविरतपणे आपले काम करतच असते. त्यातच

आजी-आजोबांच्या आयुष्याला उतरती कळा आली.

आजोबा पिण्याचे शौकीन होते, ते रोज दारू पीत असत; परंतु कधी विपर्यास करून त्यांनी कोणाला त्रास दिला नाही. ते रात्रीच्या जेवणाअगोदर पीत असत आणि लगेच शांतपणे जेवायला बसत. हे घरातील मंडळी आणि थोड्या नातेवाईकांना सोडून इतर कोणाला माहीत नव्हते. त्यांनी त्यांचे हे व्यसनव्रत मरणाच्या शेवटच्या क्षणापर्यंत चालू ठेवले. काही माणसांचे आयुष्य अत्यंत संथपणे, कोणालाही न दुखावता आपल्याच धुंदीत व्यस्त असते. तसेच त्यांचे आयुष्य होते.

मी लहान होतो तेव्हापासून घरातील लहान-मोठी भावंडे, आमच्या वडीलधाऱ्या मंडळींना काही विशेष नावाने, प्रेमाने संबोधत होते. मोठे चुलते शंकर पाटील यांना प्रेमाने 'आप्पा' म्हणून संबोधत. मधले चुलते राजाराम पाटील यांना प्रेमाने 'तात्या' या नावाने संबोधत आणि माझे वडील सजन पाटील यांना प्रेमाने 'बापू' या नावाने संबोधत असत. घरातील सर्वच मंडळी काही ना काही काम-धाम करत असल्याने घरामध्ये भरभराट होती, आर्थिक सुबत्ता होती. एका हातापेक्षा चार हात मिळून काम करत असतील, तर नक्कीच तिथे कुबेराचा वास असतो; पण काळानुसार सर्व बदलते असे म्हटले जाते. वेळ खूप बलवान असतो. काही गोष्टी वेळेत केल्या नाही, तर त्याचे चांगले-वाईट परिणाम भविष्यात भोगावे लागतात, त्याची झळ खूप दीर्घकाळासाठी सोसावी लागते, याचा प्रत्यय पुढे येत राहिला.

माझ्या वडिलांचे म्हणजेच सजन पाटील यांचे लग्न गाव लखमापूर, तालुका सटाणा, जिल्हा नाशिक येथील भागीरथीसोबत मोठ्या थाटामाटात दारातच मांडव घालून झाले. माझा जन्म पंधरा नोव्हेंबर एकोणीसशे पंचेचाळीस रोजी झाला. पहिले बाळंतपण असल्यामुळे मातोश्रींच्या माहेरी म्हणजे लखमापुरलाच झाला. माझी आई भागीरथी सजन पाटील अगदी सेवाभावी स्वभावाची होती. माझ्या जन्मानंतर थोड्याच दिवसात माझ्या आईचे वडील दिवंगत झाले; पण जाता जाता त्यांनी माझे नामकरण केले. ते इतक्या ठामपणे सांगून गेले की कोणालाही ते बदलण्याची तसदी घ्यावीशी वाटली नाही, शिवाय एकदा मोठ्यांनी शब्द दिला की त्याची अंमलबजावणी करणे हे ठरलेलेच असायचे. त्यांनी दिलेल्या 'पोपट' या नावाचा भविष्यात मला खूपच मनस्ताप भोगावा लागला; परंतु ते मी कोणालाच सांगू शकत नसे.

बऱ्याच वेळा माझ्या आईला मी म्हणायचो की 'माय, तुला दुसऱ्या कुणाला विचारून माझं नाव ठेवता नाही आलं का ग?' तिच्याच नातेवाईकातील अमृत, जनार्दन अशी तीन-चार नावांची उदाहरणे देत असेच एखादे नाव माझ्यासाठी

शोधायचे होते असे बोलून तिला सारखे प्रश्न विचारून भंडावून सोडत असे. तरीदेखील ती तिच्या वडिलांनी ठेवलेल्या नावावरच ठाम होती. नंतर मीच हा विषय सोडून दिला. 'पोपट' या नावापुढे 'राव' असे संबोधन जोडून 'पोपटराव' याच नावाने ऐंशी गाठली.

प्राथमिक शाळेत असताना माझ्या नावावरून माझी टिंगल केली जाई. त्यामुळे मला बराच मनस्ताप सहन करावा लागला. शिक्षण पूर्ण झाल्यानंतर कामानिमित्त बाहेर पडल्यानंतर ते सिंगल नाव डबल झाले. तेव्हा माझे तेच नाव मला प्रतिष्ठेचे वाटायला लागले. कारण काही गोष्टी आपल्या हातात नसतात; परंतु त्याचा जास्त विचार न करता आपणच तशी स्वतःची समजूत घालण्याचा प्रयत्न करत असतो. 'नावात काय आहे?' असे बोलणाऱ्याने हे मला येऊन कधीतरी विचारावे, असे मला सतत वाटत असे.

बालपणीचा काळ सुखाचा असतो. प्रत्येक मूल हे फुलपाखरांप्रमाणे असते, त्याला मनसोक्त आणि बेफिकीर खेळायला, बागडायला फार आवडत असते. आयुष्यातील सर्वांत सुंदर, कधीही परत न येणारे क्षण आपण या कालावधीमध्ये जगत असतो. माझे बालपण हे जास्त वेळ लखमापूर या गावी गेले. आईचे आई-वडील दोघेही स्वर्गवासी झाल्यानंतर मोठे मामा जगन्नाथ बछाव यांनी आम्हाला खूप जीव लावला. माझ्या आईला चार भाऊ आणि दोन बहिणी अशी एकूण सात भावंडे होती. या सात लोकांचा परिवार लखमापूरमध्ये प्रतिष्ठित परिवार म्हणून ओळखला जाई. सर्व भावंडांमध्ये माझी आई ही दुसरे अपत्य होती; पण तिलाच मोठ्या बहिणीचा दर्जा दिला जाई आणि त्यामुळे घरातील कोणताही बारीक विचार, कोणतेही व्यवहार असो ते तिलाच विचारून होत असत. लहान मामा हा माझ्यापेक्षा साधारण अडीच वर्षांनीच मोठा होता. माझे आजी-आजोबा दिवंगत झाल्यावर सर्व भावंडाना खूप निराधार वाटू लागले. त्यांना निराधार, पोरके वाटू नये म्हणून गारेगाववरून लखमापूरला एक-दोन महिन्यांनी आमचे येणे-जाणे होत असायचे. एकत्र भेटून एकमेकांना धीर देऊन आठवणींना उजाळा द्यायचा हे ठरलेले असायचे. त्याच कडू-गोड आठवणींमुळे नंतरच्या दिवसात एकटेपणाची जाणीव होत नसे. माझ्या आईवडिलांमध्ये माझे मामा व मावश्या त्यांच्या आईवडिलांना पाहत, त्यांना तसाच मान देत. माझ्या आई-वडिलांनीदेखील त्यांच्या कोणत्याही कर्तव्यात कुठलीच कसर ठेवली नाही. त्यांनी अगदी निष्ठेने त्यांचे कर्तव्य बजावले.

त्याच काळात माझ्या गावी आजोबासुद्धा प्रगतीच्या मार्गावर होते. त्यांनी दोन घोडे गुजरात सारंगखेडेहून खरेदी करून दोन घोड्यांचा नवीन टांगा बनवून घेतला.

तिन्ही सुना जेव्हा माहेरी किंवा लग्न समारंभासाठी जात असत, तेव्हा आजोबांनी खास नक्षीकाम करून घेतलेला लाल रंगाचा पडदा टांग्याच्या टपावरून टाकला जाई. त्याच्या पुढे-मागे दोन-दोन पाकळ्या असलेल्या पडद्यामागे कोण बसले आहे हे दिसत नसे. घोडागाडीत एकूण पाच व्यक्ती बसण्याची व्यवस्था होती. एक घोडे हाकणारा, पुढे दोन आणि मागे दोन असे पाच लोक प्रवास करत असत. पुरुष मंडळीना कुठे जाण्याची वेळ आलीच तर ते मोकळ्या टांग्यातून जात असत. प्रवास करताना फक्त स्त्रिया पडदे वापरत. पडद्याच्या घोडागाडीतून होणारा प्रवास हे ठरावीक लोकांजवळ असणारे साधन होते. त्यामुळे ते प्रतिष्ठेचे आणि खानदानी मानले जात असे. तो काळ आम्हाला आम्ही राजेशाही घराण्यात असल्याचा आभास करवून द्यायचा. पडद्याचा टांग्याचे त्या काळी खूपच अप्रूप. आजोबांनी दूरदृष्टी वापरून हळूहळू खूपच भारदस्त गोष्टी जमवल्या होत्या, त्यातील एक हा टांगा होता.

मी पहिले बाळ म्हणून आजोबांचा लाडका नातू होतो म्हणून ते नेहमी मला त्यांच्याबरोबर नेत. मी गोल चेहरा असलेला, गोंडस आणि आकर्षक बालक होतो. मला पाहताच कोणीही चटकन उचलून घेत, तर कोणी गालगुच्चे घेत. माझे बालपण मला चांगले आठवते. मी ज्या गावात लहानपण घालवले आहे, ते गावसुद्धा आजोबांच्या सासरेबुवांचे गाव असल्याने तिकडची मंडळीदेखील नात्याने मामा लागत. ते सगळे, त्यांची मुलेमुलीसुद्धा मला आपुलकीने, प्रेमाने सांभाळत. आम्ही खूप मजा-मस्करी करायचो. दिवस कधी सुरू होऊन कधी संपायचा, हेही समजत नसे. बालपणीच्या दिवसातील मजा काही औरच असते. त्यात आमच्यात खूप खेळीमेळीचे वातावरण असल्यामुळे सगळे आनंदात होते. त्या काळातले बालपण म्हणजे खूप शिकायला मिळायचे, खूप खेळायला मिळायचे. आता साधे खेळण्यासाठीसुद्धा भरमसाठ ऑक्टिव्हिटी क्लासेस लावावे लागतात, नाहीतर कोणत्यातरी शिबिरांना पाठवावे लागते. त्याकाळी झाडावर चढणे, सूरपारंब्या खेळणे, टायर पळवणे, पोहणे, सायकल चालवणे असे अनेक मैदानी खेळ असायचे. खरेच ते दिवस आजही या वयात आठवले की भूतकाळात रमायला होते, तिथून परत यावेसे वाटत नाही.

कारभारी संपत हा नात्याने मामाचा मुलगा होता. त्याचे लग्नाचे वय झाले होते. एके दिवशी त्याने आमच्या गावात तालुक्याच्या ठिकाणाहून एक फोटोग्राफर बोलावला. त्याकाळी अशा गोष्टींसाठी पैसे खर्च करण्याची कोणालाही जास्त हौस नसायची आणि असली तरी पैसे कमी असायचे. ज्यांच्याकडे दोन पैसे जास्तीचे

खर्च करण्याची परिस्थिती होती त्यांनी फोटो काढून घेतले. त्याकाळी छंदासाठी पैसे खर्च करणे कोणाच्याही बेरजेत नव्हते. त्यामुळे फोटो काढून घ्यायचे फार अप्रूप असायचे. त्याकाळात मोठा बॉक्स टाईप कॅमेरा असे. त्याला काळ्या रंगाचा पडदा असे, त्यातून फोटोग्राफर फोटो काढता येत असे. मी ओट्यावर बसून समोरच्या डौलदार कडूलिंबाच्या झाडाखाली चाललेले ते फोटोसेशन मोठ्या कुतूहलाने पाहत बसलो होतो. समोरून कारभारी आला. तो मला उचलून फोटो काढण्यासाठी नेऊ लागला. तेव्हा वडील म्हणाले, "त्याचा फोटो काढू नकोस, माझ्याजवळ पैसे नाहीत."

त्यांच्याकडे दुर्लक्ष करून कारभारी संपत यांनी माझ्या वडिलांना ठाम आणि प्रेमरूपी हक्काने सांगितले, "त्याचा फोटो मी काढणारच आहे, तुम्ही आम्हा भावांमध्ये लक्ष देऊ नका."

फोटोसेशनच्या जागी नेऊन माझा फोटो त्यांनी काढूनच घेतला. त्यावेळी माझ्या अंगात हाफ शर्ट आणि खिशात रुमाल होता. तो श्वेतधवल फोटो माझ्या घरात मी बारा-तेरा वर्षांचा होईपर्यंत एक लहानशी फ्रेम करून देवांच्या फोटोंबरोबर घरातल्या बैठकीच्या पडवीत भिंतीवर लावलेला दिसायचा. माझ्या बालपणीच्या स्मृतींचा उजाळा म्हणजे माझा तो श्वेतधवल फोटोच आहे. आजही त्या फ्रेममधून माझे आठवणींचे दालन उघडते.

त्याकाळात अजून एक लक्षात राहण्यासारखी गोष्ट म्हणजे घरातील आरसे. आरसा पाहून त्यावेळी खरंच असेही वाटायचे की मनातलेपण या आरशात दिसायला हवे. बालमनाला पडलेल्या प्रश्नांना कोणताही आधार नसतो. त्यावेळी घरांमध्ये क्वचितच आरसे आढळायचे. घरात फक्त एखादा दुसरा अगदीच लहान आरसा असायचा, घरातील स्त्रिया कपाळावर कुंकू लावण्यासाठी तो वापरत असत. त्या आरशात आईला गोल कुंकू लावताना पाहून तेजस्वी सूर्याच्या लाल बिंबाची आठवण व्हायची, आईची नजरसुद्धा तेजस्वी होती. माझे वडील सर्व भावंडामध्ये लहान होते. दोन्ही चुलत्यांना पहिल्या मुली झाल्यामुळे मी शाळेत जाईपर्यंत कुटुंबात एकटाच मुलगा होतो. गावात दगड, माती आणि लाकडाने बनवलेली एकच खोली असायची, तीच आमची शाळा. त्या शाळेत एकच शिक्षक असायचे, तिला व्हॉलिंटरी असे संबोधित केले जायचे; त्या शब्दाचा अर्थ कोणालाही कळत नव्हता. माझ्या काळात शाळेसाठी जे शिक्षक आले होते, त्यांचे नाव 'दगडू मास्तर.' ते अतिशय प्रेमळ होते.

गुरुजींसोबत माझी ओळख झाल्यावर ते मला उचलून खांद्यावर घेऊन शाळेत

फिरवत असत. आई सकाळी मला अंघोळ घालून हाफ पँट-शर्ट घालून शाळेत पाठवण्यासाठी तयार करत असे. शर्टच्या डाव्या बाजूला वरच्या खिशात रुमाल आठवणीने ठेवत असे आणि पँटच्या खिशात खोबऱ्याचा तुकडा, मूठभर दाळे, तर कधी फुटाणे देत असे. सकाळी सात ते बारा शाळा भरत असे. त्यानंतर बारा ते तीनपर्यंत मधली सुट्टी असायची. मी सकाळी हजेरी लावून आल्यावर दुपारनंतर शाळेत जाणे टाळत असे. मला शाळेचे दडपण जाणवायचे. त्याचे गंभीर कारण काहीच नव्हते; पण मी कधीच शाळेत जाण्यासाठी उत्साही नसायचो. मला रोज घरातील मोठे व्यक्ती हात धरून शाळेपर्यंत सोडवत असत. आजही हे आठवले की हसायला येते.

त्यावेळी सर्वांची शाळा एकच असायची, शिक्षक एक असायचे. पहिलीला जे शिक्षक शिकवायचे, तेच शेवटच्या वर्गापर्यंत असायचे. शिवाय सगळ्या विषयांचे तास एकच शिक्षक शिकवायचे. शाळेत जाण्याचा कंटाळा शिवाय अभ्यास वेळेवर न करण्याने एकाच वर्गामध्ये मी सलग दोन वर्ष बसल्याचे आठवते. नंतर मला दुसऱ्या इयत्तेत शिकण्याची परवानगी मिळाली. तेव्हा शिक्षणाची ओढ नसली तरी शिक्षण हे किती महत्त्वपूर्ण आहे, हे आज जाणवते. कारण आयुष्याच्या पहिल्या टप्प्यात जे शिक्षक, जे गुरू आपल्याला लाभतात, त्यांची शिकवण जीवनात येणाऱ्या प्रत्येक गोष्टीत मार्गदर्शक ठरत असते.

माझ्या आज्जीने तिच्या तिन्ही सूनांची नावे तिला आवडतील अशीच ठेवली होती. मोठीचे नाव यमुना, दुसरीचे नाव रेश्मा आणि माझी आई म्हणजे सर्वांत लहान सून. तिचे माहेरचे नाव भागीरथी. भागीरथीचे 'भागा' असे उपनाम झाले. सर्वजण तिला याच नावाने हाक मारत. माझी चुलत बहीण जवळपास माझ्याच वयाची होती. सरू आत्याची मोठी मुलगी आणि तिच्यानंतरच्या एकूण चार मुली आणि मी असे आम्ही सगळेजण एकत्रच लहानाचे मोठे होत गेलो.

आजोबांनी नातींची नावे नद्यांच्या नावावरून ठेवली. मोठ्या चुलत बहिणीचे नाव 'नर्मदा', दुसऱ्या चुलत बहिणीचे नाव 'गंगा'. आत्याने तिच्या मोठ्या मुलीचे नाव 'कस्तुरी' ठेवले होते; पण आजोबांनी दोन नंबरच्या आतेबहिणीचे नाव 'तापी' ठेवले होते. नद्यांच्या रुणझुण वाहण्याने आसपासची सृष्टी आनंदी आणि समृद्ध होत जाते. तसेच या सर्वांच्या असण्याने घराला नवचैतन्य आले होते. कुटुंब वाढत गेले, दोन्ही चुलत्यांना मुले झाली. घर आता नुसते घर राहिले नाही, तर घराचे गोकुळ झाले.

आजी-आजोबा सकाळी उठल्यापासून त्यांच्या नातवांवर लक्ष ठेवून असत.

मधले चुलते राजाराम यांना मुलींनंतर एक मुलगा झाला. तो माझ्यापेक्षा दोन ते तीन वर्षांनी लहान होता. आमच्या घरातील सगळे कुटुंबीय शेतीची कामे करून आनंदाने दिवस घालवत होते. आमचा आनंद छोट्या छोट्या गोष्टींमधून वाहत राहायचा, त्याला कुठलीही सीमा नव्हती. घरात सर्वांचेच चेहरे प्रसन्न असायचे. माझे दोन नंबरचे चुलते राजाराम पाटील यांना मुलींनंतर मुलगा झाला म्हणून ते खूप आनंदात होते. त्यांची वंशाच्या दिव्याची प्रतीक्षा संपली होती. कारण नवसाने त्यांना पुत्ररत्न प्राप्त झाले होते. त्या उत्साहात मुलाचे अति लाडकोड सुरू झाले. त्यांना त्यांच्या मुलाला कोणीही, काहीही बोललेले आवडत नसे. हळूहळू त्या दांपत्याच्या वागण्यात होणारा बदल जाणवत होता.

वर्ष-दीड वर्षे गेल्यावर हिवाळा ऋतूची चाहूल लागली. पूर्वी नोव्हेंबरनंतर थंडी वाढायला सुरुवात होत असे. पूर्वीपासूनच शेतात कडधान्यासोबत तिळाचे पीकसुद्धा घरापुरते येत असे. पिकलेल्या तिळाच्या पेंढ्या आमच्या घराच्या गच्चीवर वाळत ठेवलेल्या असायच्या. पंधरा ते वीस दिवसात वाळवून त्या पेंढ्या उलट्या करून मोठ्या कपड्यावर झटकून घेत. मग त्या वाळलेल्या पेंढींचा उपयोग धुनीसाठी होत असे. याच धुनीमुळे माझ्या देवतुल्य आजी-आजोबांच्या घराला चिंगारी लागली. कारण तसे फार मोठे नव्हते; पण मोठी घटना घडायला ते नक्कीच कारणीभूत ठरले. एका क्षुल्लक कारणामुळे घरातील वातावरण गढूळ झाले आणि एकदा का एकमेकांविषयी अढी निर्माण झाली, तर त्या भावनांची विषवल्ली फोफावत जाते.

सकाळच्या वेळी वातावरणातील गारवा अधिकच जाणवू लागला होता. आजोबांनी माझा हात धरून मला तीन घरांच्या बाजूला मोकळ्या जागेत आणून उभे केले. त्यांनी मला गच्चीवरून तिळाच्या कोरड्या काड्यांची पेंढी धुनीसाठी आणायला सांगितली. त्यानंतर धुनी पेटवून हातपाय शेकत सर्वजण बसले होते. त्याच वेळेला राजाराम तात्या मुलाला घेऊन आमच्यात येऊन बसले. चौघेजण धुनीच्या भोवताली शेकत बसलो. मुलगा लाडाने अवखळ झाला होता, त्याच्यात शांतता ही नव्हतीच. धुनीवर शेकत असताना त्याने कोरड्या काड्या पेटत्या धुनीत टाकल्या आणि एका काडीने तो विस्तवाशी खेळू लागला. विस्तवाची चिंगारी उडून माझ्या हातावर आली आणि मला भाजले. त्या जळत्या लाकडाच्या अचानक बसलेल्या चटक्याने मला खूप इजा झाली. कोवळ्या कातड्यावरील त्या चटक्याच्या दुखण्याने असह्य वेदना होऊन मी मोठ्याने ओरडून रडायला सुरुवात केली. रडण्याचा आवाज ऐकून जरा रागीट आवाजात आजोबा त्याला

दरडावून म्हणाले, 'पंड्या, अरे जरा शांत बस.' त्याचे पंडित हे नाव त्याच्या आई-वडिलांनीच ठेवले होते. तात्या सर्व निमूटपणे बघत होते,तरीही त्यांच्या तोंडातून 'ब्र' देखील निघेना.

माझी आई चार दिवसांसाठी पडवीत एकटीच कोपऱ्यात बसली होती. तिने माझे रडणे ऐकून घराच्या ओट्यावरूनच मला हाक मारून बोलावण्याचा निष्फळ प्रयत्न केला. तिच्या आवाजावरून तिला राग आल्याचे जाणवले; पण त्यावेळी प्रसंगावधान राखून ती तिथून निघून गेली. घडलेल्या प्रकाराने तात्या दुखावले गेले बडबडतच घरात निघाले. दादांनी त्याला हटकले. थांब म्हणून सांगितले; पण तो थांबला नाही. दादांना त्याच्या कृत्याची जाणीव झाली आणि त्याची मनःस्थिती बरोबर नव्हती हेही जाणवले. त्याचवेळेस तात्या हातात काठी घेऊन आईच्या दिशेने आले आणि काहीही विचार न करता त्यांनी आईच्या पाठीवर जोरात लाथ घातली. आई मोठ्याने विव्हळली. तिने शिव्यांचा भडिमार करायला सुरुवात केली. तोपर्यंत आजोबा, आप्पा, मोठे चुलते असे सर्वजण जमा झाले. तात्याला बाजूला ओढून घराच्या त्यांनी बाहेर ढकलले.

वडील सकाळीच शेतात कामासाठी निघून गेले होते. झाला प्रकार त्यांना घरी आल्यानंतर कळाला; पण त्यांच्या वडीलानी व थोरल्या बंधूनी आधीच त्याच्या दुष्कृत्यावर कठोर पाऊल घेतले असल्याने त्यांना काही प्रतिक्रिया देण्याची गरज पडली नाही. तसे ते घरातील वडीलधाऱ्या मंडळींना फार मान देत कारण ते खूप आज्ञाधारक होते. पूर्वी अशाच रूढीपरंपरा असायच्या. त्यात लहानांनी काहीच न बोलणे सगळ्यांना अपेक्षित असायचे.

एकत्र कुटुंबपद्धती असल्याने सर्व कुटुंब एकाच घरात एकत्रच खाण्यापिण्यासाठी थांबत असत. दोन नवीन घरे पुढच्या पिढीचे नियोजन म्हणून बांधून ठेवले होते. झालेला प्रकार आईसाठी असह्य होता. घरांसाठी केलेले नियोजन आईच्या हातानेच पूर्णत्वास जाईल, असे चित्र स्पष्ट दिसू लागले होते. घडलेल्या प्रकारानंतर आईने तिचे आणि माझे कपडे भरून राहत्या घरासमोरच्या उंबऱ्यात प्रवेश केला. एरवी सासू-सासरे, दीराचा मान राखून अदबीने संसाराला हातभार लावणारी, मायेची प्रेमळ आज्ञाकारी सून आज चंडिकेसारखी दिसत होती. तिने सर्वांसमोर एक प्रण घेत खणखणीत आवाजात सांगून टाकले की आजपासून मी या एकत्र कुटुंबात कधीही राहणार नाही. तिच्या या गर्जनेने सगळे जण सुन्न झाले. कारण ही घटना कोणाच्याही पचनी पडण्यासारखी नव्हती आणि आईला समजावणे त्यावेळी सगळ्यांनाच अशक्य झाले होते. एकवेळ देवाला समजावता येणे

शक्य; पण राग आलेल्या व्यक्तीला समजावणे अशक्य असते. रागाच्या भरात त्याला त्याच्या स्वतःच्या भल्या-बुऱ्याचीदेखील तमा नसते. अशावेळेस त्याची विवेकक्षमता संपलेली असते. या अपमानानंतर मी आणि माझा मुलगा आम्ही एकत्र कुटुंबात राहणार नाही, हे तिने स्पष्ट आणि कणखर शब्दांत सांगितले. तिचे ते उद्गार ऐकून दादा आणि माय अत्यंत दुःखी झाले. वडीलदेखील नाराज दिसत होते. त्यांना त्यांच्या आई-वडिलांचे दुःख समजत होते; परंतु आईच्या निर्णयापुढे ते काहीही करू शकत नव्हते. माझे मोठे मामा लखमापूरहून आले. त्यांनी आईला समजवण्याचा खूप प्रयत्न केला. ते तिला म्हणाले की, 'बाई, मला झालेला सर्व प्रकार माहीत आहे, पण मला असं वाटत की तू घराचे विभाजन करण्यास कारणीभूत होऊ नकोस. अग, गोकुळासारखं घर आहे आणि घर म्हटलं की भांड्याला भांडं लागणारच. अति घाई करू नकोस. थोडं विवेकानं घे." पण तिच्यावर त्या बोलण्याचा तसूभरदेखील परिणाम झाला नाही. त्यानंतर गावातली वडीलधारी मंडळी, नात्यातील थोरामोठ्यांनी तिला समजावण्याचा आटोकाट प्रयत्न केला; पण त्याचा काही एक उपयोग झाला नाही.

आईचा नकार तिने स्पष्टपणे मांडला, असा स्पष्ट नकार त्याकाळात एखाद्या स्त्रीने सांगणेसुद्धा मोठे हिमतीचे काम होते. ती आता माघार घेऊ शकणार नव्हती, कारण तिचा स्वाभिमान दुखावला गेला होता. तिचे असे म्हणणे होते की, ती जर घटनेनंतरही एकत्र कुटुंबात राहिली, तर मागील सर्व विसरून आधीप्रमाणे, इतरांसोबत तिला मारणाऱ्याचेदेखील ताट वाढण्यापासून ते उचलण्यापर्यंत सगळे करावे लागले असते. या क्षणानंतर ते शक्य नाही. तिचा इतका ठाम निश्चय झालेला की मरेपर्यंत तात्यांचे तोंड बघणार नाही, असे ती म्हणाली. तेव्हा बाकीच्या गोष्टी तर लांबच. हे ऐकून सर्वांनी प्रयत्न थांबवले. घराच्या तीन वाटण्या करण्याचा विचार आजोबांनी पक्का केला. ही छोटीशी चिंगारी घराचे तीन तुकडे करण्यास कारणीभूत झाली.

कुठलेही शिक्षण न घेता संस्काराने ओतप्रोत असलेल्या माझ्या आजोबांच्या अशा या परिपूर्ण व्यक्तिमत्त्वाला सर्वांच्या सुखदुःखाची चाहूल लागली होती. घर प्रत्येकावर मायेने प्रेम करते. घरातील प्रत्येक व्यक्तीच्या सुखा-दुःखात सहभागी होते. घराच्या भिंतींना सर्व समजते. भिंतींना कान आहे असे म्हणतात; पण माझ्या मते भिंतींना पंचेंद्रिये असावीत. त्यामुळेच घरातील वातावरण पाहून आजोबांनी आधीच वेगळी घरे बांधून ठेवली होती.

आता आजोबांनी त्यांचा अंतिम निर्णय घोषित केला की शेती आणि घराचे

वाटप दोन दिवसात करून टाकू. त्यांचे जवळचे नातेवाईक, माझे मोठे मामा यांना निरोप देऊन त्यांनी बोलावून घेतले. ठरल्या वेळेस कुठल्या शेतीवर कुठले घर द्यावे, याचा विचार झाला. कुठला वाटा उचलायचा आहे? हे तिघांनी ठरवा, असे सांगून झाल्यावर तात्यांनी त्याला मंजुरी दिली नाही. त्यांनी स्वतःसाठी चांगले कसदार शेत आणि त्यांच्या आवडीचे घर हवे आहे, असे सांगितले. कारण त्यांना एकच मुलगा होता. त्यांचा असा विचार होता की त्यांना जमिनीचा थोडा तुकडा असला तरी चालेल; परंतु चांगली कसदार जमीन मिळावी. सोबत नवीन बांधलेले घर मिळावे ही अपेक्षा होती. त्याप्रमाणे आठ एकर कसदार जमीन आणि नवीन घर त्यांना दिले. आप्पा मोठे होते म्हणून आमच्यापेक्षा चार थोडी भरड, एक बिघा बागायत अशी पंधरा एकर जमीन आणि बांधलेले दुसरे नवीन घर आप्पांना देण्यात आले.

घर आणि शेतीची विभागणी झाल्यावर घरातील भांडीकुंडी, मातीचे लहान-मोठे मडके, पत्र्याचे डबे, घराच्या एका खोलीत भरून ठेवलेले ते सर्व सामान बाहेर काढण्यात आले. पूर्वीपासून राहत असलेल्या घरात सर्व सामान अस्ताव्यस्त पसरल्यामुळे घरातल्या वस्तू पोरक्या झाल्यासारख्या दिसत होत्या. खूपच विदारक दृश्य होते ते. सामानाप्रमाणे घरातील वाददेखील चव्हाट्यावर आले होते. सर्व सामान बाहेर आल्यावर पंच, नातेवाईक त्या सामानाची तीन ठिकाणी समान विभागणी करत होते. सामानाची, जागेची विभागणी करता येते हो; पण आठवणी, प्रेमाचे जिव्हाळ्याचे क्षण ते नाही ना वाटता येत. त्यांनी ताट, तांबे, वाट्या अगदी चमचासुद्धा तीन ठिकाणी ठेवले होते. एक प्रकारच्या वस्तूंची तिघांनाही समान वाटणी केली. कुठलाही वाटा उचलला तरी तो तिघांना सारखाच मिळेल आणि कोणावरही अन्याय होणार नाही, याची काळजी घेतली. तरीही थोडी नाराजगी काकींच्या चेहऱ्यावर दिसली.

हे सर्व घडत असताना आम्ही वयाने लहान होतो. त्यामुळे आम्हाला घटनेचे गांभीर्य तितकेसे कळत नव्हते. जे झाले त्याचे भान न राहून फक्त स्वतःच्या स्वतंत्र घरात राहू याचा आनंद जास्त होता. मग वाटणी दरम्यान जो वाटा ठरला होता, त्यातील भांडी, मडके आणि इतर सामान आम्ही बच्चे कंपनी जो तो आपापल्या घरात उचलून नेत होतो; परंतु आजी-आजोबांच्या चेहऱ्यावर दुःखाची छटा पाहून तो आनंद लोप पावत होता. त्यांनी कष्टाने एकेक गोष्ट जमवून घरसंसार सजवलेला, उभारलेला आणि आज एका क्षणात त्याचे छिन्नविछिन्न तुकडे होताना पाहून आजी आजोबा आतून तुटून गेले होते.

हे सर्व होत असताना आजीने आजोबांना विचारले की ते दोघे कुठे राहतील? त्यांच्या राहण्याचे काय नियोजन असेल? त्यावर त्यांनी स्पष्टपणे सांगितले, 'माझ्या घराची वाटणी झाली; पण मी माझी आणि माझ्या पत्नीची वाटणी कदापि होऊ देणार नाही. आम्ही आमचा लहान मुलगा सजन याच्यासोबत राहणार.' त्यांच्या उदरनिर्वाहासाठी दोन पोती बाजरी इतर दोघांनी द्यावी आणि त्यासोबत दरवर्षी काही रोख रक्कमदेखील देण्याचे ठरले. आजी-आजोबा माझ्या वाट्याला आले, हे ऐकून मला खूप आनंद झाला. आम्ही सर्व जण पूर्वीपासून ज्या जुन्या घरात राहत होतो, त्याच घरात नवी सुरुवात होणार होती. तीच रोजची भांडी, तेच रोजचे घर; पण आज काहीतरी वेगळे जाणवत होते. घर मोकळे वाटू लागले. घरातील प्रत्येक कोपऱ्यात वेगवेगळ्या आठवणींचा लपंडाव सुरू झाला होता. अशा प्रसंगात कोणाच्याही मनाचा विचार होत नाही. एकत्र कुटुंब पद्धतीतून वेगळे होणे, ही घटना सगळ्यांचेच आयुष्य बदलवणारी ठरते. कधीकधी एखाद्याला ती गोष्ट आवडते; पण बऱ्याचदा हे त्रासदायकच ठरते. थोरामोठ्यांच्या चेहऱ्यावर हे स्पष्ट दिसत असते. त्यांच्या चेहऱ्यावर पडणाऱ्या रेषा वार्धक्यापेक्षा जास्त वेगळे होण्याच्या विचारांनीच पडलेल्या असतात. आमच्या वाट्याला एक बैलजोडी आणि एक गाय आली. तिघांची जनावरे मोकळ्या जागेत एकत्र बांधत; पण प्रत्येकाचे शेणखत गोळा करण्यासाठी तिघांनी तीन उकिरडे केले होते. प्रत्येकाला आपला वेगळा थाटलेला संसार कसा चांगला होईल, याची ओढ लागली होती. आता एकत्रित विचारांवरून सर्वजण वैयक्तिक विचार करू लागले.

आम्ही भावंडे मात्र एकत्र मोठे होत गेलो. माझ्या अगोदरची बहीण जास्त दिवस जगली नाही. मी साधारण नऊ वर्षांचा असेन, त्यावेळी दुसऱ्या भावाचा जन्म झाला. तो जन्मताच खूप रडत होता. आजोबांनी ब्राह्मणाकडे त्याची कुंडली पाहिली असता, त्यांनी सांगितले की आजोबांची आई 'साळुबाई' त्याच्या रूपाने घरात आली म्हणून त्याचे नाव 'सावळाराम' ठेवण्यात आले. त्यानंतर दुसऱ्याच वर्षी आईबापू (वडील) यांनी माझ्याबाबतीत एक मोठा निर्णय घेतला की, माझे शिक्षणाचे वय आहे. मी बऱ्यापैकी मोठा झालो आहे. त्यामुळे मला घरी ठेवून आता काहीच उपयोग होणार नाही. गावात शिक्षण हे दुसरीपर्यंत असल्याने पुढे कसे होईल, हे काही सांगता येणार नाही म्हणून आईने लखमापूर येथे तिच्या भावाकडे मला पाठवण्याचा निर्णय पक्का केला.

त्यानुसार गारेगावच्या शाळेतला दाखला घेऊन लखमापूर येथे माझी रवानगी झाली. तिथे मी इयत्ता तिसरीसाठी प्रवेश घेतला. नेमके त्याच गावी दोन नंबरच्या

मावशीच्या पतीची शिक्षक म्हणून बदली झाली होती. मोठ्या मामाच्या दोन पत्नी आणि दोन मुले असा संसार होता. तर दुसऱ्या मामाचे लग्न आमच्याच गावातील मुलीशी झाले होते. त्यानंतरच अजून दोन लहान मामा होते. असा बच्छाव परिवार होता. गारेगावसारखीच सधन परिस्थिती लखमापूरलापण होती. आमची शेती कोरडवाहू होती तर मामाकडील सर्व तीस एकर जमीन बागायती होती. त्यामध्ये ऊस लावला होता. आईच्या माहेरची नातेवाईक मंडळी ही गब्बर श्रीमंत होती. दाभाडी, ब्राह्मण गाव, सटाणा, सौदाणे या गावांशी संबंध असल्याने, आईच्या मावश्या, आत्या या श्रीमंत घरात असल्याने मामाकडे पाहुण्यांची सतत वर्दळ असायची. आठवडी बाजार आणि ग्रामपंचायतीचा कारभार असलेले हे गाव तसे बऱ्यापैकी मोठे होते.

आज तेथील लोकवस्तीचा विस्तार झाला आहे. मातीच्या लिंपलेल्या जुन्या घराऐवजी सिमेंटची घरे उभारण्यात आली आहेत. सर्व प्रकारचे जिन्नस, सर्व प्रकारच्या वस्तू आज तेथील बाजारामध्ये उपलब्ध आहेत. एकूण काय तर त्या गावानेदेखील आधुनिकतेची कास धरून नवीन बदल स्वीकारले आहेत. मामाच्या गावी मी तिसरीला प्रवेश घेतला खरा; पण नेहमीप्रमाणे माझे लक्ष शाळेत रमत नसे आणि आईशिवाय एकटा तर मी कधीच राहिलो नव्हतो. मला सारखी गारेगावची आठवण येत असे. मामाकडचे सर्व जण माझ्यावर खूप प्रेम करत आणि मला घरची आठवण येऊ नये म्हणून खाण्यापिण्याचे लाड करत. माझ्याबद्दल सर्वांच्या मनात असणारी आपुलकी मला आवडायची आणि सर्वांच्या वागण्यातून मायेचा, प्रेमाचा ओलावा जाणवायचा. घरात मंडळी जास्त असल्याने मोठे पातेले भाजी आणि टोपलीभर बाजरीच्या भाकरी हे जेवण असायचे. स्वयंपाक झाल्यावर द्रौपदी मामी सर्वांच्या आधी मला जेवायला वाढून देत. जेणेकरून नंतर जेवणात काही कमी पडायला नको. तीनही माम्या वयाने मोठ्या होत्या, त्यांना मूलबाळ झाले होते. तरीपण भाचा या नात्याने लहान असूनसुद्धा मला त्या आहो-जाहो म्हणत मानाने हाक मारत असत. आमच्याकडील सर्व भागात भाच्यांना सन्मानाने संबोधले जात असे. आता काळानुसार त्या रूढीमध्ये थोड्याफार फरकाने बदल झाला आहे. यावर्षीदेखील मी तिसरीमध्ये काठावर पास झालो. चौथ्या वर्गात गेल्यावर सहामाही परीक्षेत तर सपशेल नापास झालो. कारण मला शाळेतल्या पहिल्या दिवसापासूनच कंटाळवाणे वाटत असे. मला राहून राहून आईची आणि घराची आठवण सतावत असे. इकडे कुठलीच टंचाई नसायची; पण मनाला शिक्षण घेण्याविषयी समजवण्यात मी उत्साही नव्हतो. परत घरी कधी जाता येईल,

या संधीची मी वाट पाहत होतो.

एके दिवशी आई बैलगाडीने लखमापूरला आली होती. तिच्यासोबत नेहमीचा एक गडी होता. लखमापूरवरून गहू आणि काही सामान घेऊन जाता येईल. तसेच माझ्या लहान भावाला भेटता येईल, या हेतूने ती दोन दिवसासाठी आली होती. आई आणि भाऊ आल्यावर मला खूप आनंद झाला. याचवेळी घरामध्ये खेळायला जवळच्या नातलगाचा मुलगा आला होता. शाळेच्या गोष्टी चालू असताना मामांनी त्या मुलाला सहज अभ्यासाबद्दल विचारले. त्याने सहामाही चांगल्या मार्गाने पास झाल्याचे सांगितले. तितक्यात तीन नंबरच्या मामाने माझ्याकडे बघून 'हा भाडखाऊ नापास झाला' असे म्हटले. तेव्हा सर्वांसमोर माझा मोठा अपमान झाल्यासारखे मला वाटले. शिवाय मला आईसोबत घरी जाण्यास निमित्त मिळाले. माझ्या रागाचा पारा अनावर झाला. दोन दिवसासाठी आलेली आई तिसऱ्या दिवशी सकाळी निघण्याची तयारी करू लागली. माझ्या कानात मामाचे शब्द घुमत होते. त्यामुळे माझा ठाम निर्णय झालाच होता की आता मला गारेगावी परत जायचे आहे. मी माझे कपडे, दप्तर घेऊन जरा घुश्शातच आईबरोबर गाडीत जाऊन बसलो. थोड्यावेळ आईला कळेनासे झाले की मी का येऊन बसलोय? त्यावेळी मी तिला स्पष्ट सांगितले की, मला काही या गावात राहायचे नाही. मामा ओरडल्याचा मला राग आला आहे, हे तिला जाणवले होते; पण ती गप्प बसली होती. कितीही वाईट वाटले तरी माझ्या भविष्याचा ती विचार करत होती. माझ्या बालमनाला मात्र ते समजत नव्हते.

आईला हा प्रकार खूप निराशादायक वाटला. हा जर माझ्या बरोबर आला, तर याचे पुढचे शिक्षणाचे कसे होईल? याची चिंता तिच्या चेहऱ्यावर स्पष्ट दिसत होती. मी शिकावे अशी तिची मनापासून इच्छा होती. तिला नेहमी वाटायचे की मी शिकून मोठ व्हावे, नोकरी करावी, घरादाराला पुढे न्यावे. तिने मला समजावून सांगण्याचा प्रयत्न केला. तोपर्यंत घडलेला सर्व प्रकार मामांच्या घरात कळला. ते सर्व आमच्या गाडीजवळ आले आणि विनवण्या करू लागले. ज्या मामाने शिवी दिली, तो तर स्वतःला अपराधी समजून पाया पडून गयावया करू लागला, 'तुला राग आला, तर मला काठीने मार; पण तू परत जाऊ नको.' असे म्हणून परत परत विनवत होता. शेवटी मी कोणाचेच ऐकले नाही. त्यांनी जबरदस्तीने हातपाय धरून गाडीतून उतरवण्याचादेखील प्रयत्न केला. ज्याचा राग आला होता, त्याच्या छातीला लाथ मारून मी त्याला माझ्यापासून बाजूला केले.

माझे शिक्षक असणारे काकांनीदेखील मला समजावले, 'बाळ, तू माझ्याकडx

राहा, तुला कुणीही काही बोलणार नाही.' परंतु या गोष्टी मला मान्य नव्हत्या. मला गारेगावची ओढ लागली होती. सर्वांनी माझ्यापुढे हात टेकले. मी रडून, आरडाओरडा करत गल्लीत हा तमाशा चालूच ठेवला होता. मी ऐकत नव्हतोच. त्यामुळे आईला वाटू लागले की हा आता काही इथे राहणार नाही. त्याला बरोबर घेऊनच जाऊ या म्हणून तिने सर्वांना सांगितले, 'जाऊ द्या. तो काही ऐकायचा नाही, मी त्याला सोबत नेते.' ते ऐकल्यावर सर्वांनी प्रयत्न थांबवले. अशाप्रकारे माझा लखमापूर या गावातील शिक्षणाचा अध्याय खूपच दुःखद प्रसंगाने संपला. लखमापूरला जे दिवस मी घालवले ते खूप छान होते. तिथे मला त्रास काहीच नव्हता; पण मलाच माझ्या गावापासून, माझ्या घरापासून, माझ्या माणसांपासून दूर राहवत नव्हते.

मी अशाप्रकारे गोंधळ करून गावी परत आलो. त्यामुळे माझे आजोबा आणि वडील माझ्यावर नाराज झाले होते. कारण त्यांना हे कळत होते की त्याच गावी माझे शिक्षण व्यवस्थित पार पडले असते. मी मामाच्या घरी राहत असल्याने माझ्या घरच्यांची माझ्यावर लक्ष ठेवण्याची, माझ्या खर्चाची चिंता मिटल्यासारखीच होती; पण मी परत आल्यामुळे ते शक्य होणार नव्हते. उलट मलाच आता त्यांच्या प्रश्नांची उत्तरे देणे अपरिहार्य होते. मला वडिलांनी विचारले, 'तू पुढं काय करायचं ठरवलं आहे?' त्यावर मी काहीच उत्तर देऊ शकलो नाही. कारण तिसरीच्या वर्गाची सहामाही परीक्षा अजून बाकी होती. मग मी गावातील दुसऱ्या वर्गात जाऊन सहा महिने चालढकल करत बसू लागलो.

नवीन शैक्षणिक वर्षात पोहाण्याला तिसरीच्या इयत्तेत कसेबसे मला प्रवेश मिळाला. माझ्यासोबत गावातील माझा मित्र लहानूचेही ॲडमिशन तेथेच झाले होते. जूनमध्ये शाळा सुरू झाल्या होत्या आणि आम्ही दोघेही सकाळी सहा वाजता घरातून स्वच्छ गणवेश घालून तयार व्हायचो आणि एका स्वच्छ कपड्यात एक भाकरी आणि कोरडी भाजी बांधून शाळेत घेऊन जायचो. त्या काळामध्ये आजच्यासारख्या स्कूल बस तर सोडा, साध्या बस किंवा कोणतेही पर्यायी वाहन उपलब्ध नसायचे आणि डब्बे म्हणून सगळेच स्वच्छ कपड्यात भाकर आणत असायचे. आता बाजारात तर टिफीन बॉक्सची खूप व्हरायटी मिळते आणि त्याची किंमत ऐकली की आपोआपच तोंडात बोटे जातात.

आमच्या गावापासून पोहाणे हे फक्त दोन किलोमीटर अंतरावर असल्याने फार थकवा जाणवत नसे. तीस ते चाळीस मिनिटांचे अंतर पायी चालण्यास लागत असे. आम्ही वेगळे झाल्यानंतर बापूंनी पहिल्यांदाच वर्षाच्या आत नवीन साडेचारशे

रुपये किमतीची हरक्यूलिस कंपनीची सायकल हप्त्याने घेतली. त्यासाठी लागणारी काही रक्कम बापूंनी दिली आणि पुढील हप्ते भरले. आता कार घेण्याचा जो आनंद होतो ना, तसाच आनंद त्यावेळेस सायकल खरेदी करण्याने मला झाला होता. त्याकाळी सायकल असणे म्हणजे खूप श्रीमंतीचे लक्षण असे. मित्राकडे सायकल नसल्यामुळे मीपण त्याच्यासोबत पायी जात असे.

लहानूचा आणि माझा आवाज खूप चांगला होता. सकाळची प्रार्थना आणि दुपारनंतर कवितेचा तास असला की आम्हाला शिक्षक गाणे म्हणायला सांगत. चौथीपर्यंत शिक्षण घेत असताना आमच्या वर्गासाठी दोन शिक्षकांची नेमणूक झाली होती. हेडमास्तर शेवाळे गुरुजी महिन्यातून किंवा पंधरा दिवसात एकदाच येत. तर इतर दिवशी नेरकर गुरुजी आम्हाला शिकवत. नेरकर गुरुजी हे स्वभावाने मृदू व शांत होते. बारीक अंगकाठी, पांढरेशुभ्र धोती, शर्ट-टोपी असा त्यांचा पेहराव होता. कपाळावर लाल गंध लावत असत. आकर्षक व्यक्तिमत्त्वाचे गुरुजी आम्हाला लाभले होते, त्यांच्यामुळे माझ्या भविष्याला चांगली दिशा मिळाली होती. आता मी या ठिकाणी चांगलाच रुळलो होतो. मला येथील वातावरण आवडायला लागले होते आणि विशेष म्हणजे मला माझ्या घरापासून, आईपासून दूर राहायचे नव्हते. त्यामुळे आता मी लखमापूर सोडल्याचे दुःख विसरलो होतो. मला नेहमीच वाटते की जे घडते ते देव आपल्या चांगल्यासाठीच करत असतो. चौथ्या इयत्तेपर्यंत शिक्षण पूर्ण केल्यावर पाचवी ते सातवीपर्यंत 'विराणे' येथे असेच पायी जाऊन येऊन केले. आता मित्रांचा ताफा वाढला होता. माझा चुलतभाऊ साहेबराव, लहानू, बापूबुधा, वसंत आणि मी असे आम्ही सर्व नियमित शाळेत जात होतो.

असेच माझे शिक्षण कोणताही खंड न पडता पुढे चालू राहिले. शिक्षणासाठी मला पायपीट करावी लागत होती; पण मी माझ्या माणसांमध्ये होतो म्हणून समाधानी होतो. पुढे मी सातवीच्या वर्गात प्रवेश केला. त्याकाळी सातवीला बोर्डाची परीक्षा असे. पहिल्या दिवसापासूनच मनावर दडपण घेऊन अभ्यास करत होतो; पण दडपणामध्ये केलेला अभ्यास डोक्यात बसत नाही. उलट शांतचित्ताने, एकाग्रतेने केलेला अभ्यास लक्षात राहतो. विराणे हे गाव माझ्या सरू आत्याची सासरवाडी. ती नेहमी म्हणायची, 'भाकरी बांधून कशाला आणतो? मी तुझाही स्वयंपाक करेन, माझ्याकडं जेवत जा.' पण आई-वडिलांना तिला त्रास पडू द्यायचा नव्हता. शेवटी कितीही झाले तरी ती सासरी होती. याचे भान त्यांना होते म्हणून तिच्या त्या प्रेमळ आर्जवाकडे लक्ष न देता आई भाकरी बांधून देत असे. माझी आत्या खूप प्रेमळ होती. ती जेवणाच्या वेळी सर्वांना एकेक प्लेट भरून पातळ भाजी देत असे.

संध्याकाळी शाळा सुटल्यावर चाळीस मिनिटात आम्ही घरी पोहोचत असू. माझ्या चुलत आतेबहिणींदेखील आमच्या सोबतच असायच्या. त्या लग्नाच्या वयाच्या झाल्या होत्या. त्यांच्या लग्नाचा विचार आजोबांच्या मनात सुरू झाला होता. मुले वेगळी जरी झाली तरी जबाबदारीची जी कामे होती, ती त्यांनी स्वतःजवळ ठेवली होती. आयुष्यभर कष्ट केल्यावर थोडीफार संपत्ती त्यांनी आपल्याजवळ ठेवली होती. सरू आत्याची परिस्थिती मुलींचे लग्न करण्याइतपत सधन नव्हती, हे आजोबांना कळत होते आणि त्याकाळी लग्ने कमी वयात होत असत. त्या प्रथेनुसार त्यांनी मुलींचे वय चौदा, पंधरा व्हायच्या आतच त्यांच्या लग्नाची तयारी सुरू केली होती.

सातवीच्या वर्गात असतानाच आत्याची दोन नंबरची मुलगी तापाबाई हिचे लग्न ठरले. मुलगा दाभाडी कारखान्यात फिटर म्हणून नोकरीला होता. तापी दिसायला सुंदर असल्यामुळे तिकडच्या मंडळींच्या मनात ती भरली होती. त्यांनी आत्याकडची सर्व परिस्थिती जाणून घेऊन त्यांच्याकडेच लग्न करायचे ठरवून संपूर्ण खर्च त्यांनीच उचलला होता. तिच्या सासरकडचे आर्थिक बाजूने भक्कम होते. ते मूळचे ध्योणेचे कापडणीस. माझे आजोबा ध्योणे गावचे रघुनाथ कापडणीस यांना ते ओळखायचे. त्यावेळी त्यांचा लाकडाचा व्यवसाय होता. त्यांचे मोठे चिरंजीव हे शेतकी अधिकारी पदावर मालेगावी नोकरीस होते. उत्तम कापडणीस यांच्यासोबत तापीबाईंचे लग्न ठरले. दामोदररावांना सोयगाव येथील मोठ्या घराण्यातली मुलगी मिळाली. दोघांचे लग्न मोठ्या थाटामाटात झाले. माझ्या आजी-आजोबांना त्यांच्या पाचही नातींचे लग्न झाल्यावर हायसे वाटले. जणू डोक्यावरचे मोठे ओझेच हलके झाले. त्या काळी मुलींचे लग्न म्हणजे मोठे काम वाटायचे. घर, घरातली माणसे चांगली मिळावी, त्यांची परिस्थिती चांगली असावी, असा विचार केला जायचा. आजोबांकडे थोडेच पैसे होते. त्यावेळी सोने स्वस्त होते आणि माणसेही सोन्याप्रमाणे होती. तो काळ, त्या काळातली माणुसकी आता कुठेतरी हरवत चालली आहे.

सोने स्वस्त होते म्हणून आजोबांनी म्हातारपणी का होईना पण आजीला खुश करण्यासाठी पाच तोळ्याचा चितांग केला. तो चितांग पाहून आजी सुखावली होती. नवऱ्याने म्हातारपणी का होईना; पण छानसा दागिना भेट दिला. मात्र त्यांच्या आनंदाला राजाराम तात्यांनी गालबोट लावले. चितांग गळ्यात घालून अवघे दोनच दिवस झाले होते. सकाळी सकाळी आजी प्रातःविधी करून वाड्यात शिरली आणि तात्यांनी चितांग वरून आजीला हिणवले, 'बराच पैसा जमा केलेला दिसतोय,

गळ्यात सोनं घालूनच मिरवतेस.' हे ऐकल्यावर आज्जीने हातातला रिकामा डब्बा बाजूला फेकून देऊन चितांग गळ्यातून काढून दोन्ही हातांनी दाबला आणि रागाने त्याच्या अंगावर भिरकावला. 'हे घे. कर तुझी शांती,' असे म्हणून घरात निघून गेली. नंतर तिला तिच्या या वागण्याचा खूप पश्चाताप झाला. आपल्या नवऱ्याने प्रेमाने दिलेली भेट आपण अशी रागाने फेकायला नको होती; पण तिला ते हिणवणे सहन झाले नव्हते. आजोबा पुढच्या पडवीत बसले होते, आजीचा चढा आवाज त्यांनी ऐकला आणि मागील दारात येऊन उभे राहिले. आजी खूप रडत होती. त्यांनी तिची सांत्वना केली आणि 'शांत हो' असे सांगितले. फेकलेला चितांग त्यांनी उचलून खिशात घातला. घरात येऊन त्यांनी तो लाकडी पेटीत ठेवून दिला. झालेल्या प्रकाराने आजीचे मन खट्टू झाले. त्यामुळे इतकी अनमोल भेट मिळूनसुद्धा तिला तो सुंदर चितांग परत कधीच घालावासा वाटला नाही. स्त्रियांच्या मनाला एखादी गोष्ट लागली की आयुष्यभर सूक्ष्म स्वरूपात लक्षात राहते. कालांतराने त्याची थोडी डागडुजी करून तो चितांग सरू आत्याला दिला. आजही तो हार आणि त्याची घडलेली गोष्ट जशीच्या तशी लक्षात आहे.

आमच्या गावात रामदास गजमल नावाचे माळकरी गृहस्थ होते. ते अगदी साधे, शांत स्वभावाचे, सर्वांशी मिळून-मिसळून वागणारी, अतिधार्मिक व्यक्ती होते. श्रावणमासात त्यांच्या घरी रामायण, नवनाथ आणि गीता यासारखे धार्मिक ग्रंथाचे वाचन करण्यासाठी जाणकार केळकर महाराजांना बोलावून घेत. आजोबांना मी हात धरून त्यांच्या घरी घेऊन जात असे. तिथेच माझ्यात भक्तीचे बीज रुजले. रात्री अकरा वाजेपर्यंत कथावाचन चालत असे. ते संस्कृत शब्दांचा गोड वापर करून सोप्या भाषेत कथा समजून सांगत. मलाही कंटाळा येत नसे. कीर्तन-भजनाची मला गोडी वाटायची. आजोबांना रामायण-महाभारत या ग्रंथांचे खूप ज्ञान होते. मी रामानंद सागर यांची 'रामायण' आणि बी. आर. चोप्रा यांची 'महाभारत' या टीव्ही सिरीयल पाहून चकित व्हायचो. कारण आजोबांनी तोंडी सांगितलेल्या गोष्टी अगदी तंतोतत जशाच्या तशा पडद्यावर साकारलेल्या स्वरूपात दिसायच्या. आध्यात्मिक बाळकडू माझ्या लहानपणी आजोबांनी माझ्यामध्ये कुटून कुटून भरले होते. त्यांच्या सहवासात माझा भावनिक विकास बहरत होता. आज माझ्या मनावर आध्यात्मिक विचारांची जी पकड आहे, त्याची नाळ माझ्या आजोबांच्या पुण्याईशी जोडलेली आहे. त्यांच्या स्वभावातील निःस्वार्थ, कणखर आणि सत्यवादी सद्‌गुण हा माझ्या आयुष्यातील सर्वांत अमूल्य ठेवा आहे.

आमचे गाव तसे खूपच लहान, कमी लोकवस्तीचे पण प्रत्येक ऋतूमध्ये

येणारी सर्वच फळांची रेलचेल मात्र इथे होती. विशेषत: लोणच्यासाठी लागणाऱ्या कैऱ्यासुद्धा गावातच विक्रीसाठी येत असत. पूर्वी खरबूज, कलिंगड आणि लांब काकड्या भरपूर पिकत असत. त्यावेळी आमच्या गावाला पाण्याचा तुटवडा असल्याने ऊसाची शेती होत नसे. वळवाडे आणि आंबासन या गावातून ऊससुद्धा विक्रीसाठी येत असे. फेरीवाले गावातून सिझनप्रमाणे केळी, द्राक्षे, डाळिंबे विक्रीसाठी घेऊन येत असत; पण काहीही म्हणा पूर्वीचा काळ असो किंवा आताचा विक्रेता किंवा व्यापारी यांना तेथील बाजारपेठेची अगदी उत्तम माहिती असते. कुठे कोणता नफा मिळेल? कुठे चांगला भाव आहे? याचे ज्ञान त्यांना असते. कुठेही जे काही विपुल प्रमाणात उपलब्ध असते, तिथून होलसेलमध्ये घेऊन जिथे मागणी असते, तिथे विक्री करणे, हे एका हाडाच्या विक्रेत्याला-व्यापाऱ्याला बरोबर समजते. त्यांच्या या कौशल्याचे मला लहानपणापासून खूप कुतूहल असायचे. मी आजोबांना नेहमी याबद्दल प्रश्न करायचो आणि माहिती मिळवायचो की ते कुठून येतात? का येतात? कसे नफा कमावतात? आजोबादेखील मला प्रेमाने सर्व माहिती पुरवत असत. कदाचित तेच माझे बिझनेस स्कूल होते. तिथेच माझी व्यवसायाशी प्राथमिक ओळख झाली. एखाद्याची गरज ओळखून त्याला योग्य वस्तू योग्य दरात उपलब्ध करून देणे, हे किती गरजेचे असते. तिथे येणारा प्रत्येक व्यापारी हा सधन होऊन जातो. कारण एका गावातील हजार ते पंधराशे लोकांपैकी शंभर ते दोनशे जणांनी जरी त्यांच्या जवळील वस्तू विकत घेतली तरी त्यांना नफा होत असे. उन्हाळा आला की विविध पदार्थांची आम्हाला ओढ लागायची. त्यात काही पदार्थांचे तर आम्हाला फार मोठे आकर्षण असायचे जसे की लाल-गुलाबी बर्फाचा गोळा लहान-मोठ्यांच्या आवडीचा होता. कधी तांब्याचा शिवराई झिकजॅक कडा असलेला एक आणा, चौकोनी हलका अर्धा आणा, अशी नाणी देऊन त्याची खरेदी होई. बहुतेकदा धान्याच्या बदली सामानाची खरेदी वस्तू विनिमय पद्धतीने होत असे. सोप्या भाषेत वस्तूंचेही साटेलोटे होत असे. आम्हाला ते पाहून फार मज्जा वाटायची. बालपणीचे दिवस असेच हसत-खेळत जात होते.

गावाबाहेरील येणारे बहुतेक व्यापारी आसऱ्याला आमच्या घरी थांबत. आमच्या घरात त्या सर्वांसाठी जेवण तयार व्हायचे. तेदेखील हक्काने आमच्या घरी पाहुणचार घेत असत. हॉटेलची पद्धत आता निघाली हो! पूर्वी रक्ताच्या नात्यांपलीकडेदेखील हक्काची, माणुसकीची, आपुलकीची आणि विश्वासाची नाती असायची. त्यामुळे कधीच कोणालाच एकटेपणा जाणवला नाही. आमच्या गावात दर पंधरा दिवसांनी खाकुर्डीचे गंगाधर कासार आणि त्यांची पत्नी दोघे

बैलगाडी जुंपून येत असत. तेसुद्धा आमच्या दारात मोठ्या विश्वासाने गाडी सोडून सर्व बांगड्या आमच्या ओट्यावर रचून ठेवत. कासारीणबाई लहान टोपल्यात बांगड्या घेऊन संपूर्ण गावात चक्कर मारून बांगड्या विकत असे. संध्याकाळपर्यंत त्यांचे काम झाले की ते घरी निघून जात असत. पुढे गंगाधार कासार निधन पावल्यावर त्यांची पत्नी स्वत: डोक्यावर बांगड्या घेऊन त्या गावोगावी विकत असे. त्या आमच्या घरी दोन दिवस मुक्कामी असत.

वडनेर गावातले चौधरी नावाचे तेली पण असेच आठवड्यातून एकदा येत असत. त्यांचे दुपारचे जेवण आमची आजीच बनवायची. तेलगुळाच्या बदल्यात बाजरी तसेच धनगर, भिल्ल मंडळींकडून पैशाऐवजी अंडी घेत असत. त्यातूनच दोन अंडी आणि तेल देऊन अंड्याची चटणी बनवून दुपारचे जेवण करत असत. बाहेरगावावरून येणारी ही मंडळी आजीचे घर अगदी हक्काचे समजत. आजी-आजोबादेखील माणुसकीने, मायेने, आपुलकीने सगळ्यांचे अतिथ्य करत. तेच संस्कार आम्हा सर्वांवर झाले. वर्षातून एकदा तुळजाभवानीचा गोंधळी नोव्हेंबर महिन्यात हातात टेंभे घेऊन गावात फिरत. तेसुद्धा प्रेमाने आमच्या घरातील मंडळींची चौकशी करत. तो काळ माणुसकीचा साक्षीदार होऊन विचार करायला लावणारा होता. दिवस पालटत गेले तसे काळाबरोबर माणसं बदलत गेली; पण माझ्या आजी-आजोबांनी खूप सेवाभावी वृत्तीने आलेल्या सर्वांचा पाहुणचार केला. आजी नेहमी सगळ्यांशी प्रेमाने आणि आपुलकीने वागायची. त्यामुळे तिने सर्वांना एकत्र बांधून ठेवले होते. आपले कर्म आपल्याकडे परत येतात, असे म्हणतात. त्यामुळे कोणत्याही परिस्थितीत अतिथींचे योग्य आदरातिथ्य करणे आपल्या संस्कृतीचा भाग मानला जातो. आमचे आजी-आजोबा म्हणजे आमच्यासाठी बालपणाचा संस्कार वर्ग होता.

मी विराणे येथील शाळेतून सातवी बोर्डाची परीक्षा दिली; परंतु रिझल्ट नकारार्थी लागला. त्यानंतर दोन वेळेला परीक्षा दिल्या; पण यश काही आले नाही. या असफलतेमुळे माझ्या मनावर कुठलाही दुष्परिणाम झाला नाही. घरातील मंडळी असफल झालेल्या मुलांच्या विपरीत घटना ऐकून होते. त्यामुळे माझे नापास होणे तेही मनावर घेत नसत. घरातील कोणीही माझ्यावर त्याबद्दल कधीच ताशेरे ओढत नसे. कदाचित लहानपणी मामाच्या गावी एका शब्दावरून मी घातलेला गोंधळ सगळ्यांच्या लक्षात असेल आणि त्यांना माझ्याबद्दल अनामिक भीती वाटत असेल. शेवटी माकपिक्षा जीव महत्त्वाचा असतो. आलेल्या नकारात्मकतेला फक्त त्या व्यक्तीने सामोरे न जाता कुटुंबाने साथ दिली, तर बऱ्याच गोष्टी सोप्या होतात

व भविष्याचा मार्ग दिसू लागतो. मार्क कमी मिळाले तरी माणूस जिद्दीने, चिकाटीने, मेहनतीने आयुष्यात पुढे जाऊ शकतो; पण हिंमतच हरली, विश्वास गमावला तर त्या गोष्टी माणसात पुन्हा परत मिळवण्यासाठी खूप यत्न करावे लागतात. पूर्वीच्या काळी सातवी पास अथवा नापास विद्यार्थ्यालादेखील हायस्कूलमध्ये आठवीत प्रवेश मिळत असे, ती एक आनंददायी शिक्षणपद्धती होती. त्यामुळे कोणाचेही शिक्षण अर्धवट राहत नसे. सातवी पास असणाऱ्या मुलाला खूपच मोठा मान असायचा. त्यावेळेला पास झालेल्या मुलांना चांगल्या नोकऱ्या मिळत असत.

इकडे आजी-आजोबा आमच्यामध्ये राहत असल्यामुळे त्यांना वेळेवर खाणे-पिणे मिळत असे. माझी आई खूपच सेवाभावी होती. आईला त्यांनी केलेल्या कष्टाची जाण होती. मला एकूण पाच भावंडे. माझ्या पाठचा 'सावळा', त्यानंतर तीन नंबरची बहीण 'इंदू', मग 'सदाशिव' आणि त्याच्या पाठीवर बहीण 'सुलोचना', सगळ्यात लहान शेंडेफळ म्हणजे आमचा 'विजय'. तो तर माझ्या लग्नात सहाच महिन्याचा होता. असा हा आमचा गोकुळासारखा भरलेला आनंदी परिवार. घरात मोठा आणि कर्ता मीच असल्याने या सर्वांची टोपणनावे पण मीच ठेवली. सावळ्याला 'अण्णा', सदाशिवला 'नाना', विजयला 'तात्या' अशी मी दिलेली टोपणनावे लहान-थोरांच्या तोंडी कायम राहिली.

या सर्व भावंडांच्या जन्माच्या वेळी आईच्या गरोदरपणामध्ये पाणी भरण्यापासून ते झाडलोट करण्यापर्यंत मी आईला कुठलेही काम करू देत नसे. फक्त चुलीवर स्वयंपाक करणे या व्यतिरिक्त तिला मी काहीही करू देत नसे. पूर्वी आमच्या घरातील सूना घरी राहून घरातील कामे करत असत. कधीच बाहेर शेतात काम करायला जात नसत; पण विभक्त कुटुंब झाल्यापासून आई घराची आणि शेतीची दोन्ही कामेसुद्धा करू लागली. वडील गडी न ठेवता स्वतः शेतीमध्ये राबू लागले. आई घर आणि शेती दोन्हीमध्ये समतोल ठेवून काम करत होती. मला आईची होणारी फरफट दिसत असे, मला तिच्या कष्टाची जाण असायची म्हणून मी आईला घरच्या कामांमध्ये हातभार लावत होतो. मी भल्या पहाटे तांबडे फुटायच्या आधी गाई-बैलांचे शेण उकिरड्यावर टाकून यायचो आणि घराचे अंगण झाडून स्वच्छ करायचो. घरामध्ये एक मोठा रांजण होता. त्याच्यामध्ये सात हंडी पाणी बसे. बऱ्याचदा ते पाणी भरण्याचे काम माझ्याकडे असायचे. ते काम मी वयाच्या बाविसाव्या वर्षापर्यंत म्हणजे लग्न लागायच्या दोन दिवस अगोदरपर्यंत करत होतो.

माझ्या आईसाठी मी तिच्या थोरल्या मुलीसारखा तिची काळजी घेणारा आणि थोरल्या मुलासारखा तिच्यासोबत उभा राहणारा असा हक्काचा माणूस होतो. घरात

कोणीही मोठे समजूतदार माणूस नव्हते आणि आजीला वयोमानानुसार काही करणे शक्य नव्हते. माझ्या आईने बारा अपत्यांना जन्म दिला, त्यामधील सहा जण जन्म झाल्यावर तर काही पोटात असतानाच वारले. दोन बहिणींचे आणि सावळाराम याचे नाव सोडून बाकी सर्व भावंडांची नावे मी माझ्या आवडीने ठेवली. आजी-आजोबांच्या हातून सर्व कार्य परंपरेनुसार पार पडले होते. आमच्याशिवाय दोन्ही कुटुंबासोबत कामानिमित्तच संबंध येत. आम्ही कुणाचाही जास्त विचार न करता येणारा दिवस आनंदाने घालवत होतो. हे जरी बाहेरून दिसत असले तरी अंतर्मनात काय चालले आहे? हे कळत नसे. तिन्ही कुटुंबात विषमता स्पष्ट दिसत होती. एके दिवशी पहाटे आजीला पोटदुखीचा त्रास सुरू झाला. आजी दोन्ही हाताने पोट दाबून गुडघ्यात डोके ठेवून रडत होती. तोपर्यंत दोन्ही घरातील मंडळी जमा झाली. साधारण मोठ्या पहाटेच्या वेळी ही गोष्ट घडली. त्याकाळी जवळपास ना डॉक्टर होते ना दवाखाना. तेल गरम करून पोटाला मालिश करून पाहिली; पण वेदना कमी होत नव्हत्या.

दिवस संपूर्ण उजाडायला दोन-तीन तास बाकी होते. थोड्या वेळात आजीला उलटी झाली. काहीतरी विपरीत घडत आहे, याची जाणीव होऊ लागली आणि घडलेही तसेच. आजीने मोठी उलटी केली. उलटी करून झाल्यावर आजीचा त्राण गेल्यासारखे वाटू लागले. उलटी झाल्यावर आजीने हात-पाय सैल सोडले होते. मग बापूंनी आजीला खाटेवरून उचलून खाली घेतले आणि तिचे डोके मांडीवर ठेवले. आजीला तिची मुले 'ताई-ताई' म्हणून हाका मारू लागली आणि आम्ही सर्व 'माय-माय' म्हणून हाका मारत रडू लागलो. आजी आम्हा कोणालाच प्रतिसाद देत नव्हती. हळूहळू आजीने डोळे बंद केले आणि बापूंच्या मांडीवर निपचित पहुडली. तोपर्यंत गल्लीतील मंडळी आवाजाने जमू लागली. वयस्कर मंडळींनी आजीची नाडी तपासली आणि सांगितले की आजी आता आपल्यात नाही. त्यावेळेला संपर्काचे कुठलेच साधन नव्हते. गावात दोघा-तिघांकडे सायकल होत्या. त्यावर जाऊन लांबच्या नातेवाईकांना निरोप द्यायचे ठरले.

पहिला निरोप सरू आत्याला द्या, मग बाकी सगळ्या नातेवाईकांना सांगा असे त्यांना सांगितले. घरात शोककळा पसरली होती. सर्व कुटुंब राग विसरून एकामेकांजवळ बसून रडत होते. आजीच्या निधनामुळे आम्हा सर्वांचा मोठा आधार तुटला. त्यात सरू आत्याला अधिक दुःख झाल्याचे जाणवत होते. ती अखंड रडत होती. दुपारपर्यंत सर्व नातेवाईक जमा झाले. दीड-दोनच्या दरम्यान आजीवर अंत्यसंस्कार झाले. नाशिक उत्तर भागात लहान मुलगा आई-वडिलांना

मुखाग्नी देतो म्हणून बापूंच्या हातून ते कार्य झाले. दहावा-तेरावा होईपर्यंत सरू आत्या आमच्याच घरी थांबली होती. सर्व जण महिन्याचा विधी होईपर्यंत दोन्ही वेळेच्या जेवणासाठी एकत्र असायचे. आजोबा सर्व प्रकार शांतपणे बघत राहिले. आजोबा काही घडलेच नाही, या आवेशात सूचना देत होते. सर्वांना त्यांचे वरवरचे वागणे दिसत होते; पण मी मात्र त्यांच्या डोळ्यातले दुःख टिपत होतो. एक महिना झाल्यावर पितृविधी आटोपले. सर्व पाहुणे आणि नातेवाईक आपापल्या घरी निघाले. सरू आत्या जातेवेळी खूप रडली. तिचा मोठा आधार हरवला होता. आई जाणे काय असते? हे त्या लेकारालाच माहीत असते; पण नेमके त्याचवेळी आजोबांनी तिला दुखावले.

तुला आई गेल्याचे नाही तर तुझे आता इथले देणे-घेणे संपले आहे, असे तुला वाटत असणार आणि तुला याचेच जास्त रडू येते आहे, दुसरे काही नाही. दुःखाच्या भरात आजोबा जे काही तोंडाला आले ते बोलून गेले. त्यामागे असेही कारण असू शकते की त्यांना सरू आत्याच्या रडण्यामुळे आजी गेल्याची तीव्रता खूप जाणवत असेल आणि ती भावना, तो विचार त्यांना असह्य वाटत असेल. कसेही करूनही तीव्रता कमी करावी म्हणून त्यांच्याकडून अनावधानाने असे रागाचे बोल बोलले गेले. भात्यातील सोडलेला बाण, वरतून खाली पडलेली वस्तू व तोंडातून निघालेले शब्द माघारी घेता येत नाहीत. त्याचे परिणाम, त्याचे पडसाद नंतर उमटतच जातात. माणसाच्या मनात भावनांचा संमिश्र कल्लोळ उठला की त्याच्या त्यालाही काही गोष्टी समजत नाहीत आणि त्या भरात नको त्या गोष्टींची पूर्तता होते; पण ते सर्व ऐकून सरू आत्या मात्र खूपच दुखावली. कारण तिचे तिच्या आईवर नितांत प्रेम होते.

आत्याच्या वाईट काळात आजीने तिची खूप साथ दिली होती आणि तसेही मुलीला आई म्हणजे पाठीचा कणाच वाटत असते. ती असेल तर आपण कोणत्याही परिस्थितीला मोठ्या धीराने तोंड देऊ शकतो, असे वाटत असते. प्रत्येक मुलीसाठी आई म्हणजे हळवा कप्पा, आई म्हणजे हसरी पायवाट, आई म्हणजे सगळे विश्व, आई म्हणजे तिच्या हक्काचे माहेर. नेमके आजोबांच्या बोलण्याने सरू आत्याला माहेर पोरके झाल्यासारखे वाटू लागले. दोष तरी कोणाला द्यायचा असे समजून ती गप्प बसली; पण मनात सल मात्र कायम राहिली. दुःख अनावर झाल्यानंतर आईच्या कुशीत शिरले की वाळवंटात तृष्णेने कासावीस झालेल्याला अमृत मिळावे, तसा अनुभव मिळत असतो. असेच काहीसे सरू आत्याचे झाले होते. माझी आई म्हणजे तिची वहिनी कितीही जीव लावणारी, साथ देणारी असली, तरी आई ती

आईच असते ना! सरू आत्या आजीच्या दुःखाने आतून कोलमडली होती. आजीने दिलेले प्रेम, साथ आठवून ती अखंड रडत होती; पण आजोबांचे असे खोचक बोलणे ऐकून तिने रडणे एकदम बंद केले आणि ताडकन उठून आपल्या गावी विराणे येथे जायला निघाली. आजोबांच्या अशा बोलण्याचे तिला अतिशय दुःख झाले आणि तिला त्यांच्याबद्दल घृणा वाटू लागली. तत्क्षणाला तिला वाटले की माझे स्वतःचे वडील असून त्यांनी माझी ही किंमत करावी. माझ्या भावनांना पैशात तोलावे. तिला अत्यंत दुःख झाले. त्या प्रसंगापासून तिला आता आई गेल्याच्या दुःखासोबत वडीलदेखील आपले राहिले नाहीत, असे वाटू लागले. ती स्वतःला पूर्णपणे पोरकी समजू लागली होती. या प्रसंगानंतर जेव्हा कधी ती सणासुदीला येई, तेव्हा ती आजोबांची चौकशीदेखील करत नसे. त्यावेळी मला तिचे हे वागणे बिलकुल पटत नसे. मला वाटायचे की तिनेपण आजोबांना समजून घ्यावे. जसा तिचा आधार संपलेला आहे, तसे आजोबांचेही सर्वस्व हरवलेले आहे. त्यावेळी तिच्या धाय मोकलून रडण्याने त्यांनी बराच वेळ स्वतःला घातलेला आवर, अंकुश सुटतो की काय आणि तेदेखील मोठ्याने रडतात की काय? असे त्यांना वाटत असेल. मी तिला याबद्दल कधीही स्पष्टपणे बोललो नाही. सरू आत्या मला खूप जवळची वाटायची आणि माझ्या बोलण्याने तिला दुःख होईल म्हणून मी तिला कधीही हे स्पष्ट बोललो नाही.

विधी आटोपल्यानंतर सगळे आपापल्या घरी गेले. घर अगदी सुनेसुने वाटायला लागले. त्या नेहमीच्याच घरात आजीची मोठी कमी जाणवू लागली. जाणारा जातो, पण मागे राहिलेल्यांना त्या आठवणींचे दोर कधीच कापता येत नाहीत, हेच खरे आहे. आजोबा असेच एकदा नेहमीच्या कोपऱ्यात लाकडाच्या पेटीजवळ मद्य घेत बसले होते. ते चहाच्या कपात मद्याचा एकेक लहान घोट टाकून पीत असत. त्यांचा अर्धा कप पिऊन झाल्यावर ते शांत बसले होते. मला राहवेना म्हणून मी त्यांच्याकडे हळूच पाहिले, तेव्हा आजोबा रडत होते. त्यांचे दोन्ही डोळे आसवांनी पाणावले होते. त्यामुळे मी त्यांच्याकडे पाहतोय हे त्यांना कळालेसुद्धा नाही. ते काहीतरी विचारात होते, शून्यात एकटक बघत बसले होते. बराच वेळ झाला तरीदेखील आजोबा बाहेर आले नव्हते.

आजी-आजोबा दोघांच्याही आयुष्यात अनेक चढ-उतार आले, खूप चांगले-वाईट प्रसंग त्यांनी एकत्र पाहिले, अनेक गोष्टींना एकत्रच सामोरे गेले, एकमेकांच्या साक्षीने अनेक घटना जवळून पाहिल्या, अनुभवल्या. आयुष्यातील अनेक नात्यांचा सन्मान, येणाऱ्या पै-पाहुण्यांचे स्वागत, मुला-बाळांच्या बाललीला,

त्यांचा आयुष्यभराचा एकत्रित सहवास, इतक्या सर्व गोष्टींनी परिपूर्ण असे त्यांचे आयुष्य आणि आता त्यांना जाणवत आहे ते म्हणजे त्यांचा पासष्ठ वर्षांचा एकत्रित सहवास, अवघ्या काही घटकेत संपुष्टात आलेला. संसारात दोघांच्या अशा न सांगणाऱ्या, दुसऱ्यांना न समजणाऱ्या, खूप छोट्या-छोट्या गोष्टी असतात. कोणा एकाच्या जाण्याने त्या गोष्टींचे आठवणीत रूपांतर होते आणि एकांतात तेच आठवून भावना अनावर होतात. शेवटी याचे दुःख त्या मागे राहणाऱ्या व्यक्तीला जास्त सलत असते. न बोलता येणारे, न सांगता येणारे आणि न दाखवता येणारे दुःख. अतिशय कठीण, न स्वीकारता येणाऱ्या मनःस्थितीतून आजोबा जात आहेत. सुख-दुःखात साथ देणारी त्यांची अर्धांगिनी त्यांना आता कायमची सोडून गेलेली जाणवत होती. तुमचे कुटुंब, एकत्रित परिवार कितीही मोठा असला तरी हक्काच्या एका माणसाच्या जाण्याने आपण आपल्याच कुटुंबामध्ये असूनसुद्धा आतून एकटे पडतो, कोलमडून जातो. बाहेरून दिसताना आजोबा स्वतःला कितीही कणखर दाखवत असले, तरीही आतून ते पूर्ण तुटून गेलेले होते. आजीचे असे अचानक जाणे त्यांना खूप कष्टी करत होते, त्यांचे दुःख आमच्यापेक्षा जास्त होते; पण ते जर आमच्यासमोर रडत बसले असते, दुःखी दिसले असते तर कदाचित परिवारातील प्रत्येक जण खचला असता. त्यामुळे आसवांना बांध घालून त्यांनी ते दुःख मोठ्या धीराने पचवले. अगदी कोणाजवळही ते प्रकट केले नाही. या घटनेनंतर त्यांना एकटे वाटू नये म्हणून मी मुद्दामहून आजोबांजवळ थांबत असे. त्या दिवशी त्यांनी आसवांना हलकेच वाट करून दिल्यामुळे हृदयात साठलेले दुःख वाहून गेले. त्यामुळे पुन्हा एकदा जगण्याकडे ते सकारात्मकतेने पाहू लागले. ज्या गोष्टी इतरांना दाखवता येत नाहीत, सांगता येत नाहीत, पण अश्रूंद्वारे आपण त्यांना बाहेर येण्याची वाट दाखवतो व ते बाहेर आल्यानंतर प्रसन्न, उत्साही वाटते. दुःखाची जागा जाऊन तिथे आशेचे नवीन कोंब रुजायला लागतात. त्याचप्रमाणे आजोबादेखील कालांतराने आमच्यामध्ये पूर्वीसारखे मिसळू लागले. आमच्यात येऊन गप्पा मारू लागले, हळूहळू पूर्वीसारखे नित्यक्रमात रुळू लागले.

एकीकडे मी आठवीसाठी हायस्कूलमध्ये प्रवेश घेण्यासाठी आतुर होतो, मला पुढे अजून शिकायचे होते. माझ्या गावातील सर्व मित्र जे माझ्याबरोबर होते, असे आम्ही सर्व 'खाकुर्डी' येथील 'न्यू इंग्लिश स्कूल' या हायस्कूलमध्ये प्रवेशासाठी पोहोचलो. आम्ही सर्व ओबीसीच्या दाखल्यावर विनाखर्च शिक्षणाची व्यवस्था झाल्याच्या आनंदात होतो. आमची आठवीपासून इंग्रजीमध्ये ए, बी, सी, डी शिकण्यास सुरुवात झाली. सातवीपर्यंत इंग्लिश आणि आमचा दूरदूरपर्यंत संबंध

येत नव्हता. आमची ए, बी, सी, डीपासून सुरुवातच आठवीत झाली. समोर चाललेल्या इंग्लिश विषयाचे आम्हाला काहीच ज्ञान नव्हते. आमची अवस्था आत्ताच्या नर्सरीच्या मुलांसारखी झाली होती; परंतु त्याला काही इलाज नव्हता. ते संपूर्ण वर्ष इंग्लिश शब्द आणि ग्रामर शिकण्यात गेला. इतरांना अवघड वाटणारे आरोग्यशास्त्र आणि हिंदी हे दोन विषय माझ्या प्रचंड आवडीचे होते. हायस्कूलच्या शिक्षणाची मी खूप गांभीर्याने दखल घेत होतो. मला आता शिक्षणाचे महत्त्व पटत होते. कितीही हालअपेष्टा सहन कराव्या लागल्या तरी चालेल; पण शिकून माझ्या परिवाराला पुढे नेण्याचे ध्येय माझ्या ठायी होते. त्यामुळे कधी पायी, तर कधी सायकलने दररोज खाकुर्डीचा खडतर प्रवास करून, मी माझे हायस्कूलचे शिक्षण जिद्दीने चालू ठेवले. माझ्या ठरवलेल्या ध्येयात कितीही अडचणी आल्या तरी त्या पार करून पुढे चालत जायचे, हे मी ठरवले होते.

मी हायस्कूलमध्ये जरी असलो तरी घरातून बाहेर पडण्यापूर्वी शेण टाकण्यापासून ते पाणी भरण्यापर्यंत सर्व कामे नित्यनियमाने आटोपून मगच शाळेला जात होतो. घरातली सगळी कामे करून पायी शाळा गाठावी लागत होती. म्हणतात ना, करणाऱ्याच्या मागे अजून दहा कामे लागतात आणि न करणाऱ्याला कोणी काम सांगत नाही. घरची कामे, शाळेचा अभ्यास करत, अतिशय कष्टातून गोष्टी मार्गी लावणे, असे एकत्रित कष्ट माझ्या नशिबाला पहिल्या दिवसापासून लागले होते. शाळेव्यतिरिक्त घरकाम, शेतीची कामे, स्वतःचे असो किंवा दुसऱ्यांचे ते काम करण्यात मला अत्यंत आनंद वाटायचा. मी कधीही कंटाळलो नाही किंवा नशिबाला दोषही देत बसलो नाही किंवा नुसताच बसून राहिलो नाही. डोक्यात सतत पुढे जाण्याचे, पुढे काय करायचे? हे विचार चालू असायचे.

आम्ही सर्व भावंडे वाढीस लागलो. प्रपंच जसजसा मोठा होत गेला, तसतसा आईच्या स्वभावात फरक जाणवू लागला. एक तर तिची बारा बाळंतपणे झालेली, त्यामुळे शरीराची फार झीज झालेली, त्यात एकटी बाई, घरातला सगळा भार तिच्यावर पडायचा. त्यामुळे तिला खूप ताण पडत होता. नंतर शिक्षणासाठी गावातील शाळेत दोघा भावंडांनी प्रवेश घेतला. ते दोघे शाळेला निघून जात. इकडे आई खूप चिडचिडी झालेली, तिच्या मनाप्रमाणे ऐकले नाही तर खूप चिडून जात असे. मी सांगेल तीच पूर्व दिशा, अशा भावनेने वागत असे. जसे दिवस जाऊ लागले, तसतसे आई मलासुद्धा माझ्या लहान चुकांसाठी वेठीस धरू लागली. सुरुवातीला मी तिचे जास्त मनावर घेत नसे. आईने वेगळा संसार थाटला तेव्हापासून तिच्याच मनासारखे होत गेल्यामुळे तिचा अहंकार नकळत बळावला

होता. जेव्हा भरपूर जबाबदाऱ्या अंगावर पडतात आणि त्या पार पाडत असताना होणारी फरफट, त्या एकट्या माणसालाच सहन करावी लागते, मग त्यातून येणारी नकारात्मक गोष्ट, होणारा स्वभावातील बदल हे त्या व्यक्तीच्याही लवकर लक्षात येत नाही. त्याकाळात माझा स्वभावदेखील पहिल्यापेक्षा जास्त चिडचिडा झाल्यासारखा वाटायचा. त्यामुळे आई आणि माझ्यात शब्दाशब्दाने वाद वाढत जायचे. आमच्यात खूप वाद झाले. राग आला की मी अबोला धरायचो आणि तीपण खूप हट्टी होती, तिला माघार घेणे माहीत नसे.

हे स्वभावाचे दोष थोडे बाजूला ठेवले, तर घरात संपदा होती. संपदा म्हणाल तर आई घरातच पौष्टिक डिंकाचे लाडू बनवायची, त्यात घरच्या गाईचे दूध, घरचे तूप भरपूर असायचे. आई मला आवडायचे म्हणून नेहमी तुपातील शिरा करायची आणि तूप टाकलेली पुरणपोळी आवर्जून मला द्यायची. आई अन्न खाऊ घालण्यात कंटाळा करत नसे. माझी आई म्हणजे साक्षात अन्नपूर्णा होती. दारात आलेल्या प्रत्येकाला ती प्रेमाने जेवू घालत असे. तिचा हा प्रेमळ स्वभाव हळूहळू बदलायला लागला होता आणि तिच्यातील या बदलामुळे माझाही स्वभाव दिवसेंदिवस रागीट होत चालला होता. अगदी लहानसहान गोष्टींमुळे मला राग यायचा. रागाच्या भरात मी मोठ्या आवाजात उत्तर देत असे. असा प्रकार वरचेवर माझ्याकडून व्हायला लागला.

एका लहान मडक्यातील विरजण लावलेले दही खायला मला फार आवडत असे. त्यातून थोडेसे दही जरी कोणी काढले तर खूप वादविवाद होत असत. घरातील सर्वच मला घाबरून होते. या स्वभावामुळे वडीलसुद्धा विचारात पडले आणि हे सर्व घडत होते, ते फक्त आईच्या अबोला धरण्यामुळे. कारण आधीपासून मी आईच्या खूप जवळ होतो. तिच्यात आणि माझ्यात खूप प्रेम होते. तिचा माझ्यावर आणि माझा तिच्यावर फार जीव होता.

आमच्यातील अबोला मला सहन करणे शक्य नव्हते. मला लागणारे माझ्या गरजेचे सर्व काही न बोलता मला मिळत असे. आई माझी निकड ओळखून आधीच सगळे तयार ठेवायची; पण माझ्या रागाचे कारण होते आईचा अबोला. आमच्या दोघांचाही स्वभाव सारखाच, दोघेही माघार घ्यायला तयार नसायचो. म्हणतात ना, तुझे माझे जमेना अन् तुझ्याशिवाय करमेना. आजोबा मला सर्वतोपरी समजावून सांगत असत; पण मी अतिशहाण्यासारखा मला सर्व समजते, अशा आविर्भावात वागत असे. मला कळत होते, पण वळत नव्हते.

आठवी ते दहावीपर्यंत शिक्षण अगदी सहजपणे पार पडले. पुढचा वर्ग अकरावी

म्हणजे त्यावेळची मॅट्रिक, परत मला तोच प्रश्न भेडसावू लागला. गावातील पोलीस पाटील राघोमामा हे शिक्षणाला खूप प्राधान्य देत असत. ते मला लहानपणापासून ओळखत होते. माझा कष्टाळूपणा त्यांनी अगदी जवळून पहिला होता. त्यामुळे ते नेहमी म्हणायचे, 'खूप अभ्यास कर, अभ्यासात हलगर्जीपणा करू नको.' त्यांनी माझ्या व्यक्तिमत्त्वाप्रमाणे मी पुढे काय व्हावे? हे आधीच ठरवून ठेवले होते. मी मॅट्रिक पास झाल्यावर बीडीओचे शिक्षण घ्यावे, तेच तुझ्यासाठी योग्य आहे, असे ते नेहमी सांगत; पण माझ्या भाग्यात कुठले फेरे होते? हे राघो मामांना तरी काय माहीत? शेती हेच एक उत्पन्नाचे साधन असल्या कारणाने आणि घरात मनुष्यबळ कमी असल्याने मी शिकता शिकता घरकामदेखील करत असे. सुट्टीच्या दिवशीसुद्धा शेतीची कामे टळत नसत. मला कोणालाही त्रास झालेला पाहवत नाही. माझे आई-वडील त्यांच्या कुटुंबासाठी अपार कष्ट उपसत होते आणि घरात मी मोठा असल्या कारणाने मला त्या कष्टाची, घरच्या परिस्थितीची जाण होती.

आमची शेती बागायती नव्हती. पावसाळ्यात जे उगवयचे तेच धान्य वर्षभरासाठी पुरत होते. त्यामुळे घरात येणारा पैसा मुबलक नसायचा. त्यात घरात खाणारी तोंडे खूप होती आणि कमावणारे हात कमी. मग अशात मला शिक्षणासाठी पैसा कसा मिळणार? आणि मी तो माझ्या आई-वडिलांकडून मागू ही शकत नव्हतो. कारण परिस्थिती समजण्याइतपत मी मोठा होतो. माझ्या शिक्षणासाठी लागणारा पैसा मी दिवाळीच्या सुट्टीत शेतीची आणि इतर कामे करून आणि पुढच्या वर्गातील पुस्तकांसाठी लागणारा खर्च मी उन्हाळ्याच्या सुट्टीत काम करून मिळवत होतो. मला मिळेल ते काम मी करत असे. कधी भुईमूग तोडणे तर कधी शेत नांगरणे, तर कधी पाझर तलावाची काम करून मी माझ्या पुढील शिक्षणाची तरतूद करत होतो.

मी आजही अशी मुले पाहतो की मोठी सुट्टीच्या काळात ते काम करून पुढच्या वर्गासाठी लागणारे साहित्य जमवतात. असे कोणाला काम करून शिकताना पाहिले की मला माझे दिवस आठवतात. मला गरजेसाठी कोणापुढे लाचार व्हावे, अस कधीच वाटत नाही. मी लाचारीऐवजी नेहमीच कष्टाचा मार्ग निवडलेला आहे. हे माझ्या स्वभावात आहे. माझ्या या समर्पण वृत्तीमुळे मी माझ्या घरच्यांना कधीच नको असलेले ओझे वाटलो नाही. आजोबांनासुद्धा माझ्या या गोष्टीचा खूप अभिमान वाटत असे. अशा खडतर परिस्थितीत एकदाची मॅट्रिकची परीक्षा देऊन झाली. पुढे काय रिझल्ट येईल? याबद्दल मला आधीपासूनच कल्पना होती. इंग्रजी आणि गणित हे दोन्ही विषय माझे शत्रू होते. कारण एक तर इंग्रजीसोबत नव्याने ओळख झालेली आणि गणित थोडे अवघडच वाटत होते. अशात मला

त्या विषयांचा विशेष अभ्यास करायला वेळच पुरत नसे. सकाळी उठल्यापासून ते रात्री पाठ टेकेपर्यंत अपार कष्ट घेत होतो, धावपळ होत होती आणि ती मी टाळूही शकत नव्हतो. त्या दोनच विषयांनीच माझ्या शिक्षणाचा बट्याबोळ केला आणि माझ्यावर विश्वास ठेवणाऱ्यांचा अपेक्षाभंग केला. माझ्या घरच्यांना वाटायचे की मी मॅट्रिक झालो की कुठेतरी नोकरीला लागेल आणि आमचा सर्वांचा वनवास संपेल; पण माझ्या नापास होण्याने त्यांची सर्व स्वप्ने धुळीला मिळाली होती आणि समोर आलेल्या परिस्थितीपुढे मीदेखील हतबल होतो.

त्यावेळी मी माझ्या पुढील आयुष्यात इंग्रजीचा उपयोग करणारच नाही, हे तर माझे मनोमन पक्के ठरले होते; पण कठीण वाटणारा गणित विषय हा पुढील जीवनात माझा सखा झाला. त्याला मी सदैव माझ्या जमाखात्यात ठेवले. दोन-तीन वेळा प्रयत्न करून यश आले नाही. माझ्यावर जाणते-अजाणतेपणी घरादाराची जबाबदारी असायची. ती सांभाळून शिक्षणावर लक्ष केंद्रित करणे अशक्य आहे, हे उमजल्यावर मी पुढे शिक्षणाचा नाद सोडून घर आणि शेतीत पूर्ण लक्ष देऊ लागलो. लहान वयात पडलेल्या जबाबदारीमुळे मी बदलत चाललो होतो, अजूनच प्रगल्भ होत चाललो होतो. स्वतःचा, आजूबाजूच्या परिस्थितीचा, घरातील माणसांचा, आणि भावंडांचा मी बारकाईने विचार करत होतो. प्रत्येक गोष्टीतून संधी शोधत होतो.

लहान वयातच शेतात धान्य पिकवणे, नगदी पीक घेणे, भुईमुगाच्या शेंगा काढणीपासून ते विक्रीपर्यंत वडिलांनी सर्व हिशोब माझ्याकडे दिले. मी सर्व पैसे आईकडेच ठेवत असे; पण किती आले? किती गेले? याचा हिशोब मला माहिती असायचा. आमची शेती कोरडवाहू होती. बांधाला लागून कारभारी देसले यांची एक विहीर होती. त्याच विहिरीच्या पाण्यावर त्यांच्या शेतात बारा महिने ऊस असायचा. किती ही विसंगती! माझ्या व्यावसायिक मनाला ही विसंगती पटत नसे. त्यांच्या विहिरीच्या काही अंतरावर आम्ही विहीर खोदली; पण फार पाणी लागले नाही. कारभारी देसले यांनी किर्लोस्कर इंजिन बसवून त्यांचे शेत बागायत केले, आपणही असे का करू शकत नाही? असे विचार सारखेच डोक्यात घोळू लागले.

सतराव्या वर्षी मी मॅट्रिकची शेवटची परीक्षा दिली. तोवर मला हे पूर्ण कळाले की, अरे आपण मातीतली माणसे आहोत. आपल्या नसानसात काळ्या आईची सेवा भिनली आहे. शेती हाच आपला मुख्य व्यवसाय आहे. याच वर्षात लखमापूरचे जगन्नाथ मामांचे गारेगावला येणे-जाणे वाढले होते. आजोबांनी माझ्या लग्नाबद्दल चर्चा सुरू केली होती. माझ्या लग्नाबद्दलची घाई आजोबांनी माझ्याजवळ बोलून

दाखवली. ते म्हणायचे, 'माझ्या आयुष्यात सगळी कर्तव्यं मी पार पाडली, पण माझं एक काम बाकी राहिलं आहे रे.' त्यामुळे मला सारखे वाटायचे की आजोबांचे शेवटचे दिवस जवळ येत आहेत. त्यामुळे त्यांनी घरात माझ्या लग्नाविषयी बोलणे केल्यानंतर मी त्या गोष्टीला नकार दिला नाही किंवा माझे कोणतेच मत व्यक्त केले नाही. ते म्हणायचे, 'इंदू, सावळा, सदाशिव आणि विजय यांच्या लग्नात मी असेन की नाही माहिती नाही ? पण माझ्या डोळ्यासमोर किमान तुझं लग्न लागावं. तेव्हाच माझ्या आत्म्याला समाधान लाभेल.' हे ऐकून मला फार उदास वाटायचे.

जगन्नाथ मामांची मुलगी तेरा-चौदा वर्षांची होती. तिचे नाव अंजना. मामांनी आईजवळ त्यांच्या मुलीला सून करून घे, असे सांगितले असावे. कारण अजूनही माझ्या मनातला राग शांत झालेला नव्हता. त्यामुळे दोघे भाऊ-बहीण मला विचारताना घाबरत. त्या दोघांनी एके दिवशी मोठ्या हिमतीने मला मामाच्या मुलीबद्दल विचारले; मी आई आणि मामांना विनम्रपणे माझा नकार कळवला. ती गोष्ट दोघांच्या मनाला काही रुचली नाही. त्यानंतर दर महिन्याला चक्कर मारणारा आणि चार-पाच दिवस आमच्याकडे मुक्कामी राहणारा मामा परत गारेगावला कधीच दिसला नाही. वडिलांना राहून राहून एक खंत वाटे की मी जर शिकलो, सवरलो असतो, तर कुठेतरी नोकरी करून सुखी जीवन जगलो असतो. कारण त्यांनी हा परिवाराचा मोठा डोलारा सांभाळताना, पुरुष माणसाची कशी फरफट होते हे अनुभवले होते. कुठेतरी ओळखीने आपण आपल्या मुलाला छोटी-मोठी नोकरी लावू, असे वडिलांना वाटे. काही करून त्यांच्यासारखे काबाडकष्ट माझ्या वाट्याला येऊ नयेत असे त्यांना वाटे. वास्तविक नोकरी असो वा व्यवसाय कष्ट दोन्हीकडे असतात. फायदे, तोटे दोन्हीकडे आहेत. आपल्या मनगटाच्या बळावर आपण नोकरी वा व्यवसाय दोन्हींमध्ये प्रगती करू शकतो. मात्र प्रचलित धारणेनुसार नोकरी म्हणजे कमाईचा उत्तम पर्याय असा समज आहे. महिन्याला पगार आला की झाले. रोज कामावर जायचे, डब्बा घ्यायचा, कामावरून घरी परत यायचे म्हणजे सुरक्षित, साध्या गोष्टी करणे आणि या गोष्टी सामान्य, सर्वसाधारण माणसाने कराव्यात असा समज आपल्या समाजात प्रचलित आहे, त्यालाच सर्व जण आयुष्यातील स्थिरता म्हणतात.

शुगर फॅक्टरीच्या संचालकपदी असणाऱ्या मावसमामांची वडिलांनी भेट घेतली. होते. माझ्या मुलासाठी कुठेतरी नोकरी बघ असा त्यांनी त्यांच्याकडे माझ्या नोकरीसाठी शब्द टाकला. मामांना माझ्याविषयी आस्था नव्हतीच. कारण मामाकडच्या सर्व मंडळींना राग होता. कुत्सित भावनेने त्यांनी हायस्कूलमधल्या

शिपायाची नोकरी सुचवली. वडील घरी आल्यावर मला म्हणाले की, 'शिपायाची नोकरी आहे. बघ, तुला रुजू हो.' वडिलांना वाटे एकदा का हा नोकरीवर चिकटला की जाईल त्यातूनच पुढे. पुढे आयुष्याची गाडी रुळावर येईल; पण अशाप्रकारे केलेली अवहेलना लक्षात आल्यावर माझ्या रागाचा पारा चढला आणि मी बापूंना समजावून सांगितले की, 'हायस्कूलमध्ये झाडू मारण्यापासून ते शिक्षकांची चाकरी करण्यापर्यंत सगळं करावं लागतं. अगदी जोडेसुद्धा उचलावे लागतात आणि असं काम मी करू शकणार नाही आणि तुमच्या म्हणण्यानुसार चाकरीच करायची, तर जग फारच मोठं आहे. दुसरीकडं कुठंही करता येईल. तुम्ही चिंता करू नका. मला कुठलंच काम लहान वाटत नाही; पण ही त्यांनी केलेली अवहेलना आवडली नाही, ती सहन करणे मला शक्य नाही. मी हे नाही करणार, पण यापेक्षा भारी नक्कीच करेन. तोपर्यंत तुम्ही शांत राहा.'

माझ्या डोक्यात हा अपमान सतत घोळतच होता. माणसाला काही गोष्टी टोचल्या की तो खडबडून जागा होतो आणि स्वतःच्या भविष्याचा नव्याने विचार करतो. 'अंत अस्ती प्रारंभ' प्रत्येक संपणाऱ्या गोष्टीतून नवीन काही तयार होत असते. अंत म्हणजेच एक नवीन प्रारंभ असतो. या उक्तीनुसार मी ठरवलं, 'तुम्ही माझं अस्तित्व संपवायचं ठरवलं तरी माझ्यामध्ये जोपर्यंत हिंमत आहे, तोपर्यंत मी अशी हजार विश्वं उभी करेन.' माझ्या अशा बोलण्याने वडील खिन्न झाले. नंतर त्यांनी तो विषय डोक्यातून काढून टाकला आणि कालांतराने नोकरीचा विषय थोडा बाजूला पडला.

नंतर मी दोन-तीन वर्षे शेतीच्याच कामांमध्ये रस घेतला. शेतीची मशागत करत जीव ओतून मेहनत घेत होतो. शेती व्यतिरिक्त रिकाम्या वेळी सरकारी नाला बांधणीचे, तलावाचे काम बारा महिने कुरकुर न करता आनंदाने केले. माझी बैलगाडी वापरून पाझर तलावाची कामे भर उन्हात वडिलांसोबत आनंदाने केली. मला कष्टाची लाज कधीच वाटली नाही. माझा स्वभाव लहानपणापासून स्वाभिमानी होता. मला कधीच लाचारी पटली नाही. लाचारीपेक्षा मी नेहमी कष्टाचा, मेहनतीचा मार्ग पत्करला. घराच्या शेती कामांव्यतिरिक्त इतर कामांमुळे प्रपंचाला हातभार लागत असे; पण मनातून कायम आपण काहीतरी वेगळे करावे, असा ध्यास मी बाळगून होतो. त्या ध्यासाच्याच दिशेने वाटचाल करण्याचा प्रयत्न करत होतो. मला माहीत होते की मी गरिबीत जन्मलो; पण मला असेच गरिबीत मरायचे नव्हते. मला नऊ ते पाच नोकरी करण्यापेक्षा स्वतःच्या व्यवसायाच्या वाटा सदैव खुणावत होत्या. मला स्वतःसाठी सिद्ध उभे राहायचे होते. मनात येणाऱ्या व्यवसायाच्या

विचारांना योग्य दिशा द्यायची होती. 'मराठी माणसाने व्यवसाय का करू नये?' असेही वाटत राहायचे. आजूबाजूला कोणीच व्यवसाय करत नाही; पण माझे मन मला तेच का करायला सांगत आहे? असेही वाटे. जेव्हा तुम्ही एखाद्या गोष्टीसाठी तळमळ करता, ती मिळवण्यासाठी हवे तेवढे कष्ट घेता, त्या गोष्टीसाठी मनोमन प्रार्थना करता, तेव्हा ती गोष्ट तुम्हाला नक्कीच मिळते.

सतत येणाऱ्या विचारांना योग्य मार्ग देणे गरजेचे होते, त्यासाठी मी कोठे संधी मिळतेय का? हे सतत शोधत असायचो. गावात गिऱ्हाईक होते; पण मुबलक प्रमाणात कोंबड्या उपलब्ध नव्हत्या. त्या काळात गावामध्येच काय पंचक्रोशीतसुद्धा मांसाहार उपलब्ध होत नसे. त्यामुळे मागणी खूप होती आणि व्यवसायाचे हे गणित माझ्या लक्षात आले. मागणी असेल तर पुरवठा व्हायलाच हवा, व्यवसाय करण्यासाठी हाच मूलाधार आहे. अशा भरघोस मागणीला योग्य असा पुरवठा करायचा, तर घरच्या कोंबड्या पुरेशा नसणार. मग बाजारात जाऊन कोंबड्या आणायच्या आणि त्यांची विक्री करायची, असे मी ठरवले. त्यासाठी सात किलोमीटर अंतरावरील 'नामपुर' येथे दर सोमवारी बाजार भरायचा. तिथे जाऊन खरेदी करावी लागेल, असे माझ्या लक्षात आले. त्या काळात मी सहा रुपयांपासून ते साडेसात रुपयांपर्यंत मध्यम आकाराची पिल्ले खरेदी करायचो आणि ती नऊ ते दहा रुपयांना विकायचो. याची सुरुवात करण्यासाठी मला भांडवल हवे होते. त्याचीपण एक गंमतच आहे. माझ्याकडे तीन ते चार कोंबड्यांपर्यंत भांडवल उपलब्ध होते. तेसुद्धा मी आजोबांना वळवाडी किंवा पोहाणे इथून रोज अर्धी बाटली दारू आणून देत असे आणि दादा मला चार आणे देत.

ते चार आणे कामाचा मोबदला म्हणून नाही, तर ते खुशीने खाऊसाठी देत असत. माझ्याजवळ असे थोडे थोडे करून भांडवल जमा झाले होते. मग तेच वापरून मी माझ्या पहिल्या व्यवसायाची सुरुवात केली. आसपासच्या परिसरात माझ्या व्यवसायाने जोम धरायला सुरुवात केल्यावर बऱ्यापैकी खप व्हायला लागला. त्यातून नफादेखील मिळू लागला.

माझ्यातील व्यावसायिक कुठे ना कुठे सतत व्यवसायाची संधी हुडकून काढत असे. आमच्या गावात अक्षय तृतीयेनंतर येणाऱ्या एकादशीला पिंपळादेवीचा उरूस भरायचा. त्यावेळी गावात तमाशा आणि दुसऱ्या दिवशी दंगल म्हणजे कुस्ती होत असे. रात्री तमाशा पाहण्यासाठी आसपासच्या खेड्यातील अनेक लोक येत. त्या संधीचा फायदा घेऊन मी मात्र तमाशा न पाहता तेथे रात्रभर चहाचा स्टॉल लावून शंभर रुपयांपर्यंत कदाचित त्याहून जास्त नफा कमवला होता. दुसऱ्या

वर्षी तर विड्याच्या पानांचेदेखील दुकान लावले होते, तेसुद्धा फायद्याचे ठरले. ही गोष्ट माझ्या आयुष्याला कलाटणी देणारी ठरली. यामुळे पुढे जाऊन मी काहीतरी करू शकतो, अशी खात्री मला पटली होती. त्यामुळे माझ्या लग्नाचा विषय थोडा अडगळीतच पडला होता. अशातच राजाराम तात्यांचा मुलगा पंडित त्याचे लग्न ठरले. तो माझ्यापेक्षा वयाने लहान होता तरी. माझ्या बरोबरचे वसंत मामा हे माझे अतिशय घनिष्ट मित्र होते. तसे त्यांचे कुटुंब बऱ्यापैकी खाऊन-पिऊन सुखी होते. त्यांनीपण शिक्षण अर्धवट सोडलेले आणि शेतीत रस घेऊन शेती करू लागलेले. त्याच वर्षी वसंत मामांचेदेखील लग्न आटोपले.

वसंत मामांनीच आजोबा आणि वडिलांना बोलावून त्यांच्यासोबत माझ्या लग्नाविषयी चर्चा केली. योग्य वयात लग्न झाले की बर असते. त्यामुळे आजोबा आणि वडिलांनी पुढे स्थळ पाहण्याचे ठरवले. परत माझ्या लग्नाचा विषय जोर धरू लागला. स्थळे पाहता पाहता एक दिवस सरू आत्याच्या नातेवाईकांच्या ओळखीने स्थळ आले. मग आधी सर्व मोठी मंडळी सरू आत्यांच्या उभंड, खानदेश या गावी जाऊन स्थळ पाहून आले. त्यांना पटल्यावर मला आमंत्रण दिले. माझ्यासोबत विराण्याची एक वयस्कर व्यक्ती आली होती. आम्ही दोघे उभंड गावी गेलो, मुलगी बघून होकार दिला. माझे वडील आणि मोठे चुलते आप्पा हेपण पाहून आले. मग मुलीचे वडील गारेगावला घर आणि शेती बघण्यास आले. सर्व काही रीतिरिवाजाप्रमाणे ठरले आणि साखरपुड्याचा दिवस पक्का झाला. तो गारेगावी आमच्याकडे करण्याचे ठरले. तिकडची पंचवीस मंडळी येणार म्हणून सांगण्यात आले. उद्या साखरपुडा होता म्हणून संध्याकाळपासून स्वयंपाकाची तयारी सुरू झाली. सकाळी पाचपासून स्वयंपाक सुरू करायचा होता, जेणेकरून कार्यक्रमाच्या वेळी जेवण तयार होईल. पाचपर्यंत सर्व आधण तयार होईल; पण पूर्ण तयारी ही आदल्या रात्रीच करायची. आम्ही असेच तयारीला लागणार तोच विराण्याहून अध्र्या रात्रीच निरोप आला की हे लग्न होणार नाही. मी मनात विचार केला, 'बरं झालं अन्न शिजवण्याअगोदर हा प्रकार कळला. अन्न वाया गेलं असतं, तर मला जास्त दुःख झालं असतं.'

जे होतं ते चांगल्यासाठीच होतं, अशा विचारांचा मी आहे. त्यामुळे झाल्या प्रकाराचा मी जास्त विचार केला नाही; पण गावात मात्र चर्चा सुरू झाली की लग्न कसे मोडले? काय कारण असेल बरे? एकेक जण येऊन एक ना अनेक प्रश्न विचारत होते. त्यामुळे आमच्या कुटुंबातील सर्वांचे चेहरे काळवंडले. आजोबा तर काहीच बोलत नव्हते. ते विचार करत बसले. आसपासच्या लोकांचे वागणे

पाहून मग मात्र मी स्वतःच विचार करायला लागलो, 'माझ्यात काय कमी आहे? तशी शेती पंचवीस एकर, इतकं मोठं घर, मी मेहनती, माझ्या हिमतीवर मी सर्व काही कमावलंय, असं असताना हे का घडावं?' पण मी स्वतःला लगेच सावरून दोन दिवसातच लग्नाचा विचार डोक्यातून काढून टाकला आणि माझे पूर्ण लक्ष व्यवसायावर केंद्रित केले. मला विश्वास होता की आजोबा माझ्या लग्नासाठी खूप आतुर आहेत तर ते असेपर्यंत माझे लग्न कधी ना कधी होईल.

या काळात आजोबांची तब्येत खालावत चालली होती. त्यांना पिण्याची सवय लागली होती. त्यामुळे त्यांचे पोटाचे विकार वाढून त्यांना आधीपेक्षा जास्त त्रास होऊ लागला. त्यांच्या आजारपणात एक वर्ष निघून गेले. मी एकविसाव्या वर्षात पदार्पण केले. त्याचवेळी आमच्या गावातील एका नातेवाईकाने 'बिजोरसे' येथील स्थळ शोधले. लग्न करण्यास माझी मानसिक तयारी नव्हती. आधीच्या घडलेल्या प्रसंगामुळे माझ्या मनात काही निरर्थक विचार येत आणि त्यामुळे मी खूपच त्रस्त व्हायचो.

गावाला लागून दोन ते तीन किलोमीटर अंतरावर 'चिंचवा' व 'पोहाणे' या गावालगत सरकारी अखत्यारित जंगल परिसर होते. आंजन, धामडा, हिवर, खैर अशा काही ठिकाणी बांबूंचे बेट होते. त्यासाठी मोठे अधिकारी रेंझर व त्यांचे असिस्टंट फॉरेस्टर शिपाई असायचे. तेथील मोठे अधिकारी हे विराणे गावी मुक्कामी होते, तर फॉरेस्ट अधिकारी पोहाण्याला राहत होते. जंगलाची राखण करण्यासाठी त्यांनी एक घोडा घेतला होता. त्याच्यावर बसून जंगलाची राखण करायचे. मी आणि बापू आम्ही दोघे जाळण्यासाठी खुरटी रोपे तोडून गाडीत भरत होतो, तेव्हा फॉरेस्ट अधिकाऱ्यांना 'दादा' म्हणण्याची प्रथा होती. तेव्हा अचानकच दादा समोर येऊन उभे ठाकले. आमच्या जवळची कुऱ्हाड त्यांनी ताब्यात घेतली आणि लाकडांनी भरलेली गाडी पोलीस पाटलांच्या ताब्यात देऊन जप्त केली. मग काय, आम्ही आठवडाभरात तालुक्याला जाऊन दंड भरून गाडी सोडून आणली. एव्हाना माझ्या बोलक्या स्वभावामुळे आमची फॉरेस्ट ऑफिसरसोबत चांगलीच ओळख झाली. ते स्वभावाने खूप मनमिळावू होते. जेव्हा ते पोहाणावरून गारेगावला राहण्यासाठी आले. तेव्हा ते वयाने तरुण होते आणि काही दिवसांपूर्वी त्यांचे लग्न झाले होते. मिळून मिसळून राहण्याच्या त्यांच्या स्वभावाने त्यांनी आमची सगळ्यांचीच मन जिंकली होती. माणूस खूप निर्मळ अंतःकरणाचा होता, त्यांना भजनाची खूप आवड होती.

विराणे येथे भजनी मंडळींनी मिळून एक नाटक बसवले होते. त्या नाटकाची

चर्चा आजूबाजूच्या गावात होऊ लागली होती. ही गोष्ट ६६ सालची होती, या नाटकाला एक वर्ष होत आले होते. त्याच वेळेला फॉरेस्ट दादांनी एक योजना सर्वांसमोर ठेवली की पाटील तू, लहानू, शिवराम अण्णा आणि मी, आपण सर्व मिळून 'माझी जमीन' हे नाटक करू या का? त्यासाठी प्रत्येकी थोडाफार खर्च येईल; पण नाटक सामाजिक असल्यामुळे आपल्या सर्वांचे नाव होईल. मलादेखील कलेची पहिल्यापासून खूप आवड होती. हे ऐकल्यावर सर्वांनी होकार दिला. सर्वांना पात्राचे वाटप झाले. त्या काळामध्ये स्त्रिया नाटकात काम करत नसत. नाटकामध्ये पुरुषच स्त्री पात्र वठवत. मग आमच्या नाटकातले स्त्री पात्र मी आणि लहानूने करायचे ठरले. आम्ही सगळे रात्रीचे जेवण आटपून आठ ते साडेदहापर्यंत एका रिकाम्या घरात जमून नाटकाची तालीम करायचो. तबलावादक लोणखडी येथून बोलावले, तर हार्मोनियम वादनासाठी विराणे येथील भाऊराव पगारे यांना बोलवले. भाऊरावसुद्धा शाळेत आमच्याच वर्गात होता. नाटक आमच्या सर्वांच्या एकदम तोंडपाठ झाले.

सदुसष्ट सालातला तो दिवस उजाडला. आमच्या नाटकाच्या प्रसिद्धीसाठी पत्रके छापली. वडनेर बाजारातून सर्व ठिकाणी गारेगावात आमच्या नाटकाची बातमी वाऱ्यासारखी पसरली. ठरल्या दिवशी सात ते आठ या दरम्यान सर्वांचा मेकअप करण्यास सुरुवात झाली. त्यावेळेस नऊवारीची प्रथा असल्यामुळे आम्हाला सहावारी पातळ मोठ्या मुश्किलीने मिळाले होते. आम्हाला साडी नेसवण्याचे काम सुंदर मामीने पार पाडले. गॅसबत्त्यांनी प्रखर उजेडात आमचा पहिला प्रयोग सुरू झाला. पहिले सरस्वती वंदना गीत व पात्रांची नावे लहान पोस्टर करून दाखवण्यात आली. माझ्या एन्ट्रीला तीन गीते होती, ती सिनेमाच्या चालीवर बद्ध केली होती. एक गीत 'तुम्ही मेरी मंजिल' या गाण्यावर होते, ते प्रेक्षकांना इतके आवडले की त्यांनी मला दोन वेळा गाण्यास सांगितले. नाटक बघण्यासाठी खूप पब्लिक जमा झाली होती. मला त्यावेळेस सत्तावीस रुपये बक्षीस मिळाले.

मी कधीकधी सायकलने मालेगावी सिनेमा बघण्यासाठी जात असे. मालेगावी बाजारात जेव्हा जेव्हा जाणे होई, त्यावेळी सिनेमा आवर्जून बघत असे. मला बाकी कुठलीच आवड नव्हती; पण सिनेमा बघण्याची खूप आवड होती. मला सिनेमातील कलाकारांचे खूप आकर्षण वाटायचे. नशिबाने साथ दिली, तर आपणही कलाकार होऊ शकतो, असे सहज मनात यायचे आणि ते त्या वयातील बहुतेक तरुणांच्या मनात येई. पडद्यावरील त्या चरित्राचे आपल्या तरुण मनाला सदैव आकर्षण असतेच. त्याचा बेधडकपणा, बाणेदारपणा, आत्मविश्वासाने वागणे, बिकट

परिस्थितीतून मार्ग काढत यशस्वी होणे माझ्या मनाला फार भावत होते. मलाही असेच काही करावे, असे मनोमन वाटायचे. त्यांच्या कथेत मी माझे आयुष्य जगू पाहत होतो; पण पडद्यावरील सुपरस्टार बनण्यापेक्षा, खऱ्या आयुष्यातील हिरो बनण्याचे ध्येय समोर ठेवले होते.

बिजोरसे येथील स्थळाबद्दल मला घरात पुन्हा विचारणा करण्यात आली. आईने मला मुलगी बघून ये म्हणून सांगितले. मग काय, ठरल्याप्रमाणे मी आणि जवळचे नातेवाईक सुपडू, आम्ही दोघे स्वतःच्या सायकली घेऊन बिजोरसे येथे जायला निघालो. गारेगावपासून सात किलोमीटर अंतरावरील ते गाव. रस्ता खराब असल्याने तिथे पोहोचायला एक तास लागत असे. गावाच्या शेवटी नदीला लागून भाऊराव तुकाराम काकडे यांचे घर होते. घर तसे कुटुंबाप्रमाणे थोडे लहान होते, त्यांना सहा मुली व दोन नंबरचा मुलगा विनायक. त्यांच्या मोठ्या कन्येच्या लग्नाचे यंदा कर्तव्य पार पाडायचे होते. आत्ताच्या स्थितीप्रमाणे लग्नाच्या वयाचा विचार केला, तर तिचे वय फारच कमी होते, अवघे तेरा वर्षे. त्यावेळी खेड्यातील सर्व मंडळींची मुला-मुलींबद्दल लग्नाच्या वयाविषयीची मानसिकता सारखीच होती. त्यातल्या त्यात मुलींबद्दल तर विचारच वेगळे होते, त्यांना शिकून काय करायचे? लग्न करून सासरी तर जाणार आहे; पण मी या विचारांच्या नेहमीच विरोधात होतो. असो.

खडतर असे सात कि.मी अंतर पार करून आम्ही इच्छुक स्थळाच्या घरी पोहोचलो. आम्ही गावातून जात असताना आधीच्या झालेल्या घटनेने माझे मन विचलित झालेले होते. परत अशा घटनेला तोंड देण्याची माझ्यात आणि घरच्यांमध्ये ताकद नव्हती. विनाकारण फरफट सोसायची इच्छादेखील नव्हती. एकदा का तोंड भाजले की माणूस ताकसुद्धा फुंकून पितो, अशी अवस्था सुरुवातीच्या नकाराने मनात होती. त्यात कमी वयाच्या मुलीला पाहायला चाललो होतो, नाही म्हटले तरी मनात विचारांची गर्दी जमू लागली होती. मी ते सर्व विचार झटकले आणि समोर येणाऱ्या प्रसंगाला सामोरे जाण्याचे ठरवले.

आम्ही मुलगी पाहायला येणार होतो, हे कुटुंबप्रमुखाला माहीत होते. घराच्या ओट्याला टेकून असलेल्या पडवीत आमची सोय केलेली होती. तिथे आम्ही थांबलो. आम्ही सायकलवर आल्याने थोडे दमलो होतो. आम्ही ओट्यावर पाहिले तर आधीच पाहुण्यांना हातपाय धुण्यासाठी एका बादलीत पाणी आणून ठेवलेले होते. नेहमीप्रमाणे हातपाय धुतल्यावर घरातील कोणीतरी आम्हाला टॉवेल आणून दिला. फ्रेश झाल्यावर आम्ही पडवीत विसावलो. घराची पडवी लहान

होती, त्यामुळे आम्हाला बसण्यासाठी टाकलेल्या गादीने अर्धी पडवी झाकून घेतली. थोडा वेळ झाल्यावर भाऊराव काकडेंनी पिण्याचे पाणी लहान मुलीला आणायला सांगितले. पाणी पिल्यावर चहा घेऊन वधू मुलगी समोर आली. अगोदर माझे लक्ष तिच्या पायाकडे गेले, मुलीचे पाय लहान व खोलगट असावेत. नंतर माझी नजर आधी चहावर, मग हलकेच तिच्याकडे गेली. हातात चहा घेतल्यावर भाऊरावांनी मला मुलीला प्रश्न विचारायला सांगितले. मग मी प्रथेप्रमाणे नाव, गाव विचारले. माझ्याबरोबर जे आले होते ते त्या घरात परिचित असल्याने त्यांनी सरळ तिला 'जनाबाई' म्हणून हाक मारून समोर यायला सांगितले. मुलगी शरीराने बारीक अंगकाठीची आणि उंची कमी असलेली होती. चेहऱ्यावर घरगुती मेकअप पावडर लावून चेहरा पांढरा केला असला तरी हात-पाय तसे काळे-सावळे होते. जवळजवळ तिच्या वडिलांसारखा रंग, चेहरा होता; पण नाक हे पसरट असल्याने कुठल्याही बाजूने मनात रेखांकित केलेल्या सुंदर मुलीच्या तुलनेत ती कमी वाटत होती. चहापाणी झाल्यावर मी बरोबर आलेल्या व्यक्तीबरोबर त्याच गावातील त्यांच्या घरी गेलो. तिकडे थोडे निवांत बोलत बसलो. त्यांनी मुलगी कशी वाटली? असे विचारल्यावर मला जे वाटले ते त्यांना स्पष्ट सांगितले. ही मुलगी काही माझ्या मनात भरली नाही. माझ्याबरोबर आलेल्या माझी समजूत काढायला सुरुवात केली, 'माणसं गरीब आहेत, मुलगी दिसायला ठीक आहे; पण तुला सासरकडून माणसांचं पाठबळ राहील. मुलगी अजून लहान आहे, पुढे अंगकाठी भरल्यावर चांगली दिसेल. संसार हा स्वभावासोबत करायचा असतो, दिसण्यासोबत नाही.'

हे सर्व मला बळजबरी केल्यासारखे वाटू लागले. मी कुठलाही निर्णय घेण्यापलीकडे गेलो होतो. हताश होऊन हा निर्णय बाप्पू बघून घेतील, असे सांगून मी मोकळा झालो. मला मुलगी पसंतच नव्हती. आपण सिनेमामध्ये पाहतो ना तिला पाहताच मनात भरली जाते; पण माझ्या बाबतीत अस काहीच नव्हते, म्हणून मी देवावरच हा निर्णय सोडलेला.

थोड्याच वेळात मुलीचे वडील तिथे येऊन दुपारचे जेवण करून जा म्हणून प्रेमळ आग्रह करू लागले. अकरा-साडे अकराला आम्ही दोघे त्यांच्याकडे परत जेवणासाठी गेलो. जेवणासाठी वरण, भात, चपाती, तोंडी लावण्यासाठी सांडगे-पापड आणि गोड शिरा केला होता. त्यावरून जेवण बनवणाऱ्याची उत्तम पारख झाली. जेवणानंतर माझ्या मनातील किंतु-परंतु बऱ्याच अंशी कमी झाले. थोडावेळ थांबून आम्ही निघणार होतो, निघताना मुलीची आई समोरच्या कोपऱ्यात, मुलगा कसा आहे? हे बघण्यासाठी आली असावी. आम्ही परतीच्या मार्गला

लागलो, वाटेने घालमेल चालू होती. काही गोष्टी चांगल्या वाटतात, जिच्याजवळ जीवनभर राहणार आहे ती मनाप्रमाणे नसेल तर काय फायदा? असे विचार प्रश्न भेडसावत होते. एक-दीड तासात गारेगावी पोहोचलो. मी सर्वांना निघण्यापासून ते पोहोचेपर्यंतचे सर्व घडल्याप्रमाणे सांगून बापूंना म्हणालो, 'तुम्हाला चांगले-वाईट जे वाटेल, ते तुम्ही करा.' मग बापू म्हटले, 'उद्या परवा जाऊन येतो.' पुढची सर्व जबाबदारी त्यांनी स्विकारली. आयुष्यात बऱ्याच वेळा आपल्या थोरामोठ्यांचे ऐकले की पुढील गोष्टी सुखकर होतात. जेव्हा आपल्याला काही समजत नाही, मन साशंक असते, तेव्हा आई-वडिलांना विचारून गोष्टी सरळ त्यांच्यावर सोपवाव्यात.

ठरल्याप्रमाणे बाप्पू बिजोरसे येथे मुलीला बघण्यासाठी निघाले होते. त्या दिवशी मुलीला बघितली, गप्पागोष्टी झाल्या. नंतर ते गावी परत आले, त्यांनीपण सर्व चांगले आहे असे सांगितले. पुढे मग मी काहीच बोललो नाही. थोडे दिवस गेल्यावर मुलीकडच्या लोकांना आमंत्रण दिले. दोन दिवसात त्यांच्याकडील दहा-बारा भाऊबंदकीतील माणसे आमच्याकडे आली. सर्वांनी घरदार शेतीवाडीची माहिती घेतल्यावर लग्नाची बोलणी लगेच चालू केली. मोठ्यांनी लग्नाची बोलणी पक्की केली आणि सुपारी फुटली. त्यांनी असे ठरवले की सर्व लग्न काढून तुम्हाला बाराशे एक्कावन्न रुपये देऊ. त्यात तुम्हाला ज्या वस्तू लागतील, त्या तुमच्या पसंतीने घ्या. मुलीचे कपडे आम्ही करू, असे ठरवून ७ मे, १९६७ ही लग्नाची तारीख पक्की झाली. मार्च महिन्याच्या दुसऱ्या आठवड्यातच पाच एप्रिलला बिजोरसे येथे साखरपुडा ठरला. तेव्हा रितीरिवाजाप्रमाणे मुलीला साडी आणि इतर लागणाऱ्या गोष्टी आमच्याकडून दिल्या. आमची नातेवाईक मंडळी साखरपुड्याला पोहोचली होती. त्यावेळेला साखरपुडा हा नवऱ्या मुलीसाठी विशेष महत्त्वाचा असायचा. त्या कार्यक्रमास मुलगा जाणे महत्त्वाचे नसे. अवघ्या एक महिन्याचा अवधी उरला होता.

त्या काळात घरातील जमीन खोदून, पाणी घालून, नवीन सपाट करणे त्याला आम्ही 'भुई घेणे' म्हणत असू. घराच्या आतील बाहेरील भिंती सारवून व आतल्या भिंती सफेद ज्याला मातीने पोतरणे म्हणत, जेणेकरून आतून बाहेरून घरे स्वच्छ दिसायची. ही सर्व कामे आई आणि मी आम्ही मिळून उरकून टाकले. पंधरा-वीस दिवस लग्न पुढे असताना सरू आत्या, वडिलांची मावसबहीण, शेवाळीची व कजवाड्याची आत्या यांना बैलगाडी पाठवून बोलावून घेतले. तसेच माझ्या दोन्ही मावशा दोघींना रिवाजाप्रमाणे लग्नपत्रिका पाठवली, कारण दोघींचे यजमान

नोकरी करणारे होते. आईकडचा गोतावळा मोठा होता. त्यांनापण आमंत्रण दिले. आई त्यांच्यात मोठी त्यात घरात पहिले लग्न म्हणून सर्व उत्साही होते. साखरपुडा करून आलेली मंडळी मुलीला बघून काहीशी नाराज दिसली, स्पष्ट बोलली नव्हती. दबक्या आवाजात कुरबुर चालू होती, ते हळूहळू माझ्यापर्यंत येऊ लागले. म्हणे की 'मामाची बघण्यातली मुलगी नाकारली. हे काय आवडले, खूप गुर्मीत होता, पण हा चांगलाच तोंडावर पडला.' त्यामुळे पुढच्या येणाऱ्या लग्न सोहळ्याच्या आनंदाला विरजण पडल्यासारखे वाटू लागले. माझ्या मनात आधीच नाराजी होती आणि आताही कुरकुर ऐकून अजूनच मनातून हे लग्न, ही मुलगी नको, असे वाटायला लागले.

मंगळवारी सहा तारखेला आमच्या घरच्या मांडवाचा विधी करण्यासाठी वळवाडे येथे बगोबा ब्राह्मण हे सकाळी लवकर येऊन बसले होते. आठ वाजेपर्यंत जवळचे सर्व नातेवाईक, गावातील मंडळी जमा झाली होती. सांबळीच्या वाजंत्री वाजत गाजत गाडी घराच्यासमोर घेऊन आले. बैलगाडीची पूजा ही पाच सुवासिनीने केली. मग आलेल्या पाहुण्यांनी, घरातील मंडळींनी मांडव टाकला. चुलत्यांच्या घरावरही आंब्याची डहाळी टाकली गेली. नऊ वाजेपर्यंत ब्राह्मणाने बेळमाथनी आणि देवाचे लग्न लावले. सगळे जण लग्नाच्या गडबडीत, उत्साहात आणि आनंदात होते. मात्र मुलगी पाहिल्यानंतर माझ्या मनाला आलेली मरगळ काही केल्या जाईना, तरीही हे लग्न सुखरूप पार पडावे, अशी आशा देखील वाटत होती. माणसाचे मन अनेकदा दोलायमान स्थितीत सापडते, त्यावेळी जास्त विचार न करता, जे समोर येईल ते पाहत बसावे व गोष्टी नियतीच्या सोयीप्रमाणे होऊ द्याव्यात. याच कल्पनेने पुढच्या कार्यक्रमाची वाट पाहत होतो.

दुपारी सर्व गावातील लोकांनी, नातेवाईकांनी आणि पाहुणे मंडळींनी पुरणपोळीच्या जेवणाचा आस्वाद घेतला. संध्याकाळची वेळ झाली, पुढे हळदीचा कार्यक्रम होता. माझ्या आत्या बहिणी, चुलत बहिणी आणि माझी लहान बहीण इंदू, ती माझ्या लग्नात सात वर्षांची असेल. सर्व आत्या, मावश्या येऊन पोहोचल्या होत्या. आईने, चुलतीने, चुलत्यांनी, पुरुष मंडळींनी माझ्या अंगाला हळद लावून अंघोळ घातली. हाताला काकण बांधली गेली, कुठून तरी गळ्यातली पट्ट्याची कट्यार आणली होती. ती पण आत्तापासून गळ्यात ठेवण्यास सांगितले. सकाळचे जेवण पुरणपोळीचे. त्याच उरलेल्या जेवणात संध्याकाळी सर्व मंडळींचे भागले होते. रात्र बरीच झाली. थोड्या वेळाने लग्नाची गाणी म्हटली गेली. मग सर्व आपल्या सवयीप्रमाणे झोपी गेली. माझ्या कुटुंबाशी जे सुखदुःख वाटून घेणारे

होते, त्यांना माझ्याबद्दल काळजी वाटू लागली. साखरपुड्यासाठी मामाकडचे एक-दोनच लोक आले होते. आता काही करण्यासारखे कुटुंबाच्या हातात राहिले नव्हते. त्या अगोदर एप्रिलमध्ये मुलीच्या वडिलांकडून पैसे पोहोचते केले होते. दोघांकडील वऱ्हाडी मंडळी मालेगावला बस्त्यासाठी पोहोचली होती. मुलीचे व माझे कपडे जसे की साड्या, पँट-शर्ट, दोन ड्रेस, हिरो कंपनीची सायकल, केमिचे रिस्ट वॉच, सोन्याच्या अंगठी, बारीक चैन, मुलीचे मणी मंगळसूत्र, कानातले, साधारण बाजार आणि भांड्यामध्ये पाणी गरम करण्यासाठी एक तांब्याचा बंब अशी रुखवत म्हणजेच सजवलेली झाल आणि वरमाई म्हणून आई व दोन चुलत्या तसेच दोन मावश्या व सरू आत्या या सगळ्यांचा मानपान मुलीकडच्यांनी केला.

लग्नाचा दिवस ठरला होता. सगळ्या तयारीत आम्ही गुंतलो होतो. आमच्या घरात एक उत्सवाचे वातावरण पसरले होते. प्रत्येक जण काही ना काही कामात व्यस्त होता. कोणाला बोलावणे राहिले तर नाही ना याची सगळे चाचपणी करत होते. या सगळ्या तयारीत, दिवस एकमेकांत मिसळले आणि बघता बघता लग्नाची सात तारीख उजाडली. ती सकाळ अगदी वेगळी होती. थोडीशी गडबड, थोडीशी घाई आणि खूप सारा उत्साह. घरातल्या सगळ्यांच्याच चेहऱ्यावर आनंद झळकत होता. प्रत्येक क्षण आनंदाने आणि उत्साहाने भरलेला होता. माझ्या लग्नासाठी ज्यांनी ज्यांनी प्रयत्न केला, ते सगळे अतिशय सुखावले होते. मी आयुष्याच्या महत्त्वपूर्ण टप्प्यात पदार्पण करणार होतो. तरीही मी माझ्या चुकीच्या विचारांनी ग्रस्त होऊन जरा हिरमुसलेलाच होतो. लग्नाची सगळी तयारी करून आम्ही लग्नस्थळी पोहोचण्यासाठी सज्ज झालो.

सकाळी ठरल्याप्रमाणे गावातील बारा बैलगाड्या आम्ही ठरवून ठेवलेल्या होत्या. त्याप्रमाणे आम्ही दुपारून साडेतीन वाजता लग्नस्थळाकडे रवाना झालो. घरापासून ते अंतर सात किलोमीटरचे होते. लग्न गोरज मुहूर्तावर होते. वेळ खूप होता. त्यामुळे हळूहळू जंगलातून पुढे जात होते. वरमाया आधीच ट्रकने रवाना झाल्या होत्या. या रस्त्याला 'वघाडचा रस्ता' म्हणत. सर्व वऱ्हाड बिजारसे येथे साडेपाचपर्यंत पोहोचले. इतर पाहुणे मंडळी परस्पर पोहोचली होती. आम्ही मारुतीच्या पारावर येऊन बसलो. सातची वेळ जवळ येऊ लागली. नवरी- मुलीकडच्यांनी शेवंती पाठवली. त्याप्रमाणे नवीन कपडे परिधान करून समोर आणलेल्या घोड्यावर बसलो. वाद्यावर नाचत मित्रमंडळी मंडपात पोहोचले. सातला अर्धा तास कमी असताना नवऱ्या मुलीला आणि दोघांच्या मामांना ब्राह्मणाने मंडपात बोलवले. भाऊरावमामा, मामी आणि तिकडच्या सर्व मंडळींनी

त्यांच्याप्रमाणे चांगले कार्य पार पाडून आमच्या सर्व मंडळींचा यथेच्छ मानपान केला. मग निघताना गुलाल लावून सर्वांची गळाभेट घेतली. मुलीची नवीन घरी रवानगी, ही तिच्याकडील सर्व मंडळींच्या डोळ्यात तरळताना दिसत होती. इतकी वर्षे प्रेमाने जपलेले नाजूक असे फूल अचानक एके दिवशी कोणाच्या हातात द्यावे लागते, तेव्हा समोरील व्यक्ती कितीही चांगली असो, पोरीचे कल्याण होणार, हे माहिती असते; पण आता आतापर्यंत अंगणात बागडणारे आपले फुलपाखरू, आपल्या पोटचा गोळा आता परका होणार, आमचा हक्क राहणार नाही, या विचारांनी डोळ्यात गंगा-जमुना उभ्याच राहतात. कितीही रडायचे नाही असे ठरवले, तरीही मुलीकडच्यांना ते थोपवणे शक्यच नसते.

प्रथेप्रमाणे आम्हा दोघां नवदांपत्याचे पाय धुतले गेले. मुलगी जाण्याचे दुःख आणि ती पुढे संसारात सुखी होईल, या दोन्ही भावना त्यांच्या अश्रूत सामावल्या होत्या. सर्वांनी अश्रूभरल्या डोळ्यांनी आम्हाला निरोप दिला तसे आम्ही गारेगावाच्या वाटेने पुढे जाऊ लागलो. सकाळी अकराच्या सुमारास निघून आम्ही संध्याकाळी चार-पाच वाजेपर्यंत घरी येऊन पोहोचलो. सर्वात आधी प्रथेप्रमाणे मारुतीच्या मंदिराजवळ गाडी नेऊन हनुमंताचे दर्शन घेऊन आम्ही दोघांनी समोर बसलेल्या आजोबांना नमस्कार केला. आजोबा जनाबाईला डोळे भरून न्याहाळत होते. त्यांनी दोन्ही हातांनी आम्हाला आशीर्वाद दिला. त्यांचे स्वप्न होते, माझा सुखी संसार त्यांच्या डोळ्यासमोर सुरू व्हावा. मला सुयोग्य जोडीदार मिळावा, अशी त्यांची अपेक्षा होती. आज त्यांच्या मनासारखे झाल्याचा आनंद, समाधान, आत्मिक शांती या भावछटा त्यांच्या चेहऱ्यावर ओसंडून वाहताना दिसत होत्या. माझ्या लग्नातील माझ्यासाठीचा सर्वात सुखावून जाणारा जबरा क्षण हाच होता. तो मी मनोमन डोळ्यात साठवत होतो.

लग्नसराईमुळे त्या दिवशी सर्व मंडळींना थकवा जाणवत होता. त्यामुळे संध्याकाळी लवकर जेवण करून सर्व जण लवकर झोपले. दुसऱ्या दिवशी गाव पंगत होती. आमच्याकडे नित्याचे जेवण झाले आणि आमच्या गावातून रात्री आमची मिरवणूक निघाली. आमच्यासाठी बैलगाडीवर बसण्याची सोय केली होती. वरमाया आमच्या मागून पायी येत होत्या. गावातल्या सर्व घरातील स्त्रियांनी आम्हाला ओवाळले, साधारण रात्री एक वाजेपर्यंत कार्यक्रम सुरू होता. जुन्या काळात नवरा-नवरीची सर्वांना ओळख करून देण्यासाठी अशी प्रथा होती. त्यासाठी संपूर्ण गावात दिव्यांच्या झगमगटात नवदांपत्यांची वरात निघत असे. गावातील सर्व मंडळी ते पाहण्यासाठी जमत. त्यांना आशीर्वाद देत असत. तरुण

मंडळी, लहान मुले यांचा उत्साह ओसंडून वाहत असे. संपूर्ण गाव या सोहळ्यात, या वरातीत सहभागी होऊन दांपत्यांना भावी आयुष्यासाठी शुभेच्छा देई.

दुसऱ्या दिवशी नवरी मुलीच्या माहेरचे लोक आले होते आणि त्याच दिवशी तिला दोन दिवसांसाठी घेऊन गेले. दोन दिवसांनी बापू आपल्या सुनेला घरी परत घेऊन आले. अशी त्याकाळची प्रथा असायची. लग्न झाल्यावर काही महिने जावई किंवा त्याच्या घरचे गेले की त्यांचा मानपान करायचा असतो. आपल्या संस्कृतीत या खूप वेगवेगळ्या प्रथा आहेत. एकमेकांची ओळख, गावातील सर्वांसोबत तोंडओळख, मोठ्यांचा आशीर्वाद, दोन्ही घरातील व्यक्तींचा योग्य मानपान यासारख्या विविध परंपरानी समृद्ध अशी आपली भारतीय संस्कृती आहे.

जनाबाईला संसार करताना पुढे सासू-सासरे, आजेसासरे यांच्यातच वेळ घालवावा लागणार असल्याने या विधी, परंपरा, मान-सन्मान या गोष्टी सगळ्या मोठ्या लोकांकडून शिकायला मिळणार होत्या. आईचा स्वभाव कणखर होता, तितकाच मवाळपण होता. बाकीच्या संसारातील गोष्टी सौम्य असणार आहेत की नाही हे पुढे येणारा काळच ठरवणार होता. एका आठवड्याच्या आत सत्यनारायणाची पूजा आटोपली. आजपर्यंत वेगळे झाल्यापासून श्रावण महिन्यात सत्यनारायण कधीच चुकत नसे. आज आमच्या हातून सत्यनारायणाची पूजा झाली. आई-वडील यांना जे योग्य वाटत होते, ते रीतीरिवाजाप्रमाणे यथासांग घडत होते; पण मी मात्र मनातून अस्वस्थ होतो. मला तोच एक विचार भेडसावत होता की मला शोभणारा जोडीदार मिळाला नाही. मित्रपरिवार मला हिणवेल म्हणून माझ्या मनावर प्रचंड दडपण आले होते आणि त्यामुळे मी गावात मित्रांबरोबर बसणे, उठणे जवळजवळ बंदच केले. एक प्रकारची हार स्वीकारत मी मनातून उदास झालो होतो. मनातील काहूराचे, नकारात्मक विचारांचे कसे काय निराकरण करू हे समजत नव्हते. कधीकधी मन ज्या गोष्टी अस्तित्वात नाहीत, त्यांचाही विनाकारण विचार करत बसते.

जूनमध्ये पावसाळ्याला सुरुवात होणार होती. गुरांचा चारा एका गोदामात भरून ठेवावा लागत असे. पावसाळ्यात गुरांचा चारा कमी पडायला नको म्हणून तजवीज करून ठेवला जाई. हिरवा चारा सप्टेंबरच्या पुढे देता येई. जर गुरांना मुबलक चारा नसेल, तर त्यांच्या तब्येतीवर परिणाम होतो आणि परिणामी दूध कमी होते, कधी कधी तर आटतेच. आपण मनुष्य तरी आपल्या खाण्या-पिण्याची तजवीज कशीही करतो; पण ते मुके जनावर, जाणार तरी कुठे? एव्हाना आजोबांचे वय खूप झालेले, त्यामुळे त्यांच्या एकंदर सर्वच गोष्टींवर परिणाम जाणवत होता.

शरीर आता खूप थकलेले, दिसायलापण कमी झालेले, अंगात आधीसारखी ताकद राहिली नव्हती. यामुळे त्यांचे फिरणे थोडे कमी होऊ लागले. त्यांना आधीसारखे नीट जेवणदेखील जाईनासे झाले. अशाही परिस्थितीत त्यांचे पिणे नित्यपणे सुरूच होते. हे व्यसन इतके वाईट असते ना! कितीही माहिती असो हे वाईट आहे, पण सोडू शकत नाही. त्यामुळे मज्जा म्हणून, दुःख म्हणून किंवा त्रास म्हणून कधीच दारूला स्पर्श करू नये. एकदा का माणूस व्यसनाच्या आहारी गेला की त्यातून बाहेर पडणे अवघडच असते.

माझ्या लग्नात मिळालेला जो बुश रेडिओ होता, त्यात थोडा बिघाड झाला होता म्हणून तो नीट करून आणायचा होता. बुश रेडिओची एजन्सी मालेगावला नानावटी यांच्याकडे होती. त्यांच्याकडे घेऊन गेलो. नाममात्र बिघाड असल्याने त्यांनी लगेच दुरुस्ती करून दिली. नानावटींच्या एजन्सीच्या बाजूला त्यांचे स्वतःचे एक मेडिकल स्टोअर होते. मोकळ्या जागेत वयस्कर व्यक्ती बसली होती, त्यांनीच ते दुकान चालू केले होते. त्या व्यक्तीने माझ्याकडे बघितले. मी जवळ जाऊन त्यांची आपुलकीने विचारपूस केली. त्यांनीपण माझी माहिती विचारली, मी सांगितले की माझे आताच लग्न झाले. हा रेडिओ लग्नातला आहे. असे सांगितल्यावर त्यांनी माझी इतर चौकशी केली आणि नोकरी करशील का? म्हणून विचारले. माझा मोठा मुलगा मनमाडला राहतो, तोपण मेडिकल चालवतो. मनमाडला त्याला गॅस एजन्सी घ्यायची आहे. त्यासाठी विश्वासू मुलगा पाहिजे. तू जर तयार असशील, तर त्याला तसे कळवतो. मी लगेच 'हो' म्हटले. मी होकार देऊन तेथून निघालो. मग मनात विचारांचे तुफान उठले. त्यांना 'हो' तर मी आधीच म्हणून बसलो होतो. नानावटींनी ओळखीच्या व्यक्तीचे शिफारस पत्र मागितले. मी मनात विचार चालू केला, कोणाकडून बर लिहून आणावे? संधी खूपच चांगली होती आणि अनायासे समोर आलेली, मला ती गमवायची नव्हती. त्या संधीमध्ये मी माझ्या वडिलांचे स्वप्न, माझ्या घरादाराची भरभराट पाहत होतो. खूप दिवसांच्या प्रतीक्षेनंतर आलेली ही संधी मी तर सोडणारच नव्हतो, त्याबाबत मी अगदी ठाम होतो.

माझ्याबरोबर माझ्या सरू आत्याच्या मुलीचे यजमान होते. म्हणजेच तापाबाईचे मिस्टर, ते दाभाडी येथे कारखान्यात कामाला होते. ते माझ्यापेक्षा मोठे होते. त्यांचे लग्न झाल्यापासूनच आमच्याकडे त्यांचे येणे-जाणे होते. त्यांच्या मनमिळावू स्वभावामुळे आमच्यात आपुलकी निर्माण झाली होती. ते जावई म्हणून कधी त्या थाटात वावरत नसत, खूप आपलेसे वाटायचे. त्यांच्याशी वागताना कधी दडपण वाटत नसे. ते नात्यापेक्षा मित्रत्वाने आमच्याशी घट्ट राहिले. काही

नाती असतातच अशी, कायम हवीहवीशी वाटणारी. कारण त्यांच्यातील सच्चेपणा आपल्याला त्यांच्यापर्यंत ओढून नेत असतो. त्यांनी नोकरीचा प्रस्ताव आल्याचे कळल्यावर अत्याधिक हर्षाने मला मिठी मारली; पण माझ्या चेहऱ्यावर प्रश्न दिसत होते, मनातील वादळ चेहऱ्यावर जाणवत होते. त्यांनी विचारलं, "का रे खुश नाही झालास का?" त्यावर मी म्हणालो, "त्यांनी चिठ्ठी आणायला सांगितली आहे." मग माझी चाललेली घालमेल ओळखून मला धीर देत ते म्हणाले की "अरे इतकंच ना! आपण लगेच आण्णांकडे जाऊन त्यांची चिठ्ठी घेऊन येऊ, तू काळजी करू नको, तुझं काम फिक्स झालंच म्हणून समज." आण्णा म्हणजे त्यांचे मोठे बंधू. त्या दोघांचे एकाच मांडवात लग्न झालेले. मोठे बंधू त्यांच्या शब्दांचा मान राखत असत. आम्ही घरी जाऊन वडिलांना आणि आजोबांना घडलेला प्रकार सांगितला. बापूंना खूपच आनंद झाला, त्यांचे अनेक वर्षांपासूनचे स्वप्न साकार होणार होते. त्यांनी नंतर आईजवळ बोलून दाखवले, माझी सून 'लक्ष्मी' आहे. तिने घरात पाय ठेवला आणि त्याचे नशीब जागे झाले. उत्तम आप्पा कापडणीस यांनी तर कहरच केला. ते स्पष्टपणे सर्वांसमोर म्हणाले की, 'नोकरीसाठी फिर फिर फिरत होतास, माझी बहीण घरात आली आणि तुला नोकरी मिळाली. तू तर तिच्या पायाच पडायला पाहिजे. माझी बहीण लक्ष्मी आहे लक्ष्मी.' हे ऐकून कुठेतरी माझा स्वाभिमान दुखत होता; पण काही अंशी घटना अशा घडल्या की त्याला तो एकच आधार होता. काय तो लग्नातील रेडिओ बिघडावा? आणि काय ते मालेगावी जाणे व्हावे? तिथे ते आजोबा भेटणे, त्यांनी अनायासे मलाच विचारणे. सगळे काही चित्रपटाच्या कथेनुसार आणि विशेष म्हणजे रेडिओमध्येपण फारसा बिघाड नव्हताच, म्हणजे जणू देवाने हे सारे घडवून आणले होते आणि जनाबाईची पुण्याई माझ्यासोबत जोडली गेली.

खरेच तिच्या येण्याने मी माझ्या आयुष्यातील अशक्य गोष्टी मिळवत गेलो. खरेच ती माझी लक्ष्मी आहे; पण त्या काळात माझी बुद्धी ते मान्यच करायला तयार नव्हती. आता त्याचा विचार आला तरी हसू येते. बालिशपणात गोष्टी कळतात, पण वळत नसतात किंवा त्या समजूनच घ्यायच्या नसतात, हे तसेच काहीसे होते. मी दामू आण्णा यांच्याकडून चिठ्ठी लिहून घेऊन नानावटी यांना दिली. लगेच त्यांनी मनमाडला ट्रंक कॉल केला. पाच मिनिटात रिप्लाय आला. त्यांचे मुलाशी बोलणे झाले. त्यांचा मुलगापण माझ्या होकाराचीच वाट पाहत होता. त्यांनी कागदोपत्री लागणारी सर्व तयारी पूर्ण करून ठेवलेली होती. जसा माणूस फिक्स होईल, तसे पुढचे काम लगेचच चालू करता येईल, असे त्यांनी ठरवले होते. दोन दिवसात

तुला कपडे, तुझे आवश्यक सामान घेऊन मनमाडला जायचे आहे, तिकडून तुला मुंबईला दीड महिन्याच्या कोर्ससाठी पाठवले जाईल, तो खर्च आम्ही देऊ. ट्रेनिंग झाले की पगार फिक्स करू, असे सांगितल्यावर मला अतिशय आनंद झाला.

मी कधीच साधे नाशिकपर्यंत देखील गेलो नव्हतो आणि आज दुसऱ्याच क्षणाला मी मुंबईला जाणार होतो. या नुसत्या कल्पनेनेच मी भारावून गेलो. तडक परत घरी आलो. मला दोन दिवसात आवरून मुंबईला निघायचे आहे, नोकरी पक्की झाली हे ऐकल्यावर सर्वांना आनंद झाला. मी ठरल्याप्रमाणे पहिले मनमाडला पोहोचलो. माझ्याबरोबर सिनियर रिटायर पोस्टमास्तर येणार होते. तेदेखील त्याच ठिकाणी मॅनेजर म्हणून कामाला होते. त्यांचे बरेच नातेवाईक दादरला राहत. त्यांना चितळे नाना म्हणत. त्यांनी मला विचारले की, 'तू कुठे, कुठे फिरला आहेस?' त्यावर मी स्पष्ट सांगितले, "मी मालेगावशिवाय कुठेही गेलो नाही" हे ऐकल्यावर त्यांनी मला परत विचारले, "तू ट्रेनमध्ये कधी बसला आहेस का?" त्यांनी मुद्दाम फिरकी घेतली. मी सांगितले की ट्रेनमध्ये बसणे सोडा, मी ट्रेन बघितलीसुद्धा नाही. तेसुद्धा हसू लागले आणि धीर देत बोलले, "काही काळजी करू नकोस, मला तरी आधी कुठे काय माहीत होते! आपोआप सगळं माहित होत रे. पाण्यात पडल्यावर नाही का आपोआप पोहायला जमतं तसंच असतं रे." त्यांचा स्वभाव विनोदी आणि हसतमुख होता. आपल्याला रात्री साडेदहाला दादर पॅसेंजरने जायचे आहे, तसे आधीच त्यांनी रिझर्वेशन करून ठेवले होते.

खरेच माझ्या आयुष्यात मला देवासारखी माणसे भेटत गेली त्यातून मला माझ्या आयुष्यातील संकटाना तोंड द्यायची ताकद मिळत गेली. त्याबद्दल मी देवाचा सदैव आभारी आहे. ठरल्याप्रमाणे आम्ही मनमाडला पोहचलो, मग तेथून माझ्या आयुष्यातील पहिला ट्रेनमधला प्रवास सुरू झाला. ती ट्रेन जणू मला सांगत होती, 'अरे लेका, या रेल्वे प्रमाणेच तुझं नशीबपण सुसाट वेग धरत आहे. तूदेखील नवीन दिशेला प्रगतीपथावर मार्गस्थ होत आहे.' मला नोकरी मिळत होती, तेपण कोणापुढे हात न पसरता. माझ्या आयुष्याची नवीन सुरुवात खूपच स्वप्नमय होत होती. मी ठरवलेले ते सगळे योग्य वेळी देव घडवून आणत होता. जणू मी काढलेला शब्दच त्याने झेलावा. मी अंतर्मनातून खूप खुश होतो आणि भविष्याच्या नवनवीन कल्पना रेखाटत होतो. या विचारांच्या शृंखलेत पाच तास कसे गेले कळलेच नाही आणि आमची ट्रेन सकाळी सहापर्यंत दादर स्टेशनला पोहोचली. गावातून थेट मुंबईला येणे, हा प्रवास माझ्यासाठी नवीन आणि अकल्पित होता. मी आजूबाजूला खूप नवलाईने पाहत होतो. गाव आणि शहर यांची तुलना आपसूक

मनात येई. मुंबई हे लोकांचे स्वप्न असते. इथे येण्यासाठी लोक खूप मेहनत घेतात आणि इथे आल्यावरपण टिकून राहण्यासाठी जीवघेणा संघर्ष करावा लागतो; पण मला विनासायास येता आले. शिवाय माझी राहण्याची आणि खाण्याची सोयसुद्धा निश्चित झाली होती.

मी माझे सामान घेऊन चितळे नानांबरोबर चालत निघालो. तेथे समुद्र किनाऱ्यापासून जवळच दादरला चितळे नानांचे नातेवाईक राहत. त्यांच्याकडे जाऊन पडवीत बसलो. थोड्या वेळाने त्यांनी मला चहा दिला. चितळे नानांना सकाळी नऊला निघून माझी राहण्याची सोय करायची होती. आम्ही दोघेही रानडे रोडवर श्रीराम लॉजमध्ये येऊन थांबलो. स्वतंत्र रुमपासून ते कॉट बेसेसवर राहण्याची सोय होती. आम्ही संगनमताने कॉट बेसिस निवडले, कारण इथे मी एकटाच होतो, प्रश्न फक्त रात्री पाठ टेकवायचा तर होता. माझा दिवस कामात जाणार होता, मग उगाच कशाला व्यर्थ पैसे घालवायचे? मला पहिल्या मजल्यावर जिना चढल्या चढल्या पहिलीच कॉट मिळाली. त्या मजल्यावर पंधरा कॉट होत्या. मग नानांनी दीड-दोन महिन्यांसाठी लॉज बुक केले. चितळे नाना त्या कंपनीमध्ये मॅनेजर असल्याने कंपनीने त्यांच्याजवळ माझ्या राहण्याचे आणि खाण्याचे पैसे दिले होते. त्यांनी त्यातून माझे एका महिन्याचे भाडे ॲडवान्स देऊन माझ्याजवळ हजार पंधराशे रुपये ठेवले.

बाकी एजन्सीच्या कामासाठी गॅस कंपनीचे ऑफिस शोधत ताडदेवला गेलो. 'येसो गॅस' असा त्याचा ब्रँड होता. कागदपत्रांची पूर्ती पूर्ण केल्यावर फिटरची नियुक्ती महत्त्वाची असल्याने त्याला संपूर्ण ट्रेनिंग झाल्यानंतरच गॅस एजेन्सी चालू करता येत होती. कंपनीच्या अधिकारात ताडदेव स्पेअर आणि गॅस पाईपलाइनचे साहित्य होते. सुरवातीपासून शेवटपर्यंत कुठे कुठे जायचे? याची त्यांनी कागदावर लिस्ट करून दिली आणि सिनियर फिटरच्या हाताखाली शिकावे लागेल, असे सांगितले. चितळे नाना साधारण आठ दिवस माझ्याबरोबर राहिले. सुट्टीच्या दिवशी त्यांनी मला मुंबईतली महत्त्वाची ठिकाणे दाखवली. त्यात राणीचा बाग, म्हातारीचा बूट, इंडिया गेट, काळाघोडा, ताज हॉटेल लांबून बघितले. सचिवालय, गिरगाव चौपाटी, मत्स्यालय हेदेखील बघितले. जाताना कधी लोकल, तर कधी बसने जात असताना जे काही डोळ्यांनी दिसत होते, ते सर्व मी माझ्या डोळ्यात सामावून घेत होतो. मला काहीही पाहण्यासारखे असेल, तर नाना मला ते बोटाने दाखवून सांगत असत. मला लहानपणासारखी गंमत वाटत होती. समोर दिसणारी मुंबई अवाढव्य होती, नजरेत न मावणारी. मुंबईत आल्यावर माणसांची स्वप्ने का

मोठी होत असावीत? या प्रश्नाचे उत्तर म्हणजे ही मुंबई, यात मला कोणतीच शंका नाही.

जनाबाईंचा पायगुण म्हणा किंवा रेडिओ नादुरुस्त असण्याचा योग म्हणा, आता आलेला योग जुळून आला नसता, तर मला मात्र मुंबई जवळून बघता आली नसती आणि इथे राहण्याचा योग आला नसता. दुसऱ्या दिवसापासून मी ट्रेनिंगसाठी ताडदेव, विलेपार्ले, गोरेगाव अशा चार ठिकाणी वेगवेगळी ट्रेनिंग, गॅस शेगड्या असेंबल करण्यापासून, सिलेंडर, रेग्युलेटर ऑपरेट करणे शिकत गेलो. म्हणावे तसे हे सोपे गेले. मोठ्या हॉटेलवर लहान घरगुती सिलेंडर नसतात, त्यांना सहा फूट उंचीचे हाय प्रेशर सिलेंडर लागतात. त्याची फिटिंग थोडी अवघड होती. पाईपच्या ट्रेनिंगपासून जॉईंट करण्यापर्यंत सर्व काळजीपूर्वक करावे लागत असे. सेफ्टी वॉल ते जॉईंट केलेले पाईप लिक्विडने कुठे लीक नाही ना? ही सर्व काळजी घेतली जायची. हे संपल्यावर सर्व्हिस विभाग असे. कुटून कंप्लेंट केली की त्या पत्त्यावर पोहोचणे गरजेचे असायचे.

सर्व्हिस कार्डवर सर्व्हिस झाल्यावर काऊंटरवर सही घेतली जाई. त्यावेळेला काऊंटरवर आपुलकीने चहा-पाण्याविषयी थंड-गरम विचारले जायचे. मग हवे ते घेत आम्ही बाहेर पडत होतो. प्रत्येक विभागात मला दहा-बारा दिवसांसाठी जावे लागत होते. त्या वेळी मुंबईला भरपूर पाऊस पडलेला पाहिला. बहुतेक प्रवास हा लोकलनेच केला. माझ्याकडे रेनकोट नव्हता ना छत्री! कधी कधी मी पावसात चिंब भिजत जायचो; पण हवा दमट लोकलमध्ये दरवाजात थांबल्याने आपोआप कपडे वाळत असायचे. लॉजपासून थोड्या अंतरावरच उडपीच्या हॉटेलात राईसप्लेट मिळायची. पाच पुऱ्या, डाळ, दही, रसम आणि सुकी भाजी. हॉटेलमध्ये रात्रीचे जेवण होत असे. सकाळी कामावार जात असताना दही-मिसळ किंवा पुरी-भाजी खाऊन जायचो. साडेपाचपर्यंत मी लॉजवर परत यायचो. तिकडे आल्यावर खाली मोठी मोकळी जागा होती. त्याच ठिकाणी कॉट बेसिसवर राहणारे सर्व मेंबर कपडे धुण्यासाठी यायचे, त्यामुळे त्यांच्या वेळेपर्यंत सर्व कामे मी आटपून घेत असे.

मी इकडे 'जिवाची मुंबई' करायला आलो खरा, पण बदलत्या हवामानाचा भयंकर त्रास जाणवायला लागला. मुंबईला प्रचंड उकाडा आणि त्यात मी गावाकडचा माणूस म्हणजे एकदम शुद्ध हवेत जगलेला, त्या उकाड्याने अक्षरशः घामाच्या धारा लागल्या. मला तर दोन वेळा अंघोळ केल्याशिवाय जमतच नसे. नंतर हळूहळू मला त्या वातावरणाची सवय होऊन गेली.

तसेही माणूस हा परिवर्तनशील प्राणी आहे, कोणत्याही वातावरणात स्वतःला

झोकून देणे त्याला सहज जमते. काम संपले की अंघोळ करून, कपडे बदलून माझ्या राहत्या ठिकाणापासून एक किलोमीटर अंतरावर दादर चौपाटी होती, तिथे जाऊन पंचवीस पैसे देऊन लहान दगडी भिंतीवर खारे शेंगदाणे-फुटाणे घेऊन खात मी बसे. खाता खाता मी आजूबाजूचे निरीक्षण करत असे. कोण कसे राहते? कोण कसे बोलते? लोक कशी वागतात? त्याठिकाणी वेगवेगळ्या पेहरावात स्त्री, पुरुष, मुले, मुली बघून मला वेगळ्या जगात असल्यासारखे भासायचे. तिथली संस्कृती पाश्चात्त्याकडे झुकलेली जाणवायची; पण बोलणे मात्र आपल्यासारखेच होते. बरीच मंडळी अशीच माझ्यासारखी गावाकडून आलेली होती; पण हळूहळू त्यांच्या पेहरावातील बदल, आलेला मोकळेपणा दिसू लागायचा. प्रत्येक जण नवीन गोष्टी आत्मसात करू पाहत होता. नाहीतरी मुंबई आहेच अशी. स्वप्नांची नगरी. इथे येणारा प्रत्येक मनुष्य मुंबईच्या साच्यात परफेक्ट बसत असतो. मुंबई त्याला आपल्यात सामावून घेते. एकंदर सगळे मस्त सुरू होते, मीसुद्धा तेथील वातावरणात बऱ्यापैकी रुळायला लागलो होतो. चौपाटीवर जाणे, तेथील निरीक्षण करणे, हा माझा रोजचाच क्रम बनला होता. घडलेल्या सर्व गोष्टी, येथील गमतीजमती, नावीन्य मी ते सर्व लिहून पोस्टकार्डने गावी बापूंना वेळच्यावेळी कळवत होते.

एके दिवशी मी दगडी लहान भिंतीवर टेकून बसलो असताना टोपी घातलेली एक व्यक्ती माझ्या शेजारी येऊन माझी विचारपूस करू लागली. त्यांनी विचारलेल्या प्रश्नांची उत्तरे देत मी त्यांना कुठून आलो? काय करतो वगैरे अशी सर्व माहिती दिल्यावर त्यांनी माझ्या पाठीवर हात ठेवून कौतुकाने म्हटले की, 'कुठे गारेगाव आणि कुठे मुंबई? तू मुंबईला एकटा राहतोस याचे अप्रूप वाटते,' असे म्हणून माझे खूप कौतुक केले. ते खाकुर्डीचे ठाकरे होते. त्यांच्या आईला लिव्हरचा कॅन्सर होता. तिला टाटा कॅन्सर हॉस्पिटलमध्ये ठेवले होते. त्यांचा लहान भाऊ, बहीणदेखील बरोबर आले होते. ते सर्व हॉस्पिटलमध्ये पेशंटसाठी असलेल्या लहानशा खोलीत जी व्यवस्था होती, ते त्याच ठिकाणी जेवण बनवत आणि तिथेच वेळ घालवत होते. माझी त्या दोघांबरोबरदेखील ओळख झाली. थोड्या दिवसात त्यांना खाकुर्डीला परत जायचे होते. त्या दिवशी बऱ्याच दिवसांनी पिठले-भाकर खायला मिळाली. दोन दिवसाआड त्यांच्याकडे मी जाऊन येत असे. आई, भाऊ, बहीण या सगळ्यांना माझ्या येण्याने बरे वाटायचे. त्यांना मी आल्यावर आपण या मोठ्या शहरात एकटे नाही, अशी जाणीव व्हायची. माझादेखील त्यांच्याबरोबर जिव्हाळा वाढला होता. एका अनोळखी शहरात ओळखीची आपली माणसे भेटल्यासारखे

वाटत होते.

पाहता पाहता माझा कोर्सचा टाईम पूर्ण होण्याच्या मार्गावर होता. मी चार दिवसांत गावी निघणार आहे, हे कळाल्यावर त्या दोन्ही भावंडांनीपण घरी जाण्याचा निर्णय घेतला. कारण आईच्या तब्येतीत काहीच फरक पडत नाही, हे बघितल्यावर इथे राहून काय उपयोग? असे त्यांना वाटू लागले. आम्ही दादर स्टेशनवरून मनमाडकडे जाणाऱ्या जनरल बोगीत प्रवेश केला. सीट मिळाले नाही; पण खाली बसायला सर्वांना जागा मिळाली. पहाटेच्या वेळी त्यांना मनमाड स्टेशनवर टॅक्सीत बसून मालेगावी रवाना केले आणि मी माझ्या पुढच्या प्रवासाला लागलो. सुरुवातीला रेल्वेत प्रवास करायला नवीन असलेला मी आता रेल्वे प्रवासात सवयीने तरबेज झालो होतो.

मी स्टेशनला हँडबॅग आणि नवीन छत्री घेतली. जागरणामुळे बॅग आणि छत्री मानेखाली घेऊन एका कोपऱ्यात मनमाड स्टेशनवर झोपी गेलो. सकाळी उठलो तर मानेखालची छत्री गायब झाली होती. मी म्हटले, 'जाऊ दे, माझ्यापेक्षा कोण्या गरजूला देवाने माझ्याकडून भेट दिली असेल.' माझ्याकडे जे होते ते काहीतरी कारणासाठीच होते. या स्वभावामुळे मी हरवलेल्या छत्रीचा फार विचार न करता नानावटी यांच्याकडे गेलो. त्यांना सर्व सांगितले, 'मला दोन दिवसांची सुट्टी द्या, मला आई-वडिलांना भेटून यायचं आहे.' त्यावेळेला चितळे नानापण समोर बसले होते. मी दुपारच्या गाडीने मालेगाव-खाकुर्डीपर्यंत पोहोचून तिथून पाच किलोमीटर गावी चालत माझ्या घरी पोहोचलो. त्यावेळी वाहतुकीची इतकी व्यवस्था नव्हती. त्यामुळे चालणे जास्त व्हायचे आणि मुळातच लहानपणापासून चालण्याची सवय होतीच. कष्टातच मोठा झालेला होतो, त्यामुळे हे कष्ट साधारण वाटायचे.

संध्याकाळचे चार वाजले होते. मी जाऊन आईच्या मांडीवर डोके ठेवले, आईच्या कुशीत मायेचा सागर असतो. त्या माऊलीच्या कुशीत डोके ठेवल्यावर भक्ताला देवाच्या चरणाशी जसा अनुभव येतो तसे वाटत होते. दीड महिन्याचा त्रास, ओढाताण आणि चिंता सगळे सगळे गायब झाल्यासारखे वाटत होते. तिने मायेने डोक्यावरून हात फिरवला. जणू देवाने भक्ताला आशीर्वाद द्यावा. दीड महिना बाहेर गेल्यावर आपलेपणा काय असतो? ते कळाले होते.

घरच्यांचा निरोप घेऊन मी दोन दिवसात मनमाडला जाण्यास निघालो. ऑफिसमध्ये चितळे नाना बसले होते. मी आल्यावर त्यांना बरे वाटले. माझ्या नवीन कामाची ऑफिशियली सुरुवात झाली. माझ्यात नवीन उमेद होती, मला माझ्यातील धमक दाखवायची होती. त्यामुळे मी खूप जोमाने काम करत होतो.

नवीन कनेक्शन जोडण्यासाठी मला सर्व साहित्य घेऊन एकट्याने पाठवू लागले. गॅस सिलेंडर त्यावेळी एकोणीस किलोचे होते, ते एकट्याने उचलायचे फार कठीण होते. कंपनीच्या नियमाप्रमाणे गॅस जोडणे आणि रिपेरिंगची सर्व कामे करणे, अशी जबाबदारी मेकॅनिककडे असायची आणि सिलेंडर उचलणे हे हेल्परचे काम होते; पण दोन्ही कामे माझ्याकडून करून घेतल्यामुळे माझ्या तब्येतीला ते झेपेनासे झाले. पहिल्यापासूनच मला जड वजन उचलले की पोटदुखीचा त्रास व्हायचा आणि आता जर घर खालच्या मजल्यावर असले तर दिवसातून पाच-सहा सिलेंडर कसे तरी ढकलायचो; पण दोन-तीन मजल्यावर चढवणे अवघड होऊ लागले. पंधरा-वीस दिवसांनी मी चितळे नानांना माझी व्यथा सांगितली. त्यांनापण ते पटत होते. परंतू त्यांचासुद्धा नाईलाज होता. कारण ते तिथे नोकरीला होते. त्यांच्या हातात काहीच नव्हते. मग मीच मनात ठरवले की महिनाभर काम केल्यावर तब्येतीचा अंदाज घेऊ, जर नाहीच झेपले तर नोकरी सोडून जाऊ, असा ठाम विचार मनाशी करून मी कंपनीला माझे मत स्पष्टच सांगितले, की मी फक्त सर्व्हिस कनेक्शन सेटिंग करू शकेन. मला सिलेंडर डिलिव्हरीसाठी तुम्हाला एक माणूस हाताखाली द्यावा लागेल. कंपनीनेपण मला स्पष्ट सांगितले, 'तुलाच हे सर्व करायचे आहे. तुला जमत असेल तर कर, नाहीतर सोडून दे. त्यांचे हे बोलणे एका अर्थाने माझ्या पथ्यावरच होते.' मी त्यांना सांगितले की, 'मला इतके अंग मेहनतीचे काम जमणारच नाही. मी कनेक्शन सेटिंग कितीही करू शकतो. मग त्या महिन्याचा पगार म्हणजे सातशे रुपये देऊन त्यांनी माझा हिशोब केला.' त्याच दिवशी मी संध्याकाळपर्यंत घरी परतलो, झालेला प्रकार घरात सांगितला. घरीही सर्व जण माझ्या बाजूने होते, त्यांनी माझ्या मतांचा आदर केला, कोणीही मला काही बोलले नाही, त्यांनी मला समजून घेतले. माझा स्वभाव मात्र सतत कार्यरत राहणारा आहे. त्यामुळे मी घरात हातावर हात ठेवून बसू शकत नव्हतो म्हणून परत पारंपरिक शेतीकडे वळलो.

जुलैपासून भरपूर पाऊस पडत होता. त्यावेळेला माझा चुलत भाऊ साहेबराव हा माझ्या मोठा चुलत्यांचा मुलगा. तो मालेगाव येथे एका ड्रायव्हरच्या ओळखीने पेट्रोल पंपावर कामाला लागला होता. शिवाजीनगर येथे पेट्रोल पंप मालक मोदी म्हणजे गुजराती होते. त्यांचा प्रीमियर गॅरेजजवळ दुसरा पंप होता, तिथे आनंदा म्हणून आर्वीचा मुलगा कामाला होता. साहेबरावने मला पत्राने कळवले की, 'तुला जर यायचे असेल तर ये. माझ्या पंपावर माणसाची गरज आहे.' मीपण त्याला पावसानंतर दिवाळी झाल्यावर येईल असे लगेच कळवले. दरम्यान आजोबा फारच खचले होते. त्यांची तब्येत खूपच खालावली होती. आता अंगात त्राणच

उरला नव्हता. ते खाटेवरूनसुद्धा उठू शकत नव्हते. तब्येतीमध्ये सुधारणा होण्याची आशा नव्हतीच. उलट दिवसेंदिवस तब्येत खालावत चालली होती. टॉयलेट सतत होत असल्याने खाटेचा भाग कट करून खाली लोखंडी पाटीत राख भरून ठेवून देत. सकाळी मी आणि जनाबाई त्यांना उचलून ओट्यावरच्या दगडावर बसवून गरम पाण्याने साबण लावून स्वच्छता करणे, अंगावरची तसेच खाटेवरची कपडे बदलून परत खाटेवर झोपवत. हे सर्व दोन्ही चुलते लांबून बघायचे; पण त्याची खंत न बाळगता मी आणि जनाबाईने आजोबांची मरेपर्यंत सेवा केली.

आजोबांचासुद्धा जनाबाईवर खूप जीव होता. मला जे कळले नव्हते ते आजोबांनी ओळखले होते. ती दिसायला माझ्या मनासारखी जरी नसली तरी माझ्या आयुष्यात प्रत्येक रिकामी जागा तीच भरू शकणारी होती. तिने कधीच सेवेला किल्स केली नाही. आईच्या हाताखाली शेतीपासून घरातील स्वयंपाक, कपडे, धुणे, भांडे ते पिण्यासाठी गाव पाणवठ्यावरून पाणी आणून मोठा माठ भरेपर्यंत सर्व कामे तिने केली. जनाबाई घरात येण्याअगोदर पाणी भरण्याचे काम मीपण केले होते. त्यामुळे त्याचे कष्ट मला माहीत आहेत. ती कोणतीही कुरकुर न करता घरातील कष्टाची कामेदेखील करत राहिली. ती जेव्हा शेतीची कामे करून संध्याकाळी घरी यायची. त्यावेळेला तिच्या अंगावरील नऊवारी साडी कामाने मळकट झालेली असायची. खोबरेल तेल न लावण्याने डोक्यावरचे केस विस्कटलेले दिसायचे. ओट्यावरच्या उघड्या मोरीत ती हातपाय धुऊन परत स्वयंपाकाला बसायची. तरीपण थकवा आल्याचे जाणवू देत नव्हती.

मी पुण्याहून येताना खाण्यासाठी आणलेले पदार्थ नेहमीप्रमाणे आईच्या हातात देत होतो. सर्व घरातील लहान-थोरांची जेवणे आटोपल्यावर आईच्या हाताने आणलेला खाऊ सर्वांना मिळत होता आणि तिचे अन् आईचे जेवण आटोपल्यावर राहिलेला खाऊ तिला मिळत असे. तिने स्वतःच्या वागण्याच्या पद्धतीने, विश्वास वाटावा अशा व्यवहाराने, सेवाभावी वृत्तीने सेवा करून सर्वांची मने जिंकली होती. दिसण्यापेक्षा स्वभावच त्या व्यक्तीचा खरा गुण असतो.

आजोबा जेव्हा हिंडून फिरून होते, तेव्हा त्यांच्याकडे काहीतरी खाण्यासाठी असायचे. आई आजूबाजूला गेली की ते जनाबाईला म्हणजे नातसूनेला त्यांच्याजवळ असलेला खाऊ देत आणि पटकन खाऊन घे म्हणून सांगत. त्यावेळी तिचे वय तसे लहानच होते, तिलाही काही खाऊ खावा असे वाटतच असेल. ती ते कोणाला बोलणार? माहेरी असती, तर आई-वडिलांकडे हट्टाने खाऊ मागितला असता; पण आता ती सासरी होती ती कोणाकडे हट्ट करणार? त्याची जाण आजोबांना होती.

थोडाफार खाऊ दिल्याचा जो आनंद होता, त्याचे स्मरण ठेवून तिनेदेखील त्यांची मनोभावे शेवटपर्यंत सेवा केली. कधी नाकातोंडावर कपडा न ठेवता आजूबाजूचा परिसर स्वच्छ करत असे. ती हे सर्व आनंदाने करत होती.

पावसाळा संपून दिवाळीच्या पाडव्यालाच आजोबांनी देह ठेवला. सर्व जुने नवीन नातेवाईक, सर्व मंडळी अंत्यविधीला होती. घरात आई, बाप्पू, भाऊ सावळाराम, सदाशिव, लहान भाऊ विजय, लहान बहीण सुलू असे सातजण आणि जनाबाई आठवी होती. आमचे कुटुंब तसे मोठेच होते. दहावा, तेराव्याचा विधी झाला. आम्ही सगळ्यांनी मुंडण केले. माझ्याकडे लग्नात घेतलेले कपडे, आधीच्या कपड्यांच्या दोन जोडी होत्याच. मग टॉवेल आणि इतर कपडेपण एका साध्या पिशवीत भरून मी घरात आई-वडिलांना सांगितले की, 'मी पुण्याला निघणार आहे. तेरावा झाल्यानंतर दोन दिवसांनी मी जाणार होतो.' आईला बाजूला घेऊन मी सांगितले की, 'जनाबाईला तुम्ही तिच्या माहेरी पाठवून द्या, मी लवकर येणार नाही.' हे ऐकून आईचा चेहरा पडला होता. ती मनातून भलत्याच विचाराने त्रस्त झाली होती. तिने मला स्पष्ट विचारले की, "तिला माहेरी पाठवणं म्हणजे काय?"

तिला मी म्हणालो, "आपल्या सर्वांनाच ती आवडली नव्हती, तर मग ठेवून काय करणार?"

आई भयानक संतापली आणि म्हणाली की, "तुला थोडीतरी लाज वाटू दे. तिची पुण्याई जेव्हा तुझ्यासोबत जोडली, तेव्हा तुझ्या नशिबाची चक्र फिरू लागली, याची तरी जाण ठेव आणि लग्न झालं, तो काय पोरखेळ वाटला का तुला? आमचं समाजात तोंड काळं होईल असं काही करू नकोस. ती जरी गेली तरी थोड्या दिवसांसाठी जाईल. नंतर माझ्याच जवळ ठेवून घेईल, माझ्या घराची लक्ष्मी आहे, माझ्या परिवाराचा भाग आहे ती."

मग मी गप्प झालो. एकाच घरातील स्त्री जेव्हा त्याच घरातील स्त्रीच्या पाठीमागे उभी राहते, तेव्हा तिच्या निर्णयावर आक्षेप घेणे चुकीचे आहे. कारण एका सासुरवाशिणीला हाच खूप मोठा आधार असतो. ज्या घरात सुनेला लक्ष्मी समजतात, त्या संस्कृतीतून मी लहानाचा मोठा झालेलो आहे. त्यामुळे आईचा निर्णय मलाही मान्य करावाच लागला.

दुसऱ्या दिवशी मी पुण्याला निघणार होतो. घरापासून ते पुणे साडे अकरा रुपये खर्च होता. मला वडिलांनी पंधरा रुपये दिले. मी पुढच्या प्रवासाला एक नवीन आशा घेऊन निघालो. मी मनाशी ठाम ठरवले होते की परमात्मा जे करतील ते मान्य. पुढे जे होईल, त्याला सामोरे जायला मी सज्ज होतो. करो किंवा मरो अशा

निश्चयाने घराबाहेर पडलो. आता काहीही झाले, कितीही त्रास पडला, कितीही कष्ट करावे लागले तरी परत माघारी फिरणे नाही. मी ज्या ठाम निश्चयाने घरातून बाहेर पडलो होतो, त्याला देवाने साथ दिली, जणू माझा एक न् एक शब्द एक न् एक इच्छा देवानेच झेलली. त्यावेळी मी मात्र पुढे बऱ्यापैकी सुरळीत होईल, अशी आशा उराशी बाळगत पुढची वाटचाल सुरू ठेवली.

त्या काळी मालेगावहून पुण्यासाठी भर पहाटे आणि सकाळी अशा दोनच एसटी बसेस होत्या. बरोबर अकरा वाजता नंदुरबार ते पुणे अशी गाडी मिळाली. माझा पुढील आयुष्याचा प्रवास तिथून सुरू झाला. एसटीत भरपूर गर्दी असल्याकारणाने मला मनमाडपर्यंत जागा मिळाली नाही; पण मनमाडपासून पुण्यापर्यंत बसण्यास जागा मिळाली. पूर्वी सिंगल रस्ता असल्याने पुण्याचा प्रवास म्हणजे मालेगाव ते पुणे आठ तासापेक्षा जास्त वेळ लागत असे. बस प्रवासात दोन ठिकाणी जास्त वेळ गाडी थांबत असे.

रात्री आठ- साडेआठ दरम्यान मी शिवाजीनगर बस स्टँडला उतरलो. तिकडून पाच मिनिटे पायी चालून गेल्यावर पंप होता. साहेबराव त्यावेळी ड्युटीवरच होता, त्या पंपावर तो सध्या एकटाच होता. रात्री साडेनऊ-दहापर्यंत पंप बंद करून पंपावरच एक केबिन होती, त्यात तो झोपत असे. दहा वाजता आम्ही उडपीच्या हॉटेलमध्ये पुरी भाजी, वडे घेऊन पोटभर खाल्ले. सकाळपासून उपाशी असल्याने आणि त्यात बसचा प्रवास घडल्याने मला पित्त झाले आणि डोके दुखू लागले होते म्हणून तेथून जेवून केबिनमध्ये आल्यावर मला गाढ झोप लागली. सकाळ झाल्यावर तोंडावर पाणी मारून फ्रेश होऊन आम्ही दोघेही चहासाठी गेलो. चहा घेता घेता साहेबराव मला सांगत होता की, 'पंपाचा मालक गुजराती आहे. त्यांचे नाव 'मोटा भाई' आहे. ते आज पंपावर आले आहे.' मग पंपावर गेल्यावर साहेबरावने त्यांना हा माझा भाऊ म्हणून माझी ओळख करून दिली. मी पुण्यात कामाच्या शोधात आलो आहे, असे सांगितले. मोटा भाई बोलले की आपल्याला माणसांची गरजच आहे, तुम्ही दोघेही राहा, असे सांगून ते त्यांची फियाट कार घेऊन काही कामाने निघून गेले.

पंपाकडून दोन्ही बाजूने रोड जात असल्याने पंपावर जागा तशी कमीच होती. त्यामुळे पंपावर असणाऱ्या सुविधाही कमी होत्या. फक्त कॉर्पोरेशनचा पाण्याचा नळ होता, त्याच्याखाली मोठे बॅरल ठेवून गाड्यांसाठी पाणी भरून ठेवत असत. साहेबराव आणि मी, आम्ही दोघेच पंपावर राहत होतो. केबिनमध्येच झोपत होतो. केबिन लहान होते. त्यात दोन टेबल ठेवलेले असायचे. त्यामुळे बाहेरच्या माणसाला केबिनमध्ये तो झोपलेला दिसत नसे. मी दरवाजासमोर झोपल्याने

बाहेरील लाईटमुळे आत स्पष्ट दिसत असायचो. रात्री किंवा पहाटे पेट्रोल, डिझेल संपलेली गाडी ढकलून आणलेली माणसे यायची. ते अगोदरच त्रासलेले असल्याने दरवाजा वाजवून आवाज देत. त्यांना पेट्रोल किंवा डिझेल देणे भाग होते म्हणून मीच उठून पेट्रोल, डिझेल द्यायचो. टॉयलेट नसल्याने समोर हॉटिलच्या टॉयलेटमध्ये पहाटेच जाऊन येत असे आणि अंधारात नळाचे पाणी चालू झाल्यावर थंड पाण्याने अंघोळ आटोपून घ्यायचो. ही महत्त्वाची दोन कामे अंधारात उरकल्यावर दिवसभर कामाचे टेन्शन नसायचे.

पूर्वी वाहने फार तुरळक असायची. कार, ट्रक, स्कूटर, मोटार, सायकल यांनाच प्राधान्य होते. पुण्यात त्यावेळी रिक्षा खूप होत्या, पण ऑईल मिक्स पेट्रोल विकण्यात शेठ लोकांना महत्त्वाचे वाटत नसे. त्याला कारण असे की महाराष्ट्रातील जी शेतकी कॉलेज होती, त्यांच्याकडे वाहने म्हणजे मोठे बसेस असायच्या. महिंद्राच्या जीप, काही प्रमाणात ट्रकसुद्धा होत्या. त्या सर्व कॉलेजेसना महिन्याचे उधारीने पेट्रोल-डिझेल दिले जायचे. काही कंपन्यांचे अर्थात सिंघवी कंपनी, कुलकर्णी ड्रायव्हिंग स्कूल, प्रायव्हेट लहान, मोठे उद्योगपती त्यांच्या तीन-चार गाड्या सगळ्या आमच्याकडे उधारीने पेट्रोल किंवा डिझेल घेत असत. रोख विक्रीचे गि-हाईक आमच्याकडे तीस टक्केच होते. आम्हा दोघांनाही पगार तसा नावालाच होता. साहेबराव अगोदर कामाला होता म्हणून त्याला सत्तर रुपये दरमहा, तर मला दहा रुपये कमी म्हणजे साठ रुपये असा होता. मोदी फॅमिली गुजराती होती. त्यांच्या परिवारामध्ये ते दोघे भाऊ आणि दोन बहिणी होत्या. दोन्ही बहिणीचे लग्न झाले होते. त्यांचे वडील असतानाच कदाचित त्या सगळ्या भावंडांचे लग्न झाले असावे, कारण मी आलो त्यावेळेला वडील नव्हते पण त्यांच्या आई होत्या. त्यांचेपण बरेच वय झाले होते, त्या एका ठिकाणी बसून असत. मोठ्या भावाला मोटा भाई असे म्हणत आणि लहान भावाचे नाव यशवंत भाई. त्यांना सर्व असुभाई असे म्हणत. त्यांच्या कुटुंबातील सर्व लहान, मोठ्या व्यक्ती, नोकर वर्ग सर्वच त्यांना टोपण नावाने हाक मारायचे. मोदी फॅमिलीचे बाहेरून येणारे नातेवाईक हे माझ्याशी गुजरातीतून बोलायला सुरुवात करत. माझ्या रंग, रुपामुळे कदाचित त्यांना मी गुजराती वाटायचो. मोटा भाईंना पाच मुले होती. मोठी मुलगी आशा, दोन नंबरचा भरत, तीन नंबरचा परेश, चार नंबरची प्रेरणा, पाच नंबरचा राजू अशी त्यांची नावे. असूभाईंना मोठी मुलगी झरणा, मुलगा टिकू, विपुल आणि दोन लहान मुली, त्यांनाही पाच मुले. सर्व मुले शिवाजीनगरला चिल्ड्रन ॲकॅडमीमध्ये शिकलेली. मोटा भाई हे पंपापासून अवघे दीडशे फूट अंतरावर तीन मजली अपार्टमेंटमध्ये

तिसऱ्या मजल्यावर राहत आणि असूभाई अर्धा किमी अंतरावर असणाऱ्या पंडित कॉलनीत राहत.

शिवाजीनगरचा पेट्रोलपंप बिनाशेडचा होता. लहान वीस बाय दहाची केबिन हे सर्वांचे हेड ऑफिस होते. कारण त्यांचा अजून एक पेट्रोल पंप मंगळवारपेठेमध्ये होता. त्या पंपाचे नाव 'अंबादास जेठालाल मोदी' होते. त्याच पंपाला 'एजे मोदी अँड सन्स' असे संबोधत असत. त्यांच्याकडे चार टँकर होत्या. पंप हा कॉलटेक्स कंपनीचा होता. प्रायव्हेट कंपनी असल्याने त्यांचे सर्व प्रॉडक्ट डिलिव्हर करण्यासाठी मोटा भाईंनी दोन टँकर पाठवण्यासाठी भाडे तत्त्वावर दिले होते. एका टँकरमधून ते कंपन्यांना बॉईलरला जळण्यासाठी वापरात येणारे फर्निश ऑईल पाठवत. देसाई म्हणून लहानपणापासून त्यांच्याकडे एक जण कामाला होते, तर जगताप म्हणून अजून एक जण कामाला होता. ते त्यांना जमेल तसे काम सांगत. बारा-तेरा नोकर लोकांचा संपूर्ण स्टाफ होता. पेट्रोल, डिझेल, गिअर ऑईल त्यालाच सी ऑईल म्हणत, असे तीन प्रकारचे ऑईल होते. तसेच त्यांच्याकडे बेरिंग ग्रीस आणि दोन प्रकारचे बॅटरीत टाकण्यासाठी डिस्टील वॉटर, अकराशे व पंधराशे ग्राविटीचे अॅसिड वाटर, ब्रेक ऑईल, स्कूटरसाठी टू टी ऑईल असे सर्व प्रकारचे वाहनांना लागणारे सामान लूज व पॅक टप्प्यात विक्रीसाठी ठेवले होते.

मी सकाळी लवकर उठल्यावर मोटा भाईंची फियाट बादलीभर पाण्याने स्वच्छ करून पुसून ठेवी. माझी पडेल ती काम करण्याची पद्धत आणि स्वच्छता यामुळे मी दोन्ही शेठ लोकांची मन जिंकली होती. मला पाटील म्हणून त्याला साहेबराव म्हणून ते हाक मारत. शेठ लोकांनी आंब्याच्या पेट्या आणल्या की मी ते निःसंकोच खांद्यावर घेऊन घरी पोहोचवत असे. कुठल्याही कामाला मी अजिबात मागे हटत नव्हतो. त्यामुळे त्यांनी साहेबरावपेक्षा माझ्यावर जास्त जबाबदारी टाकली होती. साहेबराव थोडा आळस करत असल्याने त्याच्याकडे दोन्ही शेठ दुर्लक्ष करत. कोणत्याही कामाची कधीच लाज बाळगू नये, जो कामाशी प्रामाणिक असतो, आयुष्य तेवढेच प्रामाणिकपणे दान त्याच्या पदरात टाकते, हे निश्चित.

१९७१चे जे भारत पाकिस्तान युद्ध देशासाठी एक मोठे संकटच होते. भारत आधीपासूनच कोणत्याही देशाच्या विरुद्ध कुरघोड्या करण्याच्या विरोधात आहे. असे असतानादेखील पाकिस्तानने भारताला त्रास देण्याचे दुःसाहस केले आणि प्रत्येक भारतीयाने एकजूट होऊन तेव्हाच्या प्रत्येक निर्णयाला पाठिंबा दिला. त्यावेळची ब्लॅकआऊट संदर्भातील अशीच एक आठवण मला सांगायची आहे. ब्लॅकआऊट म्हणजे संध्याकाळनंतर पूर्णपणे वीज बंद. थोडा जरी प्रकाश

दिसला तरी दुश्मन देशाचे विमान त्याठिकाणी बॉम्ब टाकत, त्यामुळे त्या काळात संध्याकाळी सात वाजता 'बत्ती बंद करो|' असे भोंगे वाजायचे आणि आम्ही लाईट पूर्णपणे बंद करायचो. अगदी मेणबत्तीसुद्धा लावली जात नसे. पुण्यात अनेक लष्करी छावण्या तसेच ऑम्युनेषण फॅक्टरी असल्यामुळे 'पुणे' हे अति संवेदनशील शहरांपैकी एक आहे. ब्लॅकआऊट हा पुण्यासाठीच नव्हे, तर भारतासाठीच नवीन होता; पण सर्वांनी मिळून एकजुटीने त्यात साहाय्य केले. अगदी चोरांनीदेखील त्या काळात पुण्याला साथ दिली म्हणजे पुणे पूर्ण अंधारात गुडूप असूनही त्यांनी पुण्यात चोरी करणे टाळले. त्याकाळी भोंगे वाजले की आम्ही पटकन पंप बंद करत होतो. अशा प्रकारे खडतर अशी चार वर्षे लवकरच संपली.

आमच्याकडे येणारे वाहनचालक अर्थात सरकारी असो किंवा प्रायव्हेट असो ते थोडेफार खाऊ वृत्तीचे असल्याने अगोदरच शेठ लोकांनी आम्हाला तशी माहिती दिली होती की त्यांच्याकडून जे कमिशन मिळेल, ते तुम्ही आरामात घ्या, त्यांना नाही म्हणू नका. त्याला आमचा कोणताही आक्षेप नाही हेही सांगितले. त्यांचे हे बोलणे आमच्यासाठी वरदान ठरले. आम्ही मोदी कुटुंबाशी इतके प्रामाणिक राहिलो की त्यांच्या एका पैशाला हात लावायची कधीच इच्छा झाली नाही. मला आठवते, मनसाराम मामाने प्युनची नोकरी बघितली होती, तिच्या कैकपटीने माझे काम चांगले झाले होते. आजोबांची पुण्याई, आई-वडिलांचे आशीर्वाद आणि जनाबाईचा पायगुण हे सगळे पाठीशी उभ होतेच आणि तसाही माझा नशिबासोबत कर्मावर विश्वास होता. आपण जर काम करत राहिलो, कष्टाची तयारी दाखवली, कुठल्याही कष्टाची लाज बाळगली नाही, तर त्याचे फळ कालांतराने का होईना पण मिळतेच. आपण फक्त कर्म करत राहायचे असते, देणारा देव आहे, तो वेळ आल्यावर भरभरून देणारच आहे. मी कर्म व कर्तव्य यापासून कधीच बाजूला हटलो नाही. मी फार काटकसरी होतो, जमेल तिथे जमेल तसा पैसा वाचवत होतो. या चार वर्षांत मी एखाद्या चांगल्या हॉटेलमध्ये पोटभर अन्न खाल्ल्याचे आठवत नाही. दुपारच्या वेळेस बाहेर जेवणासाठी कोणी सोडत नसायचे. त्यामुळे तीस पैशाची भेळ आणून, ती खाऊन, पाणी पिऊन भागवत होतो. काटकसर करत उदरनिर्वाह करणे हा माझ्या जीवनाचा एक अविभाज्य भाग झाला होता. सोलापूर पेट्रोल डेपो येथे आनंद घोरपडे हा आर्वीचा मुलगा होता, त्याची माझी चांगली घट्ट मैत्री झाली. तो पंप प्रिमियर गॅरेजजवळ होता. त्याच्याकडे फियाट कारची एजन्सी होती. सिक्युरिटी गार्ड म्हणून यूपीचा भैय्या ठेवलेला होता, त्याचे नाव जयकरण. या दोघांचा माझ्याशी जास्त वेळ संबंध येत असे.

मी वेळेला खूप महत्त्व द्यायचो. मला जी ड्युटी दिलेली होती, त्याची वेळ मी काटेकोरपणे पाळत होतो. साहेबराव आणि मी, दोघांनी एकेक दिवस कामाची वेळ ठरवून घेतली. आतापर्यंत दोघे आळीपाळीने काम करत होतो. आता सकाळपासून संध्याकाळपर्यंत एकाने काम करायचे असे ठरले होते. आमच्या हाताखाली एक लहान मुलगा ठेवलेला होता, त्यामुळे काम जरा हलके व्हायचे. ज्यादिवशी काम नसायचे, त्या दिवशी सकाळी अकरापासून मॉटिनी पिक्चर पाहायचो. हे नेहमीच्या शो पेक्षा अर्ध्या किमतीचे असायचे, कारण त्यात जुने पिक्चर दाखवत असत. माझ्यासाठी तर ही गोष्टसुद्धा नवीनच होती. सकाळी अकरा पासून रात्री नऊ ते बारापर्यंत सारखे लागोपाठ चार-चार सिनेमे सलग बघितले. कारण एकतर काहीच काम नव्हते आणि बराच वेळ रिकामा होता. त्यामुळे हा वेळ कुठे घालवणार? ही चिंता तर होतीच आणि तशीही मला सिनेमाची आवडसुद्धा होती. असे बरेच सिनेमे दिवस-रात्र पाहिले. एकंदर काय तर माझे दिवस खूप आनंदात, माझ्या आवडीप्रमाणे जात होते. माझ्या पगाराचे आलेले पैसे जमा करून ते मी घरच्यांसाठी मनीऑर्डरने बापूंच्या नावे पाठवत होतो. कधी कधी जास्त रक्कम असल्यास मी दोन दिवसासाठी गारेगावला जाऊन आईवडिलांच्या हातात देत असे. मी आईला सांगत असे की, 'पैशाचा ओघ आज आहे, उद्या नाही. त्यामुळे जास्त पैसे खर्च करू नको. जेवढी गरज आहे, तेवढेच खर्च करा. कारण सर्व भावंडे लहानाची मोठी होत चालली आहे.' सावळारामने सातवी पास होऊन मालेगावच्या विद्या मंदिरात प्रवेश घेतला होता. त्याच्या हॉस्टेलचा खर्च, कपडे, शूज मी स्वतः जाताना देऊन यायचो. पैसे खूप येऊ लागल्यापासून घराचे राहणीमान बदलत चालले होते. मी घर सोडून केवळ पैसा कमवावा, हा एक उद्देश जरी होता तरी त्यामागे माझ्या मोठ्या विचारांची झालर ही येणाऱ्या काळाला सुशोभित दिसेल, असे मी ठरवले होते.

घरी सावळाराम शिकत होता. सदाशिव हा गावी शिक्षण घेऊन घरकामाचा बोजा उचलत होता. कारण शिक्षणाबरोबर तेपण जरुरीचे होते. घरचे वीस, पंचवीस एकर तसेच मी पूर्वी माझ्या शेतबांधाजवळील आठ एकर बागायत होती. त्याकडे खूप कुतूहलाने बघत होतो. ही शेती मी पुण्यात असताना विकत घेतली. माझ्याजवळ आजोबांकडून आलेला एक चांगला गुण म्हणजे दूरदृष्टी. मी त्याचा वेळोवेळी वापर करत असे. मला वाटते की, आहे ती परिस्थिती कायम टिकणार नाही, मग आपण भविष्यासाठी तरतूद करून ठेवावी, येणाऱ्या परिस्थितीला टाळू शकत नाही; पण त्याला तोंड द्यायला लागणारे बळ तर आपण जमा करूच शकतो ना. आता कुटुंबाचा पसारा खूप मोठा झाला होता. गावात पिठाची गिरणी वगैरे लावली, तर

भावासाठी चांगले होईल या विचाराने पुढे त्याच्यासाठी काहीतरी तजवीज म्हणून एक रिकामा प्लॉट घेऊन ठेवला. आलेल्या पैशांचा सर्वांसाठी चांगला उपयोग होईल, अशी माझी भाबडी समजूत बाळगून होतो. मी नोकरीच या उद्देशाने केली की मला माझ्यासोबत माझ्या परिवाराला पुढे न्यायचे होते. मला माहीत होते की हेच माझे उमेदीचे दिवस आहेत, मी जमेल तेवढी मेहनत करू शकतो. कारण तरुण वयात अंगात जी रग असते, जी उमेद असते, ती कालांतराने कमी कमी होत जाते. हे मला माहीत होते आणि ती मला वाया घालवायची नव्हती. त्यातून मला माझे विश्व उभारायचे होते. एकट्याला नाही तर सर्वांनाच माझ्याबरोबर मोठे करावे हा ध्यास, हे स्वप्न अंगी बाळगून मी माझा प्रवास करत होतो.

पंपावर काम करण्याचा अनुभव तसा खूपच नवीन आणि वेगळा होता, पण हाच अनुभव माझ्या जीवनात पुढे खूप आश्चर्यचकित बदल घडवणारा होता. म्हणतात ना, 'चार हुशार लोकांच्या संगतीत राहिलात, तर पाचवे हुशार तुम्ही व्हाल.' आपली संगत आपल्याला नकळत घडवत असते. माझ्या तरुणाईच्या काळात मला गुजराती माणसांची संगत लाभली आणि माझा मूळ स्वभाव हा व्यवसायाकडे झुकणारा होता. त्यामुळे गुजराती लोकांकडून व्यवसाय कसा करावा हे शिकण्यासारखे होते, ते मी शिकत गेलो. व्यवसायातले बरेच बारकावे शिकलो आणि त्यांचा पैशाला पैसा जोडण्याचा स्वभावपण माझ्यामध्ये भिनत गेला. जीवनात संगतच कायम रंगत घेऊन येत असते, त्यात चांगले-वाईट निवडता आले पाहिजे, हे खरेच. मोटा भाईंचा मुलगा मेडिकल कॉलेज करत होता, त्याला डॉक्टर व्हायचे होते. आसुभाईंचा एक मुलगा खूप हुशार होता, त्याला त्यांनी पंपात लक्ष ठेवण्यास सांगितले. साहेबराव व मला दोघांना सारखेच कमिशन मिळत असे; पण त्याने गावाकडे खूप गरिबी पाहिली होती, वाईट दिवस काढले होते. एक वेळ अशी होती की पाच-सहा दिवसांत भावंडांना एक वेळचे जेवण मिळे. त्यांची उपासमार बघून माझे अंत:करण पिळवटून निघे. वडील आजारी असत. घरात मंडळी जास्त व काम करणारे दोघे भाऊ, शेतात सरकारी ताल बांधण्यासाठी काम करत आणि त्यावरच पोट भरत. अंगावर घातलेल्या कपड्यांना ठिगळे लावलेले असत. त्यांचे वडील संध्याकाळी जेवणासाठी गावात पाटी घेऊन फिरून येत, कोठून, काही, कोणाकडून उसने धान्य मिळते का? ते पाहत असत. हा त्यांचा रोजचा परिपाठ असे. काय दुनिया आहे ही, एकीकडे मीठ नाही म्हणून अखखे जेवण परत बनवणारी, एक घास खाऊन उष्टे टाकणारी माणसे असतात, तर दुसरीकडे अन्नाचा एकेक कण वेचून खाणारी माणसे असतात. मोठ्या लोकांच्या

पार्टीमध्ये उष्टे उकिरड्यावरील अन्न खाऊन पोट भरणारा समाज पाहिला की त्यावेळेचे कोणाचेही दिवस आठवून अक्षरशः हृदय पिळवटून निघते. समाजात दोन्ही प्रकारचे घटक असतात, त्यांना एकमेकांची जाण असणे म्हणजे माणुसकी असते. माझ्या संवेदनशील मनात नेहमी या दोन्ही गोष्टींचा विचार येत असतो. त्यामुळे मला साहेबरांवाविषयी नेहमीच आस्था वाटत आली आहे.

आमच्या भागात शेती ही पावसाच्या पाण्यावरच होत असे. त्यामुळे मेच्या कडक रखरखत्या उन्हामध्ये आमच्याकडे शेतीमध्ये काहीच पिकत नसे. त्यामुळे वर्षभर साठवलेले, पिकवलेले धान्य संपून जाई. अशावेळी गावात ज्यांच्याकडे जास्त असेल ते दिडीने धान्य देत असत. त्या दिवसात साहेबरावाच्या परिवाराचे फार कठीण दिवस आले होते, जर कुठे धान्य मिळाले नाही तर अंदाजे पाच सहा किलो बाजरी मी लपून छपून आप्पांना देत असे. 'आताचे तर भागले देव पावला', असे म्हणून ते देवाचे आभार मानत. या हाल-अपेष्टा पाहून परमेश्वराने त्यांच्यावर दया केली आणि साहेबरावच्या नोकरीच्या रूपाने त्यांच्या घरातील सर्व दारिद्र्य कमी केले. त्यामुळे सर्व कुटुंब खाण्यापासून कपड्यांपर्यंत सर्वदा सुखी झाले. पैसा कमवणे इतके अवघड नव्हते, पण पैशाचे नियोजन हे कसे करावे ? हे साहेबरावाच्या आणि माझ्या कुटुंबाला जमले नाही. तरीही आमच्याकडून पैसे पाठवणे चालू राहिले आणि घरची सर्व मंडळी खुशालचंद झाली. कधीकधी मला असे वाटते की शेतकरी मध्यम गरीब कुटुंबाला जास्तीचा पैसा असणे, हा शाप ठरू शकतो. माझे वडील नावाप्रमाणे सज्जन होते ; पण मिळणाऱ्या सुखामुळे त्यांच्यातील चांगुलपणा कधी संपत चालला, हे कळलेच नाही. कधीकाळी खूप पैसा पाहायला मिळाला की त्याचे काय करावे हे कळत नाही, असेच माझ्या वडिलांचेपण झाले. आजोबांची दारूची सवय नकळत माझ्या वडिलांच्या अंगी उतरली. आजोबा त्रास देत नसत. पण वडील त्याउलट होते. त्यांच्यापायी संपूर्ण घराला मानसिक त्रास सहन करावा लागत होता. म्हणतात ना की मुले कळत- नकळत बापाचे गुण घेतात. त्यामुळे मुलांसमोर फार जपून वागावे लागते. जेव्हा मला गावाकडून पत्र यायचे, त्यावेळी कळायचे की बापू खूप दारू पितात काहीवेळा दारू जास्त झाली की तिथेच रस्त्यावर पडतात. हे ऐकून मन खूप विषण्ण व्हायचे. त्यांच्या या वागण्याला आता घरचे सर्व जण कंटाळू लागले होते. त्यांची ही अवस्था पाहून मला खूप पश्चाताप होऊ लागला. मला वाटू लागले की मी पहिल्यापासून हात राखून पैसे पाठवले असते, तर आज ही वेळ आली नसती ; पण माझा पैसे पाठवायचा उद्देश चांगला होता. मला वाटायचे की मी वाट्टेल तितके कष्ट करेन ; पण माझ्या घरातील सर्वांना

सुखी संपन्न करेन. बापूंच्या या अती पिण्यामुळे आईचे त्यांच्यासोबत भांडण होऊ लागले. माझी पत्नी यांच्या वागण्यात पिसली जात होती.

माझे लग्न होऊन पाच वर्षे झाली होती. १९७५ साल देखील पाहता पाहता संपले होते. मला तिची घुसमट दिसत होती. मी मनातल्या विचारांनी तिच्यासाठी हतबल होतो. मी व आनंदाने एकदा डेक्कन थिएटरला 'काळी बायको' हा रमेश देव आणि सीमा देवचा सिनेमा बघितला. त्यामध्ये सुंदर बायकोच्या आकर्षणपोटी एका माणसाची जी वाताहत जीवनात झाली, ते सर्व दाखवले होते. रमेश देव यांना आधी एक शिकलेली सुंदर मुलगी आवडायची; पण आईच्या इच्छेखातर ते दुसऱ्या मुलीसोबत लग्न करतात; पण त्यांचे मन काही संसारात रमत नाही, ते वाहवत जातात. नंतर असे काही घडते की त्यांना कळते की सौंदर्यापिक्षा सुंदर मन, सुंदर विचार महत्त्वाचे असतात. मी खूप हळवा आहे, एखादी हृदयस्पर्शी घटना पाहिल्यावर माझे मन दुःखी होत असे. त्यामुळे तो सिनेमा माझ्या विचारांना कलाटणी देणारा ठरला.

मलाही जाणीव झाली की जनाबाई किती गुणी आहे, तिने मला खूप साथ दिली. तिच्यामधील एकेक सद्गुण मला जाणवू लागले. जणू माझ्या बुद्धीवर पडलेला पडदा अलगद कोणीतरी बाजूला करावा. ती खूप शालीन असून तिने सर्वार्थाने मला प्रत्येक क्षणी साथ दिली होती. जसे लग्न झाले तस मी तिला एकटीला सोडून घराबाहेरच होतो. नवऱ्याचे आपल्यावर प्रेम असावे, असे प्रत्येक स्त्रीचे स्वप्न असते. तिला नवऱ्याकडून चार प्रेमाचे शब्द अपेक्षित असतात. मी तर तिला ते काहीच दिले नव्हते. तरीही ती तन-मनाने माझ्यावर समर्पण भावनेने प्रेम करत होती, मला साथ देत होती. मी लग्न झाल्या-झाल्या बाहेर नोकरीस गेलो, माझ्या या गोष्टीला तिने आडकाठी केली असती, तर आज आमची परिस्थिती वेगळी असती. लग्नानंतर मी तिला दिलेली वागणूक मला आठवू लागली, मी तिच्याबद्दल जे चुकीचे विचार बाळगलेले ते आठवून मलाच वाईट वाटायला लागले. कधीतरी मी तिला सोडून देण्याचापण विचार केलेला, याचीसुद्धा आठवण मला सहन होत नाही. काही गोष्टींची कदर वेळ निघून गेल्यावर समजते; पण मला जनाबाईची कदर योग्य वेळी जाणवली, याबद्दल खरेच देवाचे खूप आभार. घरात अगोदरच कलह सुरू होता. त्या दिवशी सिनेमा पाहिल्यावर त्यातला आशय माझ्या मनाला भावला आणि जनाबाईबद्दलचे निगेटिव्ह विचार बदलायला लागले. माझे मन तिच्याविषयीच्या विचारांनी पूर्ण बदलले. मी स्वतःच मनाशी म्हटले की जनाबाई ही काही माझ्या मागे जबरदस्तीने आली नाही. आपण तिला लग्न करून आणले

आहे. त्यामुळे परत हे पापी विचार यायला नकोत, या गोष्टी मनातून पूर्णपणे काढून टाकायच्या ठरवल्या.

आनंदाचे लग्न झाले होते. त्याने मामाच्या मुलीशी लग्न केले होते. तो तीन वर्षांपासून एकटा होता. आम्ही दोघांनी कोथरूड, माळवाडी या ठिकाणी मोकाटे यांच्या चाळीत आजूबाजूला एक रूम भाड्याने घेऊन ठेवली. थोडे दिवस आम्ही दोघे थोडे थोडे सामान जमा करू लागलो. एके दिवशी आम्ही दोघांनी ठरवले की गावी जाऊन आपल्या अर्धांगिनीला बरोबर घेऊन येऊ आणि आम्ही तो दिवस ठरवला. त्याचवेळेला साहेबरावांचे लग्न झाले. मुलगी सुंदर मिळाली व तो गावठाणात एक खोली भाड्याने घेऊन कुटुंबासोबत राहू लागला. आम्हालाही असा धाडसी विचार करताना थोडा उशीर झाला. होय बायकोसोबत वेगळे राहणे म्हणजे त्याकाळी धाडसापेक्षा कमी नव्हते. आईवडिलांना काय तोंडाने सांगावे? हे कळत नसायचे. पूर्वी मुलगा कितीही बाहेरगावी गेला, तरी सून मात्र सासू सासाऱ्यांसोबतच राहत असे. वेगळे राहणे म्हणजे घर तुटल्यासारखे वाटायचे. मी सुरुवातीचे पाच वर्षे बायकोला तिकडेच ठेवले होते; पण आजोबा गेल्यापासून घरात जो कलह होत होता, त्यात जनाबाईचे अत्यंत हाल होत आणि त्यात परिस्थिती सांभाळून घ्यायला मीपण तिथे नव्हतो.

मग आम्ही ठरवलेला दिवस आला. मी मोटा भाईंना विचारून चार-पाच दिवसांची सुट्टी घेतली. मग आम्ही दोघेही गावाकडे निघालो. त्याकाळी मोबाईल किंवा संपर्काचे साधन नसल्याने आम्ही आधीच सर्व ठरवलेले. आम्ही तीन दिवस गावी राहणार होतो, मग पुण्याला चौथ्या दिवशी परत जायचे होते. आनंदाला धुळे मार्गे पुढे आर्वीला जायचे होते, तर मला मालेगावपासून सतरा किलोमीटर आत जायचे होते.

जनाबाईला नऊवारी साडी नेसायची सवय होती. घरी वापरत असलेल्या साड्या फार चांगल्या नव्हत्या. मग मी पुण्याहून नवीन नऊवारी साडी प्रवासात घालण्यासाठी म्हणून आणली होती. मी घरी पोहोचलो, तेव्हा संध्याकाळ झाली होती. जेवण आटोपल्यावर आम्ही आमच्या जागेवर झोपण्यास गेलो. त्यावेळी जनाबाईला सर्व सांगितले. पहिल्यांदाच अंतःकरणातून प्रेमाने तिला जवळ बसवून सांगत होतो की, 'मला माहीत आहे तू पाच वर्षे माझ्याशिवाय कशी काढली असतील? आजोबा होते तेव्हा तरी जरा चांगले वातावरण होते; पण आता फारच कलह असतो. त्यात मी तुझ्याजवळ नसतो. तुझे काय हाल होत असतील देवालाच माहिती? तुला मी लग्न करून आणलंय ते काय असा त्रास

सहन करायला नाही, त्यामुळे पूर्ण विचार करून मी तुला चार दिवसांनी इथून घेऊन जाणार आहे. मला माहीत आहे तुझ्याजवळ चांगली साडी नाही म्हणून ही बघ ही नवीन साडी आणली आहे. ती नेसून दोन दिवसात पुण्याला जायचे आहे.' मी हे सगळं बोलताना ती आतून खूप सुखावली होती. तिला हे ऐकून फार बरे वाटले. कारण लग्न करून पाच वर्षे झाली होती आणि तिची बरीच फरफट झाली होती. आजोबांची सेवा तिने मनोभावे केली होती. सासू सासऱ्यांचेपण ती सगळे प्रेमाने करायची. आपल्या नवऱ्याला या सगळ्याची जाणीव आहे, हे पाहून ती गहिवरली होती. अंत:करणापासून तिने आधीपासूनच हे नाते स्वीकारले होते, याची जाणीव मला उशिरा झाली.

दुसऱ्या दिवशी सकाळी सगळे घरात होते. त्यांना मी सांगितले की, 'मला बाहेरचे खाऊन टायफॉईड झाला होता. डॉक्टर म्हणाले, हे बाहेरचं खाणं चांगलं नाही, शरीराला नीट जेवण मिळायलाच हवं म्हणून मी आणि आनंदाने जवळ जवळच खोली घेतली आहे. जनाबाईला पुण्याला नेणार आहे. हे ऐकून सर्वांचे तोंड बंद झाले. सर्वांना माझ्या अचानक घेतलेल्या निर्णयाचा धक्का बसला, कोणी काहीच बोलत नव्हते. त्यांना कदाचित घरकामाला आईला मदत करणारे कोणी असणार नाही, असे वाटले असावे. आईला म्हटले की, 'मी जनाबाईला नवीन साडी आणली आहे, फार महाग नाही; पण जुन्या साड्यांपेक्षा बरी दिसेल म्हणून आणली. आई बरे झाले म्हणाली. बापूंच्या रोजच्या त्रासाला आई वैतागली होती आणि तिला जनाबाईची होणारी फरफट दिसत होती. जनाबाईसाठी ती परिस्थिती, ते वातावरण खूपच त्रासदायक होते आणि अशा वेळी एक स्त्रीच दुसऱ्या स्त्रीचे दु:ख समजू शकते, तिच्या पाठीशी ठाम उभी राहू शकते. माझ्या आईचा हा स्वभाव म्हणजे प्रत्येक स्त्री वर्गासाठी एक उत्तम उदाहरणच आहे. ज्यावेळी मी तिला सोडून देण्याचा विचार करत होतो, तेव्हापण आईने ठामपणे तिची बाजू उचलून धरली आणि मला समजावले. आतादेखील तिला त्रास होतो, हे आईने जाणले. घरातील एखादी स्त्री जेव्हा दुसऱ्या स्त्रीच्या पाठीशी ठामपणे उभी राहते, तेव्हा दुसरीच्या पुढे जाण्याच्या वाटा मुक्त होतात, विस्तारतात.

आजपर्यंत मी घराला पुढे नेण्यासाठी माझे १००% दिले होते. आमची शेती वाढवत नेऊन आठ एकर बागायत केली होती. शेतीमध्ये सर्व सोयी करून घेतल्या होत्या. वेळोवेळी कधी अर्धा तोळा, तर कधी एक तोळा असे सोन्याचे वळे करून आणत होतो. कारण सोने स्वस्त होते. आई-वडिलांचे मन दुखेल असे कृत्य कधीही माझ्या हातून घडले नाही. मी लहानपणापासून आई-वडिलांना सदैव मान

देत आलो. घरातील सर्वांचे चांगले व्हावे याच विचारांचा मी होतो आणि आजही तसाच विचार मी करत असतो. स्वतःचा स्वार्थ कधीही माझ्या मनाला शिवला नाही. त्यांना ही धाकधूक होती की हा बायकोला घेऊन चालला, पुढे आपल्याकडे दुर्लक्ष करेल. हे विचार सर्वसाधारण खेड्यातील प्रत्येक माणसाला आल्याशिवाय राहणार नाही. कारण मुले शहरात जाऊन तिकडचीच होतात आणि हळूहळू गावाला विसरत जातात. गावातील, घरातील आपल्याच भाऊ-बंदकीला, आई-वडिलांना विसरत जातात, त्यामुळे त्यांच्या मनात हा विचार येणे साहजिकच आहे.

बापू सकाळी घराबाहेर पडले ते दुपारपर्यंत दारू पिऊनच आले. बापू नॉर्मल असल्यावर जास्त बोलत नसत किंवा स्वतःचे विचार मांडत नसत; पण दारू प्यायले की मनातल्या सगळ्या गोष्टी बोलायचे. सगळ्यांचे जेवण आटोपले होते. बापू रोजपेक्षा जास्त प्यायले होते. त्यांनी स्पष्टच सांगितले, 'तू जे हे सूनबाईला पुण्याला घेऊन चालला आहेस, ते मला काही रुचले नाही. आम्हाला अगोदर काहीच न सांगता, तू तर तूझ्या मनाचा राजा झालास. आमचा काहीच विचार केला नाहीस का ?' असे म्हणून मनातले दुःख प्रकट करत होते. जास्त घेतल्यामुळे त्यांनी उलटी केली. मोठमोठ्याने ओरडू लागले. हे त्यांचे नित्याचे होते. असे माझ्या कानावर आले होते; पण आज प्रत्यक्षात पाहत होतो. मी त्यांच्यासमोर शांत उभा होतो. नंतर बाहेर जाऊन ओट्यावर बसलो. कारण त्यावेळी माझ्याकडूनसुद्धा दोन शब्द बोलले गेले असते, तर कुटुंबातील सर्वांवर त्याचा परिणाम झाला असता. मी शक्यतो अशा गोंधळात शांत राहणेच पसंत करतो. कारण शब्दाने शब्द वाढत जातो, हे मला माहीत आहे.

मला पुढचा एक दिवस घालवायचा होता. त्यादिवशी मी घरात कोणाशीही बोललो नाही. आई मात्र माझ्या आणि जनाबाईच्या संसाराला लागणाऱ्या गोष्टी बांधून देत होती. आईने मला आवडणारे खाण्याचे पदार्थ, डाळी, सांडगे थोडे करून भरून दिले होते. मला बाजरी आवडायची म्हणून बरोबर पीठ दिलेले. अजून थोड्याफार गोष्टी जेणेकरून संसाराला सुरुवात करायला सोपे जाईल, अशा वस्तू माझ्यासोबत बांधून देत होती. तो तिसरा दिवस एकदाचा संपला, संध्याकाळ झाली. सकाळी लवकर जायचे असल्याने रात्री लवकर सर्व आवरून झोपलो. पहाटेच उठून झाडलोट केली. अंघोळ करून तयार झालो. सर्व तयारी अगोदरच केली होती. सर्वांना नमस्कार करून सातच्या गाडीने पुण्याकडे आम्ही दोघे निघालो.

मालेगाव स्थानकावर येऊन बसलो. तासाभरात आनंदा त्याच्या पत्नीला घेऊन

आला. आम्ही दोघींना एकमेकींची ओळख करून दिली आणि गाडीची वाट पाहत बसलो. वरतून शांत दिसत असलो तरी डोक्यात विचारांचा कल्लोळ माजलेला, कारण घरी जो प्रकार घडलेला होता त्याने मन विषण्ण झालेले होते. मला माझ्या संसाराची सुरुवात करतो आहे या सुखापेक्षा झालेला प्रकार खूपच सलत होता. नव्या गोष्टीचे अप्रूप वाटण्याऐवजी मन नको असलेल्या गोष्टींचाच विचार करत होते. मी आजपर्यंत कधीच आई-वडिलांना दुखावले नव्हते. शेवटी जनाबाई ही माझी जबाबदारी होती. त्यामुळेच मी हा निर्णय ठामपणे घेऊ शकलो.

अकराला गाडीत बसून सात वाजता पुण्याला पोहोचलो. पेट्रोल पंपावर नोकरी असल्यामुळे बरेच रिक्षावाले आमच्या ओळखीचे झाले होते. दोन रिक्षाने आम्ही माळवाडीला पोहोचलो. घरात घडल्या प्रकरणांनी मला अजूनही अस्वस्थ वाटत होते. कारण मी घरापासून पत्नीला घेऊन वेगळे राहणे, ही कल्पना पटत नव्हती. मग कोणताच नकारात्मक विचार मनात आणायचा नाही, असे ठरवले.

सकाळी उठून जनाबाईला स्टोव्ह कसा पेटवायचा, रॉकेल संपल्यावर रॉकेल भरण्यापासून सर्व बारीकसारिक गोष्टी सांगत होतो. तिला खेड्यात राहण्याची सवय असल्याने शहरात आल्यावर शहरीकरण अंगवळणी पडायला थोडा उशीर लागणार होता. तिला आनंदाची पत्नी केदाबाई साथीला होती. दोघीही वयाने विचाराने सारख्याच. त्यामुळे दोघींची चांगली मैत्री जमली होती. त्या मिळून मिसळून काम करत असत. दोघी घरासाठी लागणारे सामान बरोबर जाऊन आणत असे. त्यांच्या मैत्रीमुळे आमचा त्रास बऱ्यापैकी कमी झाला होता. मी आणि आनंदाने कामावर जाण्यासाठी नवीन सायकली घेतल्या. शिवाजीनगर ते कोथरूड पाच ते सहा किलोमीटर अंतर होते.

सकाळी नऊला जेवण करून पंपावर जाण्यास निघायचो. रात्रपाळीला साहेबराव राहायचा. त्याला रात्रपाळी फार आरामदायी होती. संध्याकाळी सात ते सकाळी नऊपर्यंत त्याची वेळ होती; पण साडेदहाला पंप बंद केल्याने रात्रीची झोपदेखील पूर्ण होई. पंप ते घर तीन-चार मिनिटाच्या अंतरावर, रात्र- दिवस मिळून पूर्ण दिवसाचा हिशोब रजिस्टरवर करत, संध्याकाळचे पेट्रोल व डिझेल पंपाचे रीडिंग मीटरवरून घेतले जाई व दुसऱ्या दिवशी संध्याकाळी चालू रीडिंग घेतल्यावर मागील रीडिंग वजा केल्यावर जो आकडा येई ते सेल झालेले पेट्रोल, डिझेल असायचे. त्यात कॅश किती आणि उधार किती हे वजा होत. त्याच्याबरोबर पंपावरचे इतर ऑईल, ब्रेक ऑईल हे घेतलेल्या स्टॉकवरून शिल्लक किती? त्यावर किती विक्री झाली? हे ठरत. पक्क्या रजिस्टरवरून जो हिशोब होत

असे, तोच पक्का हिशोब धरला जाई. हातातील शिल्लक आणि रजिस्टरवरची शिल्लक टॅली केली जाई. कधी हिशोब लागत नसे, कुणाला तरी पैसे दिले जायचे, लिहिताना राहून जायचे. मग आठवून हिशोब मिळवायचा, ते टॅली करायचे. नंतर चोवीस तास झाल्यावर विक्रीची जमलेली सर्व रक्कम बँक ऑफ महाराष्ट्रमध्ये बाजीराव रोडच्या शाखेत भरत होतो. हे काम कधी मी करायचो, तर कधी मोटा भाई त्यांचे बँकेत काही काम असेल, तेव्हा ते घेऊन जात असत. बँकेत सर्व स्टाफ जवळजवळ ओळखीचा झाला होता. कॅश मोजेपर्यंत मी थांबत नसे. बंडलवर नाव लिहून स्लीपवर स्टँप मारून स्लीप बुक घेऊन लगेच निघत होतो. पेट्रोल कंपनीतून जर पेट्रोल, डिझेल मागवायचे झाले तर मीच डीडी काढून कंपनीत देत होतो. हे नित्याचे झाले होते. मी शेठ लोकांचे बरेच काम उरकून घेत असे. त्यामुळे मोटा भाई जबाबदारीची सर्व कामे माझ्यावर टाकून मोकळे होत. मोठा भाईंच्या लहान चुलत भावाचे बाजूला निर्मल ऑटो मोबाईल्स स्पेअर पार्टचे मोठे दुकान होते. दुकानाची कॅशसुद्धा ते आमच्या कॅशबरोबरच बँकेत भरत असत. आत्तापर्यंत सर्व काही चांगले चांगले होते. आम्हाला मोटा भाई आणि त्यांच्या फॅमिलीने कधीच नोकरासारखे वागवले नाही. आज जे चालले आहे, ते पुढे असेच चालत राहिले, तर आमच्या जीवनात कुठल्याच प्रकारच्या समस्या राहणार नाहीत, असेच वाटू लागले होते. फक्त माझ्या मनाला थोडी धाकधूक वाटायची. कारण मला थोडा लांबचा विचार करण्याची पहिल्यापासून सवय होती. असे म्हटले जाते की भूतकाळात होणाऱ्या गोष्टींपासून पुढे सावधानी बाळगणे आणि वर्तमानात आहे त्याचा आनंद घेणे व भविष्यात येणाऱ्या संधीचा फायदा घेणे किंवा नियोजन करणे हे गरजेचे असते.

साहेबराव रात्रपाळीला जास्त करून राहायचा. पंपाच्या बाजूला एक वर्कशॉप होते, त्याचा मालक मारवाडी होता. त्याची साहेबरावासोबत मैत्री होती. रात्री पंप बंद झाल्यावर ते मोठ्या हॉटेलमध्ये जात, त्याबरोबर पिणे-खाणे हे होत असे. पुढे पुढे हे त्याचे नेहमीचे झाले. सकाळी रोज हिशोबात पैसे कमी पडायचे; पण मी त्याबद्दल विचारत नव्हतो. मी आलेल्या पैशांचा हिशोब शॉर्टमध्ये टाकत असे किंवा खर्चात ॲडजस्ट करत असे. परंतु हा सुद्धा दिलेल्या भरवशाला तडाच होता, पण त्याला इलाज नव्हता. पहिले तोच पंपावर आला होता. मी नंतर तिथे आल्यामुळे आणि त्यानेच मला ही नोकरी सुचवलेली होती. त्यामुळे जे चालले आहे ते चांगले किंवा वाईट या गोष्टीकडे दुर्लक्ष करणे गरजेचे होते. मला असे वाटायचे की मी जाऊन सांगणे ही त्याची तक्रार केल्यासारखे होईल. त्याच्यामुळेच

मी नोकरीला लागलो होतो, त्याचे हे एक प्रकारचे माझ्यावर कर्ज होते. मला वाटायचे कधी ना कधी मालकाला कळल्याशिवाय राहणार नाही, त्यामुळे आपण सांगून वाईटपणा का ओढवून घ्यावा? मला नेहमी वाटते की आपल्या चांगल्या वाईट कर्मांचा हिशोब देवाच्या वहीत लिहून ठेवलेला असतो आणि त्याचा परतावा व्याजासह आपल्याला मिळतो.

दरम्यान या पाच-सहा वर्षांत बँकेच्या व्यवहाराची मला चांगली माहिती झाली होती. मग मी बँक ऑफ महाराष्ट्र शाखेत जाऊन कुणालाही न सांगता बचत खाते काढले होते. त्यात रोज मिळणारे कमिशन हे दोन दिवसांनी जाऊन बँकेत भरत असे. आम्ही तिघांनी म्हणजे मी, साहेबराव आणि आनंद घोरपडे आमचा सर्वांचा नवीन संसार पुण्यात थाटला होता. त्यांच्यातपण मी काटकसरीने माझा संसार चालवत होतो. गावाहून जनाबाईला येऊन दोन वर्षे झाली होती. दळणाचे डब्बे विकत घेण्याऐवजी आम्ही कापडी पिशवीमध्येच बरेच दिवस दळण आणत होतो. मला मुळात पुण्यात राहण्याची, दुसरे बिऱ्हाड करण्याची इच्छा नव्हती. माझा ओढा पहिल्यापासून गावाकडेच होता. मला वाटायचे गावाकडे जाऊन तिथे भावात एकत्रित काहीतरी करू. गावातच सर्व गावातल्या लोकांपेक्षा आपण प्रगती करू, हीच प्रामाणिक इच्छा होती.

पूर्वी बापूंच्या शेतीला लागून जी विहीर होती, त्या पाण्याने आमचे संपूर्ण शेत बागायत केले होते. मी पैसे जमवून डिझेल किर्लोस्कर मशीन शेतात बसवली आणि त्यानेच आता संपूर्ण शेतीमध्ये पाणी पुरवठा करत होतो. आता गावात वीज आली होती. विजेची लाईन मागवणे, विहिरीत पाण्याची मोटर बसवणे, जमिनीचे लेव्हलिंग आणि शेतीच्या मशागतीसाठी पुण्यातून खर्च पुरवत राहिलो. यवत सोलापूर रोडवरील गावात मोठा बैल बाजार भरत असे. त्याठिकाणी जाऊन मी लहान पंढरपुरी बैल जोडी घेतली आणि ती स्पेशल एक ट्रक करून त्यामधून गारेगावला पाठवली. आमच्या पंपावर ऑईलचे बॅरल रिकामे झाल्यावर ते काही कामाचे नसतात. त्यामुळे आम्ही ते विकून टाकायचो. मी मोटा भाईंना विचारून घेतले की, 'माझ्या गावी त्याचा उपयोग होईल ते बॅरल मी घेऊ का?' त्यावर त्यांनी सांगितले की, 'बिनधास्त ने. तसेही ते आपण स्क्रॅपमध्येच देत असतो.' मग दरवेळी त्यासाठी ट्रक करणे सोयीचे नव्हते. त्यातून मी एक मार्ग काढला. धुळ्याच्या शेतकी कॉलेजची बस पुण्याला येत असे, तिच्या ड्रायव्हरसोबत बोलून बॅरल मालेगावी पोहोचवायचे ठरवले. मग त्या गाडीच्या टपावर पॅक बांधून तो मालेगावपर्यंत पोहोच व्हायचा. मालेगावात बरेच ओळखीचे लोक होते.

त्यांच्याकडे ते बॅरल ठेवून देत. मग भाऊ किंवा बापू मालेगावला आल्यावर ते सोबत आपली बैलगाडी आणत आणि त्यात टाकून गावाला घेऊन जात.

एकंदर मी घरातून निघताना घरच्यांचा माझ्याबद्दलचा जो गैरसमज होता की हा आता तिकडे गेल्यावर आम्हाला विसरेल, तो मी साफ चुकीचा ठरवत होतो. मी तेव्हा जसे माझ्या घराकडे लक्ष देत होतो, तसा आजही करत होतो. माझे नोकरी करण्याचे एकमेव ध्येय हे माझ्या संपूर्ण घराला पुढे नेण्याचे होते. कितीही काही झाले तरी वेळ पुढे पुढे सरकत राहत असतो. कालांतराने माझी तीन नंबरची बहीण इंदूचेही लग्न ठरले. वडिलांनी सर्व काही बघून ठरवले. सर्व झाल्यावर मला कळवण्यात आले होते. मेच्या शेवटी लग्न उरकण्याचा बेत झाला. मला खर्चाची यादी दिली गेली. मी ती जबाबदारी प्रेमाने उचलली. मी आधीच या सर्व गोष्टींची आखणी करून पैशांची तरतूद करून ठेवायचो. देवाच्या कृपेने तेपण कर्तव्य सुरळीत पार पडले. सावळारामच्या पुढील आयुष्यासाठी काही तरतुदी करण्याचे मी प्रयत्न चालू केले होते; पण बरेच दिवस काही झाले नाही म्हणून त्याने थोडे दिवस शेती केली. त्या वेळेला नोकरी मिळणे इतके सहज नव्हते.

साहेबरावची पत्नी मीरा, जनाबाई आणि केदाबाई घोरपडे या तिघीही पुढे मागे पण एकाच वर्षात गरोदर राहिल्या. तिघींचेही पहिले बाळंतपण होते. आम्ही तिघेही अत्यंत खुश होतो. आईची बाळंतपणे मी पाहिली होती. त्यामुळे काय काळजी घ्यावी? हे मला माहिती होते. तरीपण पहिले बाळंतपण म्हणून दिवस भरल्यावर त्या तिघींना काही दिवसांच्या अंतरावर गावाकडे प्रसूतीसाठी पाठवले होते. जनाबाईची तिच्या माहेरी प्रसूती झाली १८ मार्च, ७३ आमच्या घरी कन्यारत्न जन्माला आले. म्हणतात ना, 'पहिली बेटी धनाची पेटी.' मला खूप आनंद झाला होता. मी खूप खुश होतो. इवले इवले हात, इवले इवले पाय, खूप नाजूक, जणू की फुलपाखरूच. तिला पहिल्यांदा हातात घेताना, मला खूप आनंद तर झाला होताच आणि आपल्यावर वाढलेल्या जबाबदारीची जाणीवही होत होती. मीराची एप्रिल महिन्यात प्रसूती झाली, तिलापण कन्यारत्न झाले. केदाबाईला मुलगा झाला. प्रत्येकाच्या संसारवेलीवर फुल उमलले होते. सगळीकडे आनंदाचा बहर आला होता.

जनाबाईने बाळाच्या जन्माची वेळ टिपून कुंडली बघितली. मग बाळाचे नाव 'मालती' ठेवण्यात आले. मला मनापासून आनंद झाला होता, मुलीला कधी बघेल? असे झाले होते. महिना-दीड महिना जनाबाई माहेरीच होती. नंतर तिला आणि बाळाला गारेगाव येथे आणले. पंधरा-वीस दिवसात बापू जनाबाईला घेऊन

सरळ पुण्याला आले. मालतीला बघितल्यावर मी परमेश्वराचे आभार मानले. तिला पाहताच मी खूपच भावूक झालो होतो. आमच्या घराला खऱ्या अर्थाने घरपण आले होते. माझ्या घरात माझी लक्ष्मी आल्याचा आनंद उसळून वाहत होता. माझ्या जीवनात जी कमतरता होती ती भरून निघाली. जग मला या सर्वांपुढे ठेंगणे वाटू लागले. म्हणतात ना, 'ज्या घरात मुलगी जन्माला येते, तो बाप राजा असतो.' इतक्या वर्षांनंतर जनाबाई 'आई' झाली होती. त्यामुळे तिलापण तिचा मान-सन्मान मिळू लागला होता. मी नेहमीच स्वतःला कधीच कुटुंबापेक्षा वेगळा समजत नव्हतो. कारण लहानथोरांची-पूर्ण कुटुंबाची भिस्त फक्त माझ्यावर होती. त्यामुळे सगळ्या गोष्टींचा समतोल राखून मला चालावे लागणार होते. जनाबाई घरच्यांच्या बाबतीत कधीही नकारार्थी बोलत नसे. मी जे निर्णय घेत असे, त्याला ती नेहमीच होकार देत असे.

माझ्या आणि तिच्या आई-वडिलांना आजी-आजोबा झाल्याचा अत्यंत आनंद होता. आणि तो त्यांच्या वागण्यात दिसत होता. बापूंचे पिणे चालू होते; पण नातीच्या आगमनाने पहिल्यापेक्षा कमी होते. त्यात अतिपिण्यामुळे त्यांची प्रकृतीही खालावत होती. आत आतड्यांना काहीतरी त्रास झालाच असेल, त्यामुळे त्यांना जेवण जात नसे. नातीच्या जन्माचा आनंद आणि त्यात हे कारण म्हणून त्यांनी पिणे कमी केले. त्यांच्या कमी पिण्यामुळे घरातील भांडणे कमी झाली. त्यांनीपण त्यांच्या मनाला समजूत घातली असावी की पुढे आपल्यालाच पश्चाताप होईल. आजतागायत आई-वडील ज्या पद्धतीने वागले, त्याचप्रमाणे मी जर वागलो असतो, तर त्यांची फार दैना झाली असती. माझ्या मनाचा निश्चय होता, तो मी कधीही ढळू दिला नाही. आजपर्यंत कमावलेला सर्व पैसा मला लागेल तितका ठेवून, बाकीचा घरी पाठवत होतो. त्यामुळे त्यांच्या सर्व गरजा भागवल्या जायच्या. मी जनाबाईला पुण्याला घेऊन येणार, हे ऐकून त्यांनी मूक परवानगी दिली होती; पण मनापासून ते त्यांनी स्विकारले नव्हते. उघडपणे ते काही बोलत नसत, कारण येणारा पैसा त्यांनाही हवाच होता. माझे मन दुखवून त्यांना चालणार नव्हते.

१२ डिसेंबर ७४ला दुसऱ्या मुलाचा जन्म झाला. दोघांचा जन्म हा जनाबाईच्या माहेरी झाला. बाळाला पाहण्यासाठी आम्ही कार घेऊन जाण्याचे ठरवले. कारण येताना त्यांना बरोबर घेऊन यायचे होते. नाना शेळके हा माझा चांगला मित्र होता. त्यालाही नाशिकला जायचे होतेच. त्यामुळे आम्ही त्याच्या मालकाची फियाट कार घेऊन नाशिकला जाण्याचे ठरवले. येताना नानाची आई, त्याची मिसेस आणि लहान मुलगा तसेच जनाबाईला व मुलांना बरोबर आणायचे होते. कारमध्ये

पेट्रोल भरून आम्ही संध्याकाळी गावी आलो. रात्री सर्वांसाठी आमच्या घरी मस्त जेवणाचा बेत बनवला होता. दुसऱ्या दिवशी सकाळी पिठले-भाकरी नाश्ता करून नाशिकमार्गे आम्ही पुण्याला निघालो. नाशिकला नानाच्या कुटुंबाची येण्याची पहिलीच वेळ होती. त्यामुळे रस्त्यात गंगाघाट, काळाराम मंदिर वगैरे बघून दोन वाजता आम्ही परतीच्या मार्गाला लागलो. थोडा अंधार असतानाच कोथरूडला पोहोचलो. मालतीचा पहिला जन्मदिवस आम्ही पुण्याला केला. गावाकडची बरीच मंडळी आली होती. माझे मामा-मामी यांनादेखील आवर्जून बोलावले होते. तसेही गावाकडच्या लोकांना कधी पुण्यात यायला मिळाले असते कोण जाणे! कारण गावाकडे जो-तो शेती आणि घर यांच्या चक्रात अडकलेला असतो. पुण्यात इतक्या लांब यायचा काहीच संबंध येत नाही. अगदीच काही काम पडले, तर मालेगाव, जास्तीत जास्त नाशिकपर्यंतच जाणे होते म्हणून मी आवर्जून सर्वांना बोलवले. त्या निमित्ताने का होईना पुण्याला येतील आणि घडलेही तसेच. माझ्या आनंदासाठी माझ्या प्रेमापोटी, मी ज्यांना ज्यांना बोलवले ते सर्वजण आले होते. सर्वांनी एक ग्रॅमच सोन्याचे वळे आणले होते व ज्यांनी वळे आणली नाहीत, त्यांनी गिफ्ट घेतली होती. मी काही गिफ्ट आणलेले वळे घेतच नव्हतो; पण सर्वांनी खूप प्रेमाने आग्रह केला, त्यामुळे घ्यावे लागले. मी त्याची नोंद ठेवलेली होती. सर्व स्त्रियांसाठी साड्या आणल्या होत्या. जातेवेळी सर्वांच्या हातावर साड्या दिल्या. काही मंडळी गावाकडे परत गेली. काही जेजुरीसाठी रवाना झाली. तिथून ती परस्पर गावाकडे जाणार होती. मालतीच्या पहिल्या वाढदिवसाची पत्रिका छापलेली मी अजून जपून ठेवली आहे. मामाकडील मंडळी माझ्या घरातील उत्सवात सामील केल्यामुळे मागचा रुसवा निघून गेला आणि सगळे वातावरण आनंदाचे झाले. सगळे आनंदी चेहऱ्याने परत गेले.

नाना शेळके हे गारेगावला येऊन गेल्यापासून त्याची आईपण कौतुक करत होती, कारण त्यांनी आमचे गावाकडचे घर पाहिले होते. त्यांना ते खेड्यातले राहणीमान खूपच आवडले. आमच्या घरात त्यावेळी सुबत्ता होती. घरात कोपऱ्यात धान्याची बारा-पंधरा पोती लावलेली. मोठे पातेलेभर चटकदार भाजी आणि टोपलीभर भाकरी असा जेवणाचा बेत केला होता. आमचे घर तसे मोठे होते, हे बघून नानाच्या घरातल्या सगळ्यांना आवडले होते. तसा तो इमानदारीने दुकानात काम करत होता. शेठ लोकांचे फोर व्हीलर, टू व्हीलर, जेव्हा पाहिजे तेव्हा तो न्यायचा. त्याने मला स्कूटर शिकवली होती. त्यामुळे शेजारील ऑटो कॉर्नरला तात्याकडून मी सेकंडहॅन्ड जावा मोटरसायकल तीन हजार रुपयात घेतली. त्यावर

नवीन पेंट करून तिला रेसर टाईप केली होती. मोटा भाईंना मी टू व्हीलर घेतल्याचे सांगून टाकले, त्यांच्याकडून चांगले झाले, असे शब्द ऐकल्यावर मला बरे वाटले. पूर्वी कोथरूडची जागा सोडून सेनापती बापट रोडला शिवाजी हाऊसिंगजवळ आशा नगरला केदारे यांच्याकडे पोट भाडेकरू म्हणून एक रूम, वर शेड असे घेऊन राहू लागलो. त्याच वेळेला कोथरूडला राहत असतानाच माझा मावसभाऊ सुरेश हा कामाच्या शोधात पुण्याला आला, तेव्हा तो माझ्या रूमवरच राहण्यासाठी असायचा. कारण पुण्यात त्याला माझ्याशिवाय कोणी नव्हते आणि हातात काम नसताना वेगळी रूम घेऊन राहणे, त्याला परवडणारे नव्हते.

पुण्यातील फुले मंडईमध्ये 'राजाराम जी पाटील' या नावाने बी-बियाणे विक्रीचे दुकान होते. दुकान मालक बिजोरस्याचेच होते. त्यांना चांगल्या पदाची नोकरी होती. त्यामुळे ते नाशिकला स्थायिक होते. नोकरी सोबत जोडधंदा म्हणून त्यांनी नोकरी करता करता बी-बियाणांचे दुकान टाकले. त्यांच्या सौभाग्याने त्या दुकानाची खूप छान चलती झाली. मग त्यांनी हळूहळू नाशिक आणि पुणे येथे पाच ते सहा शाखा सुरू केल्या. त्याच दुकानाच्या पुणे शाखेत जनाबाईच्या माहेरचा साहेबराव निकम हा कामाला होता. सुरेश माझ्याकडे राहायला आला, तेव्हा मी ओळखीच्या लोकांमध्ये त्याच्या नोकरीसाठी विचारणा करत होतो. तेव्हा साहेबराव निकमने मला सांगितले की त्याच्या पुण्याच्या दुकानात दोनशे रुपये पगाराची एक नोकरी आहे. हे ऐकताच मला खूप हायसे वाटले. सुरेशपण लगेच तयार झाला. अशा प्रकारे सुरेश साहेबराव निकमांच्या ओळखीने पुण्यात कामास लागला.

जनाबाई त्यांचा डब्बा, माझे सकाळचे जेवण आणि दोन्ही मुलांना अंघोळ, खाणे-पिणे हे व्यवस्थित पार पाडत होती. तिला कंटाळा माहीतच नव्हता आणि ऐन वेळेला पाहुणे जरी आले तरी ती आनंदाने स्वयंपाक करायची. लग्न झाल्या-झाल्या सगळे जे पायगुणाबाबत बोलत होते, त्याची प्रचिती तर मी वेळोवेळी घेतली. तिच्या येण्याने माझ्या आयुष्यात मी प्रगतीरथावर स्वार झालो होतो. ते तर होतेच, त्यासोबतच तिचा स्वभाव खूपच चांगला होता. माझ्यासोबत खूप चढ-उतार तिने पाहिले होते. मी बाहेर कष्ट करत होतो, तर ती घर-संसारात राबत होती. तिने माझ्या कुठल्याच निर्णयाला आडकाठी केली नाही, मला खूप साथ दिली. त्यामुळेच आयुष्यात मी खूप काही करू शकलो.

सुरेश हा मूळ पाळे गावात कळवण जवळ लहानाचा मोठा झाला. ते माझ्या लहान मावशीचे गाव. काका तहसीलदार ऑफिसमध्ये नोकरी करत, पुढे रिटायर झाले होते. पाच मुले आणि एक मुलगी असा परिवार होता. त्यांची परिस्थितीपण

नाजूक होती. घरात कटकटी चालू असत. सुरेश रागाने निघून गारेगावला राहत असे. माझे पुण्याहून जाणे झाले की मला वैतागून म्हणायचा, 'अण्णा मला पुण्याला घेऊन चल. जे काम मिळेल ते करतो.' माझ्या डोक्यात ती गोष्ट होतीच, मग मला वाटले की माझ्या ओळखीत जे आहे, त्यांना सांगावे म्हणून मी साहेबराव निकम यांच्या कानावर ही गोष्ट टाकली होती. नेमकी त्याचवेळी त्यांना पण माणसाची गरज होतीच. मग त्यांनी मालकाशी बोलून घेऊन त्याची नोकरी पक्की केली. ठरल्याप्रमाणे तो नियमित दुकानात सर्विसला जाऊ लागला. नोकरी करत असतानाच त्याने त्याच्या वहिनीला म्हणजे जनाबाईला त्याच्या मनातले सांगितले, 'माझे आई-वडील माझ्या लग्नाचा, माझ्या भविष्याचा विचार करणार नाही. तू जर तुझ्या लहान बहिणीचा माझ्यासाठी विचार केला, तर बरं होईल. नाहीतर माझं पुढचं भविष्य अंधारातच राहील. माझ्या घरच्यांकडून काही होणार नाही, तू तुझ्या आई-वडिलांना विचार. मला मुली व्यतिरिक्त काहीच अपेक्षा नाही.' हे मला जनाबाईने सविस्तर सांगितले. मलापण हा त्याचा विचार पटला. मी जनाबाईला म्हणालो की आधी मावशी-काकांना विचारून घेऊ. मग पुढे जाऊ.

माझे सासरे माझ्या शब्दाला मानत. मी काका-मावशीला स्पष्ट सांगितले की, 'माझ्या लग्नाच्या वेळेला मला जो त्रास झाला, तो पुन्हा तुमच्या मुलाला होऊ नये. आत्ताच चांगला विचार करून कळवा. हे केवळ तुमच्या मुलाचा आग्रह आहे म्हणून विचारतोय. नाहीतर ते या वर्षी मुलीच्या लग्नाचा विचार करत आहेत.' जे काही खरे होते ते बोलून मोकळा झालो, नंतर त्यांना उगाच वाटायला नको की आपल्या मुलाला भरवले आणि बळजबरी लग्नाला तयार केले. कारण मुलीच्या आयुष्याचा प्रश्न असतो, कोणाच्या मनात जरा जरी अढी असेल तर तिचे वैवाहिक आयुष्य तणावात जाते. मी सगळी परिस्थिती आणि भविष्याचा विचार त्यांच्यासमोर मांडल्यामुळे पुढे चक्र जोरात चालू झाली. त्यांनी जनाबाईला पाहिले होते. त्यांना ती फार संस्कारी वाटली होती. त्यामुळे मुलाचे लग्न झाल्यावर हेपण त्यांच्याजवळ राहतील आणि त्या मुलाचा संसार सुरळीत चालू होईल, असे वाटू लागले. मग मावशी एकटीच बिजोरसे येथे मुलगी पाहण्यास गेली. मुलगी तिच्या मनातच भरली. तिने भाऊराव मामांना स्पष्ट सांगून टाकले, तुम्हाला वाटेल तसे लग्न काढून द्या. आमचे काही म्हणणे नाही. मग सुरेश आणि विमल यांचे लग्न यथासांग पार पडले. भाऊराव मामांनीपण चांगल्या पद्धतीने देणे- घेणे, मानपान सांभाळून सर्व कार्य निर्विघ्न पार पाडले.

थोड्या दिवसांनी ते दोघे पुण्यालाच राहायला आले. आमच्यापासून दहा-

पंधरा खोल्या सोडून एक रूम त्यांना घेऊन दिली. आमच्याकडे डबल सामान होते, त्यातील जुने डब्बे आम्हाला मिळालेच होते, ते देऊन त्यांचा संसार चालू केला. साहेबराव निकम यांचे लग्न ठरले. त्याचे लग्नाचे कपडे पुण्यातच घेतले. शिलाईसाठी लक्ष्मी रोडला नामांकित टेलरकडे दिले. तो बिजोरसे येथे गावी निघून गेला. लग्न आठ दिवस राहिले असताना तो लग्नापूर्वींच्या विधीसाठी पुढे निघून गेला. त्याच्या घरातील हे पहिलेच लग्न असल्या कारणाने सगळेच खूप उत्साही होते. मी लग्नाच्या एक दोन दिवस आधी त्याचे कपडे त्याच्यापर्यंत पोहोचवणार होतो. मला त्याच्यासाठी शिवलेले कपडे हे लग्नाअगोदर एक दिवस बरोबर घेऊन जायचे होते. माझ्याकडे जावा मोटर सायकल होती. गावावरून विश्राम देसले, पुण्याला दगा कोळी यांच्याकडे आले होते. तो एसटीने जाणार होता. मला मोटर सायकलने निकमच्या लग्नाला जायचे होते. आपण पहाटे बरोबर निघू या. असा विचार ठरला, मग तो माझ्याकडे मुक्कामाला आला होता. सकाळी अंधारात लवकर निघालो. सर्व सामान साईड कॅरिअरमध्ये भरले व कपड्याची पिशवी विश्राम जवळ दोघांच्यामध्ये ठेवून निघालो. पाच वाजता आम्ही मंचर गाव पास केले. महात्मा गांधी शाळेजवळ थोडे रस्त्याचे काम चालू होते, बाजूला सिमेंटचे पाईप पडलेले होते. सिंगल रस्ता असल्यामुळे समोरून एक ट्रक पास होणार होता, त्याचे प्रखर लाईट डोळ्यांवर आले आणि गाडीचा वेग कमी करणार, तोपर्यंत नकळत पुढे पडलेल्या पाईपवर पुढचे चाक आदळले आणि दोघे बाजूला फेकले गेलो. मला वाटलं की काही झालं नसेल, असे समजून पडलेली मोटरसायकल सरळ करत असताना डाव्या हाताला दुखू लागले. तेव्हा वाटलं की हाताला फ्रॅक्चर झाले असावे. विश्रामला काही झाले नव्हते. मोटर सायकलची चेसी आऊट झाली होती. माझ्या हाताला खूपच दुखापत झालेली. पण मी त्याकडे लक्ष न देता जो हात जरा बरा होता, त्याच हाताने क्लच आणि एक्सीलेटर हाताळत कशीबशी गाडी चालवत नेऊन मंचरच्या एका पेट्रोल पंपावर लावली. मीपण आमच्या पंपाची ओळख सांगितली. घडलेला प्रकार सांगितल्यावर मॅनेजरने तुम्ही कधीही आलात तरी चालेल. तुमची गाडी सुरक्षित राहील, असे आश्वासन दिले.

आम्ही दोघेही गाडीतील सामान काढून एसटी स्टँडकडे गेलो. तिथून मालेगावची बस मिळाली. अकरापर्यंत मालेगावी पोहोचलो. तोपर्यंत हात बराच सुजला होता. वेदना होत होत्या. गावात हाडांचा डॉक्टर नव्हता. गावातील मेहता डॉक्टर हे जनरल फिजिशियन होते. ते सर्व आजारांवर औषध देत असत. गावात जर थोडे लहानसहान फ्रॅक्चर झालेले असले तर ते नीट करत; पण ते सर्जन नव्हते म्हणून

ते सर्जरी करत नसत. ते एक्स-रे काढून हाताने ओढून हात बसवत. त्यांचे जनरल पेशंट संपल्यावर त्यांनी मला तपासले. मनगटाचे हाड सांध्यामध्ये मोडले होते. ते त्यांनी दाबून बसवले आणि बसलेल्या हाडावर प्लास्टर केले. हात धरून ओढला, त्यावेळी माझ्या हातातून कट असा आवाज जाणवला, पण दुसऱ्या साईडच हाड तसेच वरती दिसायचे. डॉक्टरने काही औषध लिहून दिली. मग मी त्याचे बिल दिले आणि टॅक्सीतून बिजोरसे गाठले.

माझ्या गळ्यात मोडलेला हात दिसल्यावर सासू-सासरे घाबरल्यासारखे झाले. आम्हाला जेवण दिल्यावर झाला प्रकार विचारला. सासूरवाडी असल्याने जावयांना पाहायला गावातील नातेवाईक मंडळी जमा झाली. रात्री मुक्काम केला. भाऊरावमामांनी मला गारेगावी जाण्यासाठी रवाना केले. जाता जाता साहेबरावचे कपडे मी त्याच्याकडे दिले. त्याला लग्नाच्या शुभेच्छा देऊन गारेगावी निघालो. पुण्याला पत्र पाठवले, पण ते आठ दिवसात मिळाले. त्या काळात पत्राव्यतिरिक्त संपर्काचे कुठले साधन उपलब्ध नव्हते. तिकडे मात्र जनाबाई चिंता करत होती.

दोन दिवसात परत येतो म्हणून सांगितले, आज दहा दिवस झाले तरी पत्ता लागत नाही, इकडे निघून आल्यानंतर प्रमोदला गोवर आले होते. मला त्याची काहीच कल्पना नव्हती. त्यामुळे तिकडे सर्व आनंदात असेल, असे समजून मी राहिलो होतो. तसेच प्लास्टर करूनसुद्धा हात दुखत होता. दहाव्या दिवशी मी पुण्याकडे निघालो. पुण्याला पोहोचल्यावर रिक्षाने घरी गेलो. मला अशा अवस्थेत पाहून सर्वांना रडायला आले. गोवरने आणि तापाने प्रमोद फणफणत होता. दोन्ही मुले येऊन गळ्यात पडून रडू लागली. त्यांना आजपर्यंत एकटे सोडले नव्हते. दिवसा जरी घरी नसायचो, पण रात्री पप्पा घरी येतात. हे त्यांना पक्के माहीत होते. त्यांच्या कोवळ्या मनाला समजून सांगणे कठीण होते. जनाबाईला माझा राग आला होता आणि ते साहजिक होते. घरात ते तिघेच त्यात मुलगा आजारी पडला. मी कुठे, कसा आहे याचा निरोपदेखील त्यांना कळाला नव्हता. त्यामुळे सर्वांत जास्त त्रास तिला सहन करावा लागला. दिवसरात्र चिंता करण्यातच तिचे हे दहा दिवस गेले. त्यावेळी फोन करून कळवायची सोय नव्हती. जेव्हा मला पाहिले तेव्हा त्यांना हायसे वाटले.

जनाबाईला त्या लग्नासाठी जाण्याची कल्पना सहन झाली नाही. पुढे साहेबराव निकमचे लग्न झाल्यावर तो काही दिवसांनी पुण्याला परत आला. खोली घेऊन नववधू बरोबर राहू लागला. तो इतका मैत्रीचा अपमान करणारा निघेल, असे मला कधी वाटले नव्हते. माझा एवढा मोठा अपघात झाल्यावरही, मी माझी पर्वा न

करता त्याच्या लग्नाच्या कपड्याची फिकीर करत होतो. माझ्यामुळे त्याची अडचण नको म्हणून मी त्याही परिस्थितीत बिजोरसे येथे पोहोचलो होतो. पुण्याला परत येऊन मला भेटून माझ्याशी थोडीफार चौकशीचे नाटक जरी त्याने केले असते, तरी मला चालले असते; पण तो मला भेटायलासुद्धा आला नाही. त्या दिवसापासून साहेबराव निकम हा विषय माझ्या आयुष्यातून संपला.

मी नेहमी एखादे नाते अगदी मनापासून जपतो, त्याला मी शंभर टक्के देत असतो; पण बऱ्याचदा माझ्या चांगुलपणाचा लोकांनी गैरफायदा घेतला आहे. काही लोकांमुळे मी माझा चांगुलपणा सोडू शकत नाही. मला एक समाधान तर नक्कीच आहे की मला भयानक त्रास होत होता. अशातही मी माझ्यावर टाकलेली जबाबदारी प्रेमाने पार पाडली. मला जो अपघात झाला, त्यात इतक्या लांब प्रवास करणे आणि फक्त त्याच्या कपड्यांसाठी तिथे जाणे, हे इतर कोणालाही शक्य नव्हते. सुरुवातीच्या काळात वर्ष-दीड वर्ष माझ्या घरात जाऊन-येऊन असायचा. पुढे त्याने स्वतःचे एक टपरीवजा दुकान टाकले. त्याने त्याला बराच आधार मिळाला. बऱ्यापैकी व्यापार वाढवला, हे मला जवळच्या लोकांनी सांगितले. मी त्याच्याकडे कधीही गेलो नाही. त्याच्या अशा वागण्याने माझे मन खूप दुखावले होते. एखाद्याला आपण मनापासून जीव लावतो, मैत्रीत जे शक्य आहे, ते सर्व करतो. पण ही मैत्री जर एकतर्फी असेल, तर काय फायदा? माझी त्याच्याकडून फार काही अपेक्षा नव्हती. फक्त त्याने दोन शब्द माझी आपुलकीने विचारपूस करावी, ही मनोमन इच्छा होती. कारण मी त्याला मनापासून आपले मानले होते. मलाही माहीत होते की त्याचा नवीन संसार आहे, त्याला वेळ मिळणार नाही; पण पुण्यात आल्यावर दोन शब्द विचारपूस करावी, ही अपेक्षा होती. या घटनेनंतर मी शिकलो की कोणाकडूनही अपेक्षा करू नये.

माझी दोन्ही मुले, मालती चार वर्षांची आणि प्रमोद पावणे तीन वर्षांचा झाला. त्यांना जनवाडी येथे बालवाडीत टाकले. मालती लहान असल्यापासून हुशार होती. प्रमोद मात्र शाळेत जाण्यास टाळाटाळ करायचा. त्याला बालवाडीत जाऊन बसवणे म्हणजे त्याला बांधून ठेवल्यासारखे वाटत होते. तो खूपच चंचल स्वभावाचा होता. त्यांचे बालवाडी प्रवेश ते शिक्षकेला मुलांकडे लक्ष असू द्या, हे सांगणेसुद्धा जनाबाईनीच केले. मी स्वतः मुलांबरोबर गेलो नाही. आमच्याकडे घरकामाला जनवाडीची सुगंधा नावाची बाई होती. दिवसभर इतर कामे झाली, तरी ती आमच्याकडेच येऊन बसे. मग तिचा पगार वाढवून मुलांना बालवाडीत नेणे-आणणे हे काम तिच्याकडे दिले. थोड्याच दिवसात केदारेंची रूम सोडली.

आधीपेक्षा आत्ताचे घर मोठे होते. आतच टॉयलेट-बाथरूम होते. त्यामुळे सार्वजनिक ठिकाणी जाण्याची गरज नव्हती.

धाकटा भाऊ सावळाराम त्याला आण्णा म्हणत. तो गावाकडून नोकरीच्या निमित्ताने पुण्यात आला. त्याला शिवाजीनगर येथील वर्कशॉपमध्ये कामाला लावले. तेथे त्याला बऱ्यापैकी अनुभव येत गेला. लेथ मशीन चालवण्याचे तंत्र त्याला अवगत झाले. मोखा इंजिनियरिंग, बुवाचे वर्कशॉप आणि बांबूर्डी वर्कशॉप हे शिवाजीनगर गावठाणात होते. तिन्ही ठिकाणी त्याला काम करण्याचा अनुभव आला. त्याने डिप्लोमा केलेला नव्हता.

एके दिवशी पंपावर सकाळी उपाध्ये साहेब लवकर येऊन थांबले. निर्मल ऑटोमध्ये नागपूरचे रिटायर ऑफिसर उपाध्ये साहेब हे मोदी फॅमिलीचे ओळखीचे होते. ते आम्हाला नावाने ओळखत. काही काम असल्यास ते हक्काने सांगत. ते एकदा अशीच विचारणा करत होते, त्यावेळेला मी म्हटले माझा भाऊ वर्कशॉपमध्ये कामाला आहे; पण डिप्लोमा नसल्याने कंपनीत नोकरी करू शकत नाही. हे ऐकल्यावर घोले रोडवर सरकारी यांत्रिकी विद्यालय आहे, त्याठिकाणी एका साहेबाची ओळख सांगितली, त्यांच्याकडून फॉर्म घेऊन भरून ते सांगतील तेव्हापासून रात्री शिक्षणासाठी पाठव. हे ऐकून मला खूप आनंद झाला. ज्या गोष्टीसाठी अण्णा अडलेला होता, सुदैवाने ते काम आज सहजमार्गी लागले. मनापासून एखाद्या गोष्टीची अपेक्षा केली, प्रार्थना केली, तर ती गोष्ट नक्कीच तुम्हाला कोणत्याही रूपात मिळते.

आठवडाभरातच त्याला बोलावणे आले आणि रात्री ट्रेनिंगसाठी अण्णा जाऊ लागला. दिवसा वर्कशॉपमध्ये काम करत राहिला. तसा तो बुद्धीने चाणाक्ष होता, नवीन गोष्टी लवकर आत्मसात करत असे. मात्र आय.टी.आय सर्टिफिकेट मिळूनही कंपनीत नोकरी मिळाली नाही. अशातच उपाध्ये साहेब पुणे सोडून निघून गेले होते. शेवटी चांगला टर्नर म्हणून सात हजार रुपयापर्यंत पगार मिळू लागला. आईबापूने त्याचे लग्न करण्याचे ठरवले होते. जनाबाईचे शिरसोंडीचे मावस भाऊ त्यांचे येणे-जाणे आमच्याकडे असायचे. त्यावेळेला त्यानेच एका मालेगाव कॅम्पमध्ये राहणाऱ्या एकनाथ हिरे यांच्या लहान मुलीचे स्थळ सुचवले. बापूंनी येऊन बघितले. त्यांना स्थळ पसंत पडले. पुढे बोलणे करून लग्न मार्चमध्ये पक्के झाले. ठरल्याप्रमाणे लग्न करून अण्णा त्याच्या पत्नीला, सौ. कुसुमला घेऊन आला.

मालतीचे शिक्षण हे मॉडर्न हायस्कूल शिवाजीनगर येथे झाले. त्याकाळात

पाचशे रुपये फी भरून ओळखीने मराठी शाळेत प्रवेश घेतला होता. पहिल्या वर्गात असतानाच परीक्षा पुढे तीन महिने होती. त्यावेळी अचानक तिला बारीक ताप येऊ लागला. हळूहळू ताप वाढत जाऊन तिची प्रकृती खालावली. त्यावेळेला मोठा भाईंचा मुलगा भरत हा चाइल्ड स्पेशलिस्टची परीक्षा देत होता. तो ससून हॉस्पिटलमधूनच प्रॅक्टिस करत होता. त्याच्या सिनियर डॉक्टरांचा सल्ला घ्यावा, असे ठरवले. मालतीला तेथील डॉक्टरांना दाखवले. त्यांनी तिला ॲडमिट करून घेतले. मालतीला त्यांच्या देखरेखीत ठेवून नॉर्मल होण्यासाठी आठ दिवस लागले. हळूहळू खाणे-पिणे वाढत गेले. जसे तिला बरे वाटत गेले, तसे मला हायसे वाटू लागले. सरकारी हॉस्पिटल आणि ओळखीचे डॉक्टर यामुळे मालती पूर्ण बरी झाली. परीक्षा संपली होती, तरीपण दुसरी प्रश्नपत्रिका काढून शाळेत तिची नंतर परीक्षा घेतली; पण यश आले नाही. शिक्षकांनी मला समजून सांगितले की आजारातून बाहेर आली आहे, तर तिच्याकडून जास्त अपेक्षा करू नका. तिचे ते शैक्षणिक वर्ष वाया गेले; पण पुढे तिने मॉर्डनमध्ये सर्व शिक्षण यशस्वीरित्या पूर्ण केले.

प्रमोद लहानपणापासून हट्टी स्वभावाचा होता; पण तो अभ्यासात आणि इतर बाबतीत अतिशय हुशार होता. त्याच्या हुशारीची एक गोष्ट मात्र आम्हाला खूपच त्रासदायक व्हायची. त्याला वस्तूंचे आकर्षण वाटले की ती वस्तू लगेचच हवी असायची आणि चतुराईने तो ती मिळवायचाच. आम्ही राहत होतो त्यापासून चतुशृंगीची यात्रा दसऱ्यापर्यंत भरत असे. तो मला यात्रेसाठी जायचा हट्ट करी, मीही तो हट्ट पूर्ण करून त्याला यात्रेत न्यायचो. यात्रेला जाताना आपण कितीही प्रमोदला बजावून नेले की, बाळा तू कोणत्याही वस्तूसाठी हट्ट करणार नाहीस, काही मागणार नसेल, तर तुला यात्रेत घेऊन जातो. नाहीतर नेणार नाही. माझ्यासमोर त्या क्षणाला शांतपणे मान डोलावून माझे म्हणणे, सगळे मान्य करायचा आणि सुरुवातीपासून शेवटपर्यंत सगळे शहाण्यासारखे वागायचा, काही त्रास देत नसायचा. परतीच्या वेळेला मात्र अध्र्या रस्त्यावर माझा हात झटकून खेळण्याचे दुकान असो किंवा फुगेवाला असो. जिथे थांबला, तिथली वस्तू त्याला हवी असायची. त्यांच्यासमोर जाऊन उभा राही आणि मी न्यायला आलो की हट्टाने मागत. मी त्यावेळी काही न बोलता ते घेऊन देत असे. तसे तर जनाबाई दोन्ही मुलांना सांभाळायची. त्यामुळे मला मुलांना सांभाळायची वेळच येत नसे. अशावेळी तो मला कात्रीत पकडायचा. मी माझ्या कामाच्या व्यापात असायचो आणि त्या क्षणाला त्याच्या या हुशारीने मात्र मी हैराण होई.

एकदा असाच यात्रेत घडलेला प्रसंग आजही चांगला लक्षात आहे. आताची

कन्वेक्शन सेंटर आहे, ती सर्व जागा मोकळी होती. पावसाळ्यात गवत कमरेपेक्षा मोठे वाढायचे, नावाला म्हणून फक्त पायवाट होती. प्रमोद हट्ट करत वस्तू मागत होता, तो तिथेच रडायला लागला. माझ्याकडे फक्त सव्वा रुपया खिशात होता, कारण त्यावेळेला माझे अपेंडिक्सचे ऑपरेशन झाले होते. त्या काळात मी घरी बसून असल्याने पैशाची कमतरता होती आणि मला खूप थकवा जाणवत होता. तरीपण त्याच्या सांत्वनासाठी मी त्याला पंधरा पैशाची बासरी घेऊन दिली. ती त्याच्या मनात भरली नव्हती, तरीही मी त्याच्या हातात दिली. त्याने ती फेकण्याचा प्रयत्न केला. मी लगेच हातातून घेतली. घराकडे निघालो. पुढे रस्त्याने जात असताना त्याने माझ्या हातातून बासरी ओढली. ती मोठ्या गवतात भिरकावली. आताच नवीन घेतलेली वस्तू फेकल्यामुळे माझा संताप अनावर झाला. मी त्या गवतात बासरी शोधू लागलो. मला काट्याकुट्यात घुसावे लागले. कशीबशी दुसऱ्या मुलांच्या मदतीने ती शोधली. त्याच बासरीने त्याला सडकतच घरी आणले. त्यावेळी माझे डोके शांत झाले नव्हते. घरी येईपर्यंत तो मात्र डोळे कोरडे करून काहीच न झाल्याचे आईला दाखवत होता. तसा मार खायला तो कडक होता. त्याच्याकडे असणारी सगळी सहनशक्ती तो त्यावेळी वापरत असे. मारून प्रश्न सुटत नाहीत; पण त्यावेळी आलेल्या रागाचे परिणाम सहन करावे लागतात आणि मुख्य म्हणजे हे आपण रागात असताना समजत नाही.

अशीच एक त्याच्या स्वभावातील गंमत आठवली. एकदा तो बालवाडीमध्ये असताना मी त्याला कामावर जाता जाता सोडायला निघालो. त्याला शाळेत सोडायची, ही माझी पहिलीच वेळ होती. एरवी त्याची आईच त्याला सोडायची. इथे चौकातच शाळा होती. त्याला विचारल्यावर मला त्याने खूप लांब आहे म्हणून सांगितले. मीपण त्याच्यावर विश्वास ठेवून अजून पुढे पुढे जात राहिलो; पण मला काही बालवाडी सापडेना. तिथेच एका माणसाला विचारले असता तो बोलला, 'अहो, इतक्या लांब कशाला आलात? ते मागे बस स्टॉप आहे ना! तिथेच आहे.' परत येताना अजून एका ठिकाणी विचारावे लागले. बालवाडी आतील गल्लीत होती, मला त्याला खाली उतरून क्लासमध्ये सोडावे लागले. हे त्याचे खोडसाळ वागणे बरेच दिवस होते. त्याचा स्वभाव अतिशय हट्टी होताच; पण तितकाच हुशारदेखील होता. ती हुशारी वेगळीकडे वापरत होता. मुले झाल्यावर आपल्या आयुष्यात खूप जबाबदाऱ्या येतात. त्यांच्या अपेक्षांना, त्यांच्या हट्टीपणाला तोंड देणे, आई-वडिलांना वाटते तितके सोपे नसते.

एकदा मी जनाबाईला म्हटले बऱ्याच दिवसात नाटक बघितले नाही, तर एक

दिवस आपण नाटकाला जाऊ या. मी सिनेमा बघून कंटाळलो होतो. मग बालगंधर्व रंगमंदिरात चांगले नाटक, चांगले कलाकार आले असतील, तर हमखास जात असे. 'धुक्यात हरवली वाट' या नाटकाची जाहिरात पेपरात येत होती. आदल्या दिवशी त्याचे तिकीट काढून आणले होते. नाटकाला उद्या जायचे होते, तिकीट काढून आणले. मला नाटकासाठी कामावरून जरा लवकर निघावे लागणार होते, तशी कल्पना मी साहेबरावला दिली. त्या दिवशी ठरल्याप्रमाणे तो त्याच्या ड्युटीच्या वेळेआधी कामावर पोहोचला. जेणेकरून मला लवकर घरी जाता येईल. मी घरी आल्यावर आम्ही छान आवरून जनाबाई, मालती आणि प्रमोदला घेऊन बालगंधर्वला निघालो. त्यावेळी गर्दी आणि सिग्नल नसल्याने शिवाजी हाऊसिंग ते बालगंधर्वपर्यंत दहा मिनिटात पोहोचत. या दोघांना बरोबर घेऊन जाणे, यात एक भीती होती. आजपर्यंत त्यांनी सिनेमा बघितला होता; पण ते तिथे शांत बसत नसत. प्रमोदची बडबड चालू असायची. त्याला खूप प्रश्न पडायचे; पण सिनेमाचा आवाज मोठा असल्याने त्याच्या बडबडीचा परिणाम होत नसे. त्यात मधेच ते ऊठ-बस करायचे आणि आमचा टाईम निघून जाई. त्यामुळे कॉर्नर तिकीट घ्यावे लागे. इंटर्वलमध्ये वेफर्स किंवा समोसे घेऊन येत. सिनेमा चालू झाल्यावर त्यांना खायला देत म्हणजे पुढे तासभर निघून जात. त्याचेही बरेच किस्से आहेत.

या वेळेला दोघांनी कहरच केला. बरोबर येताना लहान पिशवीत पारले बिस्किटाचे दोन पुडे अगोदर टाकून आणलेले होते. नाटकाचा पहिला प्रवेश चालू होणार होता. त्यावेळेला लाईट बंद करून प्रयोग चालू होई. या दोघांना अंधाराचे वावडे होते. फार फार तर दहा मिनिटे शांत बसत. नंतर मात्र त्यांना भूक लागे. त्याचा उपाय बिस्कीट होता. जोपर्यंत बिस्कीट संपत नाही, तोपर्यंतच नाटक बघणे होई. नंतर प्रमोदचा आवाज वाढत होता. शेजारी बसणाऱ्यांना त्रास होत होता. तो नको व्हायला म्हणून त्याला उचलून मागे काचेचे तावदान होते. त्याच्या पलीकडे जाऊन मी तिथून बघत होतो. नाटकातील बोलणे इतके स्पष्ट ऐकू येत नव्हते. मी त्याला गोडीत समजावून परत सीटवर जाऊन बसलो. थोड्या वेळात तीच परिस्थिती. त्यावेळी नाटकाचे तिकीट बऱ्यापैकी महाग होते. त्यावेळी मला असे वाटले की या दोघा मुलांनी विचार केलाय की यांना नाटक बघू द्यायचे नाही. मला खूप राग आला. प्रमोदला बाहेर लॉबीमध्ये आणले. त्याला दोन थोबाडीत लगावले, थोडा रागावलो.

इतक्यात समोरून कॅबिनमधून मॅनेजर बघत होता. तो ताडकन उठून जवळ आला आणि म्हणाला, 'मुलापेक्षा नाटक मोठे आहे का? कशाला मुलाला मारत

आहात?' ते ऐकून मी शांत झालो. त्याला दारात उभे केले. जनाबाई आणि मालतीला घेऊन आम्ही तडक घर गाठले. त्यानंतर मात्र परत काही आम्ही नाटकाला गेलो नाही. अशा प्रकारे आमचा नाटक सोहळा पार फसला.

मालतीला थोडे ओरडल्यावर ती काही काळ गप्प बसे; पण प्रमोद कोणत्या जन्माचे ऋण घेऊन जन्माला आला आहे? हे समजेना. प्रमोदचे अजून एक वैशिष्ट्य असे की तो बालवाडीत जाऊन येई. नंतर दिवसभर गल्लीत मुलांमध्ये खेळत. रात्रीचा स्वयंपाक होऊन जेवण होईपर्यंत त्याची दिवसभर खेळून थकल्याने एक झोप काढून होई. मग नंतर मात्र आम्हीच नव्हे, तर शेजारीपाजारी तसेच पुढच्या बाजूला घरमालक, असे सर्वच चाळकरी त्रासून जाई. या गोष्टीमुळे माझ्या मनावर प्रचंड दडपण यायचे. मुलांच्या ध्यानीमनी ही गोष्ट नसायची. कारण ते आपल्या बाललीलांमध्येच मग्न असायचे. 'नाहीतरी लहान मुले देवाघरची फुले, अन् त्याच फुलांना त्यांच्या विश्वात मनासोक्त बागडण्यात, त्यांचा स्वच्छंदपणा सोडून काहीही दिसत नाही.' आम्हा मोठ्यांचे तसे नसते. लहान मुलांचा खेळ, त्यांना गलका वाटतो आणि त्यात आपण सुख मानायचे की त्रास समजून त्रागा करायचा. हे ज्याचे त्याने ठरवावे. कारण मला माझ्यामुळे इतरांना त्रास व्हावा, असे वाटत नव्हते.

कधी कधी अतिशय संतापाच्या भरात तळपायाची आग मस्तकात जाऊन त्याला रात्रीही पाण्याच्या पिंपाजवळ नेऊन उलटे पकडून त्यात बुडवेल म्हणून धमकी द्यावी लागायची; पण त्याचाही उपयोग होत नसे. कारण त्याचे 'येरे माझ्या मागल्या' सारखे उद्योग सुरुच असायचा. त्याच्या हट्टासमोर प्रत्यक्ष देव जरी आला तरी बहादर नतमस्तक न होता हट्टीपणा सोडायचा नाही, अशी त्याची वृत्ती होती. मग आम्ही तर हाडामासाची माणसे. भलेही आई-बाप असो तर आमची काय कदर? मुलांना आई-वडिलांच्या परिस्थितीची कल्पना नसते. त्यांच्यासाठी ते कायम कल्पतरूच असतात.

प्रमोदचे वयाच्या पाचव्या वर्षी पाचशे रुपये डोनेशन भरून मॉर्डन स्कूलमध्ये ॲडमिशन घेतले. पहिल्या वर्गापासून सातवीपर्यंत तो वर्गात चांगल्या मार्कांनी पास होत गेला. त्यावेळेला हुशार मुलांची वर्गवारी होत असत. तो काही दिवस 'अ' तुकडीत होता. मी मुलांच्या शिक्षणाबाबतीत थोडा का होईना निष्क्रियच होतो, जे नशिबात असेल, ते होईल. जास्त त्रास करून घेण्याची माझी तयारी नसायची. मुलांच्या प्रगतीपुस्तकावर शेवटी पालकाची सही लिहिलेली असायची. तिथे सही केली की झाले, माझी जबाबदारी संपायची. मी कधी ते उघडूनही बघत नसे.

जीवनातील यशाचा आणि शिक्षणाचा कैक वेळेस संबधच नसतो; परंतु वैचारिक प्रगल्भता येण्यासाठी शिक्षणही तेवढेच महत्त्वाचे असते. शिक्षण न घेतासुद्धा काही व्यक्ती जीवनात यशस्वी झालेल्या आहेत. उदाहरण द्यायचे झाले तर बरेच व्यक्तिगत उदाहरण देता येतील. त्यापैकी एक म्हणजे साहित्यसम्राट अण्णाभाऊ साठे यांचे देता येईल. ते फक्त दीड दिवसच शाळेत गेले, गिरणी कामगार असूनदेखील आपल्या स्वानुभवातून, निरीक्षणातून त्यांनी ३५ कादंबऱ्या, १३ नाटके, १० पोवाडे, १ प्रवासवर्णन अशी साहित्यनिर्मिती करून 'साहित्यसम्राट' हा किताब पटकावला.

मला कामाच्या व्यापातून वेळ मिळत नसे. माझ्यावर कौटुंबिक जबाबदारी तर होतीच; पण मी पुणे शहरात असूनदेखील गावची सगळी जबाबदारी नेटाने सांभाळायचो. बायको-पोरांसोबत आई-वडील, भाऊ-बहीण यांनादेखील काही कमी पडू नये, असे मला वाटत असे. त्यामुळे कष्ट करून त्यांना सुखी ठेवणे, हे माझे कर्तव्य असायचे. मुले सांभाळणे, हे खूप जिकिरीचे काम असते. लहान मुलांना कसे सांभाळायचे? त्यांच्याकडून त्रागा न करता कसे आपल्या मनाप्रमाणे वागवून घ्यायचे? हे मोठे कौशल्यच आहे. मुलांना सांभाळण्यासाठी कमालीचा धीर अंगी असायला हवा. आपण म्हणतो मुलांना काही कळत नसते; पण गंमत म्हणजे तानुल्या बाळालापण आपल्याला त्याच्या इशाऱ्यावर नाचवायला जमते. अहो ही मुले जन्मजात मानसशास्त्र शिकून आलेले असतात. त्यांच्या बुद्धीला तोड द्यायची म्हणजे आपल्या मेंदूला किती सतर्क राहणे गरजेचे आहे. हे काम जनाबाईच करायची. मी काही त्यात पडत नसे. मला माझीच कामे करताना त्रेधातिरपिट व्हायची. तिने खमकेपणाने मुलांचे, पाहुण्या-रावळ्यांचे यथासांग सर्वतोपरी केले, म्हणून मला आर्थिक बाजू धैर्याने सांभाळता आली.

माझी लहान भावजय कुसुम ही काही दिवसांसाठी गावाकडे गेली होती. तेव्हा लहान भावाने वनाझ कंपनीजवळ भवानीनगर येथे रूम भाड्याने घेतली. त्याने ते मला अजिबात कळू दिले नाही. कुसुम गावी असतानाच हे सगळे घडलेले होते. त्यामुळे तिलाही यातले काही माहीत नव्हते. तो असा अचानक वेगळे राहायला गेल्यामुळे आम्हा दोघांना खूप दुःख झाले. या दरम्यान दुसऱ्या बहिणीचे लग्न ठरले. त्या लग्नास सहा महिने अवधी होता. त्याच काळात माझ्या लहान मुलीचा जन्म झाला. तोपर्यंत पंपावर सर्व व्यवस्थित चालू होते.

इकडे मोठा भाईंचा मुलगा भरत हा बालरोगतज्ज्ञ झाला होता. लहान मुलांचे स्पेशालिटी हॉस्पिटल तयार होऊन त्याचे उद्घाटन शुभ मुहूर्तावर ठरले. त्यावेळेला

पुण्याचे पोलीस कमिशनर सरदारजी होते, त्यांच्या हस्ते हॉस्पिटलचे उद्घाटन झाले. तो सोहळा खूप छान पद्धतीने पार पडला. डॉक्टर भरत यांची पत्नीसुद्धा डॉक्टरच होती. त्यामुळे हॉस्पिटल प्रचलित होण्यास सुरुवात झाली होती. पुढे त्यांच्याशी संपर्क होणे कमी होत गेले. जो तो आपापल्या कामात व्यस्त झाला.

इकडे पंपावर संकटाचे सावट घोंगावत होते. काही चुकीच्या निर्णयांमुळे पंपावर अडचणी निर्माण झाल्या होत्या. अनेक वर्षांपासून इमानेइतबारे चालणाऱ्या पंपावर मालक आणि पेट्रोल पंप कंपनीमध्ये वाद निर्माण होऊ लागले. माझी ड्युटी फक्त सकाळी येऊन थांबणे एवढीच होती. वादामुळे पेट्रोल विक्री पूर्ण बंदच होती. आमच्याकडे वाट पाहण्याशिवाय काहीच गत्यंतर नव्हते. पूर्ण वर्ष असेच दैनंदिन कामात व्यस्त गेले. हातात जो काही पैसा शिल्लक होता, तो सर्व खर्च करून संपूर्ण मोकळा झालो होतो. माझ्याकडे जावा बाईक होती, ती मी अगोदरच विकून टाकली होती. त्यामुळे आता बसने जाणे-येणे चालू झाले होते. मोदी फॅमिलीचा ए. जे. मोदी अँड सन्स हा पंप चालू होता; पण आम्ही कामाला होतो, तो पंप पूर्ण बंदच होता. त्यातून काहीच कमाई होत नव्हती, तरी साधारण सात-आठ महिने पगार चालू होता. नंतर त्यांनी तो बंद केला. वादामुळे परिणाम असा झाला की तो पंप कायमचा बंद पडला. हे सर्व आमच्यासाठी खूपच धक्कादायक होते. रोजीरोटीचा साधन असलेला पंप बंद झाल्यामुळे पंपावरील आम्हा सर्वांवर बेरोजगारीचे आभाळच कोसळले. सर्व जण चिंतेत बुडाले. नवीन नोकरी मिळेल की नाही? उद्या काय करायचे? हे प्रश्न मनात घर करून बसले.

आम्ही पंपावरील कर्मचारी एकमेकांना आधार देत होतो. परिस्थिती खूपच कठीण होती. प्रत्येकाच्या घरच्यांवर याचा परिणाम झाला. या संकटाच्या काळात आम्ही एकत्र येऊन समोर आलेल्या परिस्थितीचा सामना करायचा, असा निर्धार केला. तरीही नोकरीमुळे आमच्यावर आलेली ही परिस्थिती कुणालाही विसरता येणार नाही. पंप बंद पडला, त्याचे असे भयानक परिणाम पाहून मन सुन्न झाले.

अशातच जनाबाईला दिवस गेले होते. ती १२ मार्च, १९८१ रोजी श्री क्लिनिकमध्ये प्रसूत झाली. लहान कन्यारत्न झाले. त्यामुळे जनाबाई नाराज झाली. पहिल्यापासून त्या हॉस्पिटलची ट्रीटमेंट चालू असल्याने डॉक्टर फडणवीस मॅडम ओळखीच्या होत्या. त्यांनी जनाबाईला सांगितले की तुम्हाला खूप सुंदर मुलगी झाली. हे ऐकून पण काहीच प्रतिउत्तर मिळाले नाही म्हणून डॉक्टर म्हणाल्या, 'तुम्हाला नको असेल, तर मी तिला दत्तक घेऊ शकते.' त्याच ठिकाणी तिचे संततीचे ऑपरेशन झाले. एका बाजूला मुलगी झाली म्हणून आनंद तर दुसऱ्या

बाजूला चालू नोकरी बंद पडली, त्याची चिंता सतावत होती. बँकेत पाच-दहा हजार पडून होते. तीच काय ती शिल्लक गाठीशी होती. भरत डॉक्टरांना मुलगी झाल्याचे सांगितल्यावर ते दोघेही पती-पत्नी श्री क्लिनिकला जाऊन भेटून आले. परत आल्यावर मला म्हणाले, 'मुलगी खूप सुंदर आहे. नाक तर तुझ्यासारखे तरतरीत आहे.' मुलीला बघून दोघांना आनंद वाटला होता. लहान मुलीचे नाव विनिता ठेवले. जनाबाईला अंगावरचे दूध येत नसे म्हणून बाळाला रोज बाहेरचे गाईचे दूध लागायचे. आम्ही दोघे संसारात जितकी काटकसर होईल, ती करू लागलो. लहान मुलगी विनिता पाच महिन्याची असेल, त्यावेळेला माझ्या वडिलांना अल्सरचा त्रास होऊ लागला. अति पिण्यामुळे अन्ननलिका सुकुडली होती, तिचे ऑपरेशन झाल्याशिवाय अन्न खाता येणार नाही, अशी परिस्थिती निर्माण झाल्यामुळे त्यांचे ऑपरेशन पुण्याच्या चांगल्या हॉस्पिटलमध्ये करण्याचे ठरवले. मी स्वतः त्यांना गावावरून बरोबर आणले. त्यावेळी माझ्या बहिणीची घरी भेट झाली. ऑपरेशन करावे लागेल, असे सांगितले होते.

मी बापूंना घेऊन पुण्याला पोहोचत नाही, तोपर्यंत इंदू आणि तिचे यजमान दोघेही दुसऱ्या दिवशी पुण्याला पोहोचले. माझे घर लहान, शिवाय घरात आम्ही पाच माणसे, मुलगी लहान, अशी सर्व परिस्थिती समजत असतानासुद्धा त्यांनी सगळ्यांनी येणे बरोबर नव्हते. ऑपरेशन झाल्यानंतर आले असते, तर मी समजू शकलो असतो. मी वडिलांना हे समजवण्याचा प्रयत्न केला, तर त्यांनी गैरसमज करून मलाच ऐकवले की, 'तू पैशाचा रुबाब दाखवत आहेस.' त्यांना माझ्या सांगण्याचा राग आला. मला ऑपरेशन करायचे नाही, मी परत चाललो, असा तमाशा सुरू केला.

डॉक्टरांनी सांगितलेल्या सर्व टेस्ट एक्सरे, ब्लड टेस्ट, ऑपरेशनला लागणाऱ्या टेस्ट या सर्व प्रक्रिया पूर्ण करून बिल भरले होते. दुसऱ्या दिवशी ॲडमिट व्हायचे होते. त्यांचा सर्व तमाशा पाहून मी तर डोक्याला हातच लावला. कसले हे विचार असे वाटले. बहिणीला मला थांबवून घ्यावे लागले. ठरल्याप्रमाणे ऑपरेशन चांगले झाले. सहा-सात दिवसानंतर ड्रेसिंग झाले, औषध घेतली. त्यांना महिन्यानंतर चेकिंगला बोलावले होते. गावी जाताना त्यांना मधले तीन बाकडे रिझर्व्ह करून दिले. बापूंना झोपून बहिणीला एका बाजूला बसून त्यांना पोहोचते केले. मी त्यांना काहीही चांगले, वाईट न बोलता स्टँडवरून परत आलो. या सगळ्या गडबडीत जनाबाईंनी विनिता म्हणजे माझ्या लहान मुलीला चुकीचे औषध रात्रीच्या वेळी दिले. सकाळची आणि रात्रीची वेगळी औषधे होती. दोन्ही औषधे सारखी दिसायची,

त्यामुळे चुकीचे औषध दिले गेले. ती वडिलांची अल्सरची औषधे होती. मी लगेच हालचाल करून रात्रीच लहान मुलांच्या डॉक्टरकडे विनिताला घेऊन गेलो. त्यांनी परत अजून औषध लिहिले. दोन दिवसात औषध घेऊन विनिताला बरे वाटले, पण हा सगळा प्रकार मनस्ताप देणारा होता. माझी नोकरी गेलेली, कसाबसा काबाडकष्ट करून हातपाय चालवून पैसा कमवत होतो, काटकसरीने घर चालवत होतो. तीन-तीन पोरांचा खर्च उचलत होतो, त्यात त्यांचे शिक्षण, आजारपण सगळे भागवत होतो. अशात घरच्यांना काही त्रास झाला, तरी त्याकडे लक्ष द्यायचो. त्यांचे आजारपण आले, तर ते कुठे जाणार? म्हणून कर्जपाणी करून दवाखाना करत होतो. त्यावेळेसचे ते दिवस फारच कठीण होते. जणू माझी, जनाबाईची, पोरांची अग्निपरीक्षाच सुरू होती. असे असतानादेखील वडिलांचे मात्र तीन-चार महिन्यांनी बरे वाटू लागल्यावर पुन्हा दारू पिणे चालू झाले. त्यांचे पिणे कधी थांबले नाही. मला माझ्या बहिणीचा त्यावेळी येण्याचा ताण इतकाच होता की घरात लहान पोर आजारी, माझी नोकरी गेलेली, पाच माणसे आधीच घरात राहत होती. अशात ती आणि तिच्यासोबत पाहुणे आले. माझी परिस्थिती बिकट होती. ऑपरेशनचा खर्च, धावपळ मी कसा-बसा करत होतो. त्यात तिचेच काय किंवा कोणाचेही येणे मला पटले नसते. कारण घर लहान होते. शिवाय माझ्याकडे पैशाची चणचण होती. अशात वडिलांनी असे वागावे, याचे दुःख होते. माझ्याकडे पैसा नसताना त्यांना त्रास होतोय म्हणून फक्त त्यांच्यासाठी कर्जपाणी करून इलाज करतो आहे. याचे कौतुक तर काहीच नाही, पण वरून तिला समजावून सांगण्याऐवजी त्यांच्याच शब्दांवर माझा कोणताही विचार न करता अडून बसले.

माझी परिस्थिती खूपच मनस्ताप देणारी झाली होती. मी सर्वांचे निमूटपणे सगळे करत असतानादेखील मला समजून घेणार कोणीच नव्हते. मागे वळून पाहताना हे आठवून त्रास होतो. त्यामुळे मी मनाला हेच समजावतो की मी माझे कर्तव्य मनापासून केले आणि करत राहणार आहे. त्याचेच मला खूप समाधान आहे.

आशा नगरमध्ये दोन हजार डिपॉझिट दिले होते. भाडे दीडशे रुपये असल्याने तेदेखील परवडत नव्हते. आता पंपावर पुन्हा नोकरीची अपेक्षा पूर्ण संपली होती. थोड्या दिवसात कोर्टातून निकाल आला आणि कंपनीने पेट्रोल पंप ताब्यात घेतला. मोर्दीकडून पंप गेला होता. आता आमच्या जीवनात खरी फरफट चालू झाली. दीड-दोन वर्षे मला काहीच काम नव्हते. त्यादरम्यान जवळील जमापुंजी वापरून पूर्णपणे हात मोकळे झाले होते. हाती काहीच ठोस काम नव्हते. अशा वेळी मला प्रश्न पडला की माझा लहान-मोठे असे मिळून पाच लोकांचा प्रपंच

कसा चालणार? माझा मावस भाऊ सुरेश हादेखील पुण्यातच राहत होता. एकदा विचार केला की भाडे परवडत नाही म्हणून त्याच्याकडे काही दिवस आश्रयाला जावे; पण माझ्यासारखेच त्याचेपण आभाळ फाटकेच होते. त्याची पहिली मुलगी तीन वर्षांची होण्याआधी विमल पुन्हा गरोदर राहिली होती. त्याने पण रेंजहिल्स येथे पोट भाडेकरू म्हणून एक रूम घेतली होती. त्यामुळे त्याच्याकडे राहणे मला शक्यच नव्हते.

आता पुढे कसे होणार? हा विचार करून मला अक्षरक्ष: रात्रीचा डोळ्याला डोळा लागत नसे. पूर्ण रात्र मी छताकडे डोळे लावून चिंतेत डूबुन पहुडलेला असायचो. मग एक दिवस मनाचा निर्धार करून घर मालकाला मी खोली सोडतो म्हणून कळवले. पण त्याच्याकडे डिपॉझिट परत करण्यासाठी पैसे नव्हते म्हणून त्यांना मी सांगितले की आज खोलीतले सामान बांधून एका ठिकाणी रचून ठेवतो, ज्या दिवशी डिपॉझिट द्याल. त्या दिवशी सामान हलवीन. त्यांनीही हे मान्य केले. आता अशी बोली झाल्यावर भाड्याची चिंता मिटली. मग मनाशी काही निश्चय करूनच मी तेथून परिवाराला घेऊन निघालो.

आम्हा दोघानांही काय करावे सुचत नव्हते. मग मी जनाबाईला सांगितलं की, 'जोपर्यंत एखाद्या ठिकाणी चांगली नोकरी लागत नाही, तोपर्यंत आपण गारेगावी जाऊन राहू.' तिनेपण ते मान्य केले. तसेही मुलांना सुट्ट्या लागल्या होत्या. जे महत्त्वाचे सामान होते, ते बरोबर घेतले. त्यासोबत काही कपडेलत्ते घेऊन आम्ही माझ्या गावी निघालो. कुठेही ठाव-ठिकाणा उरत नाही, तेव्हा गावच आठवते. आपली माणसे आठवतात. मी निश्चिंत होतो. मला माहीत होते की गावी हक्काचे घर आहे. माझी माणसे आहेत. हा काळ खूप कठीण आहे. अशा काळात मला माझीच माणसे समजून घेतील. मी इथे व्यर्थ चिंता करतोय. त्यावेळेला लहान बहिणीचे लग्न ठरले होते. मे अखेरीस तारीख ठरली होती. आम्ही एप्रिलमध्ये पुणे सोडले. घरी पोहोचल्यावर कोणाला काही वेगळे वाटले नाही. त्यांना वाटले घरात लग्न होते, तर मुलांच्या सुट्टीमुळे लवकर लग्नासाठी आले असतील. तोपर्यंत सर्व काही सुरळीत होते.

त्यानंतर मी एके दिवशी घरातील सर्व व्यक्तींना हकीकत सांगितली. त्यांना समजावत म्हणालो की, 'मी आजपर्यंत जे काही कमावले ते सर्व घरी पाठवले आहे. जी थोडी थोडकी जमापुंजी होती, ती पण आज संपली. माझ्याकडचे सर्व होते नव्हते, ते संपलेले आहे. लहान मुलगी बाहेरच्या दुधावर आहे. तिलाच मला रोजचे दहा रुपये खर्च आहे. मी घरातून जसा पुण्याला गेलो, तसाच शून्य होऊन

परत आलो आहे. मला सर्वांसाठी काहीतरी मोठं करायचं होतं, पण नियतीने ते होऊ दिले नाही. आता पुढे काय ते तुम्हीच ठरवा.' हे ऐकून आई-बापू शांत झाले. आता मात्र सगळ्यांचे चेहरे बदललेले होते. त्यांच्या चेहऱ्यावर वेगळाच भाव दिसू लागला. मी जे सांगत होतो, त्याकडे लक्ष द्यायचे तर बाजूलाच राहिले; पण 'सुलूचं लग्न आहे. ते कसं पार पाडायचं? तुला लग्नाला काही द्यायचं नाही म्हणून तू हे सारं केलं का?' असे म्हणून मला गप्प करण्यात आले. त्यावेळेस मला आयुष्याचा धडा लक्षात आला. 'पैशाशिवाय आपले कोणी नसते.' कधीकधी परक्यांना तरी थोडी माणुसकीची जाण असते. पण १३-१४ वर्षे ज्यांनी माझ्या पैशांनी मौज केली, भावांची शिक्षण, एका बहिणीचे लग्न केले. शेतीच्या अवजारांपासून ते बैलजोडी, शेतीच्या पंपापर्यंत सर्व काही पाण्यासारखा पैसा खर्च केला. ते माझे रक्ताच्या नात्याचे असून त्यांनाही आपली काहीच कदर नसावी, या विचाराने मी सुन्न झालो. आता मात्र डोक्याला मुंग्याचे वारूळ लागले. पुण्यात होती त्याहीपेक्षा भयाण अशी अवस्था इथे झालेली. तिकडे मला असे वाटायचे इथे काही नाही झाले, तरी गावी तर हक्काचे छत आहे, हक्काची माणसे आहेत. नोकरीवर चलती असताना सर्व कुटुंबासाठी खर्च करण्याचा एकच हेतू तो फक्त माझ्या कुटुंबाचे जीवन सुखी व्हावे आणि सर्वांनी पुढे जावे, हीच प्रांजळ भावना माझ्या मनात होती; पण जे माझे सख्खे होते, त्यांनीच तू आमच्यातला नाही हे सिद्ध केले.

त्यांच्या तुटक वागण्याने माझे मन भंग पावले होते. मला त्या क्षणांमध्ये त्या सर्वांची भक्कम साथ गरजेची होती; पण सगळे फासे उलटे झाले होते. घरात हळूहळू माझे सर्वांशी बोलणे बंद होत गेले. सगळ्यांनी रागाने मौन व्रत धारण केले. त्यांच्या डोक्यात एकच गोष्ट यायची की लग्नासाठी काही द्यावे लागू नये म्हणून मी हे सगळे खोटे बोलतोय.

पोहाण्याला जनाबाईची लहान बहीण राहत होती. ती मधुकर भामरेच्या म्हणजे तिच्याच आत्याच्या घरात दिली होती. जनाबाईला दूध येतच नव्हते. मग वरच्या दुधासाठी मी लहान भाऊ नंदूला, नंदू म्हणजे माझा लहान भाऊ विजय त्याला पोहाण्याला पाठवत असे आणि जनाबाईच्या बहिणीकडून दूध मागवून घेत असे. माझ्या घरात जुनी सायकल होती. तिला टायर, ट्यूब टाकून त्यावर दूध आणायला पाठवायचो. घरच्यांच्या वागणुकीमुळे मला त्रास होतो आहे, हे एके दिवशी मी जनाबाईला सांगितले. मी आजच्या परिस्थितीत माझ्या घरच्यांना परका झालो. मला माझीच स्वतःचीच माणसे परकी वाटू लागली आहेत. ज्या घरात लहानाचा मोठा झालो, ज्यांच्या कुशीत शिरून राहिलो, आज त्यांच्याच डोळ्यात मला

परकेपणाची भावना दिसत आहे. ते पाहून माझे मन, माझे चित्त उडाले आहे. मी तिला विचारले, "आपण थोडे दिवस तुझ्या माहेरी राहायला जाऊया का?" ती वेळ न लावता म्हणाली, "ठीक आहे. जाऊ या."

आमच्याकडे माझा लहानपणाचा मित्र बापू शेती कामाला होता. माझ्या आताच्या परिस्थितीप्रमाणेच त्याचीपण परिस्थिती बेताची होती म्हणून तो आमच्याकडे कामाला होता. त्याला घरातून एक बाजरीचे पोते उचलून बैलगाडीत टाकायला सांगितले. कारण आम्हाला किती दिवस तिथे राहायचे आहे हे माहीत नव्हते. घरात कोणालाच विचारपूस न करता धान्य बरोबर घेतले होते. खरेतर मनातून या परिस्थितीचा खूप राग आला होता. मी त्यावेळी हतबल होतो. माझ्या मुलांचे चेहरे समोर दिसत होते. त्यांच्यासाठी काहीतरी रोजगार किंवा नोकरी सुरू करणे गरजेचे वाटत होते. सासू-सासरे दोघांनाही घडला प्रकार कळला होता. ते म्हणाले, तुम्हाला जर इकडे राहून काही करावे, असे वाटले तर नक्की करा. चार एकर जमीन आहे तिच्यात विहीर करून शेती करू शकाल.' विहिरीलापण दोन हजार खर्च केले. पण विचार येऊ लागला, आपण सासरवाडीला आलो आहे. येथे आपले आयुष्य खरोखरी निभावेल का? असा प्रश्न मनात उभा राहायचा. परिस्थितीचा विचार करून तब्येत खराब होत चालली. त्याचबरोबर लहान मुलीचीपण तब्येत बरी नसे.

मी सायकलीवर मालेगावला जाऊन येई. काही काम करण्यासारखे आहे का? ते शोधायचो. शेवटी मी थकून गेलो. मूळव्याध वाढत होता. कधी कधी खूप रक्त जात असे पण त्यावर इलाज करण्यासाठी पैसे गाठीला नव्हते. रात्री झोप येत नसे. मेच्या आसपास सुरेशचे पत्र आले की विमलची डिलिव्हरी तारीख जवळ आली आहे. डॉक्टरांनी दुसरे पण सिजर सांगितले होते म्हणून जनाबाईला बोलावले. माझ्या डोक्यात चक्र चालू झाले. तिला अगोदर एसटीने रवाना केले. मी रात्रीचा विचार करत बसलो. इकडे आपले आयुष्य काही चांगले जाणार नाही. नातेवाईक मंडळी, घरचे इतरसुद्धा मला फार विचारत नव्हती.

याक्षणी माझ्या कुटुंबाला काय योग्य आहे? याचा विचार करत मनात ठाम निश्चय करून परत पुण्याला जाण्याचे ठरवले. इकडे लहान बहिणीचे सुलोचना हिचे लग्न पार पडले होते. आता परत गारेगावी जाणे नाही, असेच मी ठरवले होते. मला सध्या सगळे मार्ग बंद जरी दिसत असले तरी मला माहीत होते की देवाने माझ्यासाठी काही ना काही चांगले योजलेच असेल. मी आजपर्यंत कोणाचे वाईट केलेले नाही मग माझे वाईट का होईल? देव मला नक्कीच मार्ग दाखवेल.

कोणत्याही परिस्थितीत स्वतःवर असलेला विश्वास ढळू न देणे, हे प्रत्येकाच्या हातात असते. थोड्या दिवसात मुलांची पुण्यात शाळा सुरू होणार होती. हा सर्व अंदाज बांधून मी सर्वांना घेऊन पुण्याला निघालो. अगोदर रेंजहिल्समध्ये एक खोली जी पोटभाडे करून मिळायची त्याचे शंभर रुपये भाडे होते, ते घ्यायचे ठरवले. आशा नगरचे सामान रेंजहिल्सला शिफ्ट केले. थोड्या दिवसात तिथले डिपॉझिट परत मिळाले. त्या वेळेला दोन हजार रुपये डिपॉझिट होते. ते आत्ता पडत्या काळात मला खूपच फायदेशीर ठरले. त्यातच थोडी भर टाकल्यावर गरजेपुरते धान्य आणि मसाले घेतले. आम्ही आमच्या घरात राहू लागलो. सुरेशचे घर पाच मिनिटाच्या अंतरावर होते. त्याच्या घरात पाच मेला मुलाचा जन्म झाला. एक मुलगी सुमेघा, एक मुलगा महेंद्र असा चार लोकांचा परिवार झाला.

मोटा भाईंच्या पंपावरील प्रकरणानंतर आपल्याला पेट्रोल पंपावर नोकरी करायची नाही, असे मी ठरवले होते. माझ्या मनाला न पटणारा असा तो प्रसंग घडलेला. माझ्या डोक्यात रिक्षाचा विचार घोळत होता. तो यशस्वी करायचा, असे मी ठरवले. माझे पंपावर येणाऱ्या रिक्षावाल्यांसोबत चांगले संबंध बनले होते. त्यांच्या बोलण्यातून त्यांच्या व्यवसायाबाबत माहिती मिळायची आणि पुण्यात राहताना रिक्षाचे महत्त्व मी जाणले होते. मग मी कुलकर्णी ड्रायव्हिंग स्कूल शिवाजीनगर येथील ऑफिसमध्ये गेलो. तेथील मालकाचे नाव बाबुराव, त्यांना मी माझी परिस्थिती सांगितली. माझ्या मनातले विचार स्पष्ट सांगितले की, "मला रिक्षा चालवण्याशिवाय पर्याय नाही. ते एकच उपजीविकेचे साधन आहे की रोज रोज पैसा मिळवून देईल." हे ऐकल्यावर त्यांनी मला विचारले, "तुला स्कूटर चालवता येते का?" मी म्हटले की, "मी मोटरसायकल वापरली आहे." ते खुशीत बोलले, "बस झाले की मग!" त्यांनी एक फॉर्म भरून घेतला. साधारण फॉर्म भरल्यापासून आठ दिवसांनी म्हणजे सोमवारी त्यांनी मला आरटीओ ऑफिसला बोलावले. रिक्षाच्या पुढे बसून मला चालवायला लावले. पेट्रोल पंपावर असताना रिक्षा स्कूटर चालवली होती. तेच कामाला आले. थोडे पुढे गेल्यावर, 'बस. उतर.' असे म्हटले आणि मग मला जाण्यासाठी सांगितले. आठवडाभरात तू ऑफिसला येऊन भेट, असे बोलले. हे ऐकून हायसे वाटले. एकतर रिक्षाचे लायसन मला मिळाल्यासारखे होते.

सात दिवसांनी मी कुलकर्णींकडे जाऊन लायसन मिळवल्यावर त्याच्यासाठी जो अर्ज केला त्याच्यात ड्रायव्हिंग लायसन्स नंबर वगैरे लिहावा लागतो. सर्व माहिती एजंटकडून भरून घेतली. आरटीओमध्ये भरले. यात मला बॅच मिळवण्यासाठी

सर्वात जास्त त्रास झाला. देवाच्या कृपेने एकदाचा बेंच मिळाला. कसब्यात सूर्या हॉस्पिटलजवळ जुने बांधकाम होते. त्यांच्यात सुदाम कळसकर, मोहन कळसकर व लहान भाऊ अरविंद पंपावर असल्यापासून माझे चांगले मित्र होते. इतर कोणाकडून त्रास झालाच, तर आम्ही मोहन याला सांगत असू. शिवाजीनगर, कसबा पेठेत त्याचे चांगले नाव होते. तो उगाचच कोणाला त्रास देणे वगैरे करत नसे. मात्र कोणी मुद्दाम करत असेल, तर तो त्याला सरळ करायचा. लहान भाऊ अरविंद पोलिसात भरती झाला. बऱ्याच वेळा त्याची आम्हाला मदत होत होती. त्यांच्याकडे दोन रिक्षा होत्या. फ्रंट इंजिन जुन्या टाईपची एक रिक्षा त्यांनी विकली होती. मी त्याला विचारले, "मला भाड्याने रिक्षा पाहिजे, मला थोडी मदत कर." त्यावेळेला त्यांनी सांगितले की, "दोन्ही शिफ्ट तूच चालव." त्यावेळेला दोन्ही शिफ्टचे वीस रुपये भाडे होते. त्यांच्या मोठा भावाजवळ सर्व कारभार होता. सुदामने रिक्षा देण्याचे फिक्स केल्यावर ते म्हणाले की, 'गाडीचे सर्व्हिसिंग करून देतो. तू दोन दिवसात रिक्षा घेऊन जा.'

तोपर्यंत मी थोडे पैसे होते, त्यात खाकी पँट-हाफशर्ट अर्जंट शिवून घेतले. श्रावण महिन्याच्या पहिल्या सोमवारी त्यांच्याकडून सात वाजता रिक्षा घेतली. किक मारून स्टार्ट केली. मला स्कूटर चालवण्याचा अनुभव होता, त्यामुळे रिक्षा चालवणे अवघड वाटले नाही. गाडी चालवत रोडला आणली. त्याच वेळेस भटजींनी हात दाखवला. मी त्यांचा पेहराव पाहून ओळखले. ते बसल्यावर गणेश खिंडीला जायचे म्हणून त्यांनी सांगितले. माझे कमाईचे पहिलेच पॅसेंजर होते. रिक्षा गेअरमध्ये टाकून मी निघालो. शिमला ऑफिसवरून पुढे आल्यावर पॅसेंजरने सांगितले की तुम्ही मीटर डाऊन केले नाही. मी बघितले तर खरेच होते. घाईत मला विसर पडला होता; पण व्यक्ती समंजस होती. पुढे त्याने रिक्षा साईडला घ्यायला सांगून मला सांगितले की, 'इथपर्यंत ८० पैसे होतात. मीटरची सुरुवात ६० पैशाने होते.' पहिले भाडे घेतले. पैसे कपाळाला लावले. तसाच माघारी फिरलो. शिवाजीनगर पोस्ट ऑफिसजवळ जुने गणपती मंदिर आहे. पहिल्यापासून जाता येता मी या मंदिरात श्रद्धेने जात असे. परत येऊन पहिली मिळालेली कमाई श्रीना अर्पण केली व भावपूर्ण प्रार्थना करून पुढच्या प्रवासासाठी आशीर्वाद मागितला. देवाचे आशीर्वाद घेऊन कामाला लागलो.

सकाळी सातपासून सारखे भाडे मिळत गेले. त्यामुळे माझ्या मनाला एक नवी उभारी आली. दुपारी बारा कधी वाजले समजले नाही. तोपर्यंत मी पेट्रोल भरून तीस-पस्तीस रुपये कमावले होते. मला असे झालेले की पहिली कमाई घेऊन घरी

कधी जाईल? कधी जनाबाईला सांगेल? तोपर्यंत तिने स्वयंपाक करून ठेवला होता. मी घरी गेल्यावर सर्व हकिकत सांगितली आणि जेवणासाठी बसलो. जेवतानाच जनाबाईला म्हणालो की, 'आजपासून आपले वाईट दिवस संपणार आहेत.' २४ तास माझ्याकडे रिक्षा राहणार होती, खिशातील ३० रुपये तिच्या हातावर ठेवून जेवण झाल्यावर लगेच बाहेर पडलो. रात्री भूक लागेपर्यंत मी पहिल्या दिवशी रिक्षा चालवली. तोपर्यंत पेट्रोल टाकी फुल केली. रिक्षा भाडे वीस रुपये बाजूला काढून मी १२०-१३० रुपये कमावले होते. मला हे पैसे मिळाले. त्यामुळे माझा विश्वास ठाम झाला की आपल्याला रोज असे पैसे मिळाल्यावर मुलांचे शाळेचे खर्च, कपडे आणि आम्हाला खाण्यासाठी लागणारा खर्च केल्यावर राहिलेला पैसा बाजूला काढून आपण पन्नास रुपये बचत करू शकतो. झालेही तसेच. कारण जनाबाई व मी दोघे काटकसरी जीवन कसे जगावे, याचा चांगलाच अनुभव घेत जगत होतो. आपण जोपर्यंत रिक्षा चालवून आपली रोजीरोटी पूर्ण करू शकतो, तोपर्यंत कधीही कंटाळा-आळस करायचा नाही, हे ठरवले. त्यासाठी पहाटे चार ते रात्री बारापर्यंत रिक्षाचे वेळापत्रक केले. माझ्या हक्काच्या माणसांनी मला माझ्या पडत्या काळात साथ दिली नाही. पण मी त्याचे दुःख न बाळगता मनगटाच्या बळावर विश्वास ठेवून कष्ट करत राहिलो. माझे मागचे काही दिवस अतिशय भयानक होते; पण मी अशा काळातही हार न मानता जनाबाईच्या साथीने कठीण काळाला टक्कर देत पुढे चाललो होतो.

पहाटे पहाटे मला नियमित जाग यायची. घरमालक आणि त्यांचे कुटुंब झोपलेले असायचे. ते उठण्याच्या आत थोडे पाणी गरम करून माझी आंघोळ होई. मग जनाबाई मला चहा करून देई. चहाबरोबरच टोस्ट, बिस्किट वगैरे नसायचे. परमेश्वराने माझ्यासमोरील अंधार दूर केला होता. माझ्या हातात असलेला वेळ आणि संधी मला वाया घालवायची नव्हती. परिश्रम आणि परमेश्वराची अथांग माया असली की माझ्या कुटुंबाला थोडेफार कमी जरी असेल तरी त्या कमीची जाणीव ईश्वराने होऊ दिली नाही. तसे माझ्या मागे माझ्या पूर्वजांचापण वरदहस्त असावा. आजपर्यंत मी जे पैसे कमावले होते, ते गावाकडच्या मंडळींच्या कल्याणासाठीच वापरले होते. जेव्हा मला संकटांनी वेढले, त्यावेळेस कोणीही आधार न देता उलट मलाच लांब ढकलले होते. त्यावेळेला मी हेच गाऱ्हाणे ईश्वराजवळ मांडत होतो की माझे काय चुकले? की माझ्या बायको, मुलांचे काय चुकले? त्यामुळे अशी वेळ माझ्यावर आली असावी. म्हणतात ना, 'दुःख येते ते आपल्याला त्रास देण्यासाठी नाही, तर आपल्याला बऱ्याच गोष्टींची जाणीव

करून देण्यासाठी येत असते.' कठीण काळात आपले कोण? हे समजते. गुळाला मुंग्या हजार असतात. जवळ काही नसताना कोण पाठीशी उभ राहते ते महत्त्वाचे. साडेसाती येते, ती आपल्याला त्रास देण्यासाठी नाही तर शनिदेव आपल्याला त्यातून खूप काही शिकवून जातात. मला या पडत्या काळाने खूप शिकवले, घडवले. शेवटी परमात्म्याला विचारलेल्या प्रश्नांचे निवारण त्यांनीच शोधले. लोण्यातला एक केस कसा अलगद काढून बाजूला करतो, तसे आलेली संकटे परमेश्वराने पार केली. येणाऱ्या सुखाची चाहूल निर्माण झाली.

पहाटे चारला रिक्षा सुरू केली की बहुतेक वेळा एसटी व रेल्वेच्या स्टेशनचे गिऱ्हाईक मिळायचे. कारण सकाळी सकाळी बससेवा चालू नसतात. मग त्याचा फायदा मला होई. ते मिळालेले गिऱ्हाईक सोडल्यावर तिकडूनच परतीचे गिऱ्हाईकसुद्धा मिळत असे. नंतर गावातील भाडीदेखील सारखी असायची. साधारण दहा वाजेपर्यंत मला भूक लागत असे. सकाळी फक्त चहा घेतलेला असे. दहा वाजेपर्यंत रिक्षात पेट्रोलची टाकी फुल करून रिक्षाचे रोजचे भाडेही जमा होत असे. घरी आल्यावर भाजी, एक भाकरी किंवा चपातीबरोबर फुल जेवण करून थोडा वेळ बसून काढल्यावर आपणहून डोळ्यांवर झोप येई. कारण पहाटे लवकर उठल्यामुळे हे होत असावे. त्या काळात अपार कष्ट केले. मला माहिती होते. हाच तो काळ आणि हेच ते वय आहे, ज्यामध्ये मी कष्टाचा डोंगर उपसू शकतो. माझ्या उत्कर्षाचा कालावधी सुरू झाला होता. कारण मी गरिबीत जन्मलो, वाढलो; पण मला गरिबीत मरायचे नव्हते आणि माझ्या आसपासच्या लोकांना, माझ्या कुटुंबालासुद्धा गरिबीत ठेवायचे नव्हते. पहाटेची शिफ्ट करून मग सकाळी परत साडेदहा ते अकरा दरम्यान झोपत असे. दोन वाजेपर्यंत माझी झोप पूर्ण होत असे. परत चहा घेऊन मी रिक्षा सुरू करत असे. रात्री बारापर्यंत माझा असा नित्य परिपाठ ठरला होता. त्यावेळेला मला १२० ते १३० रुपये मिळाल्याशिवाय मी घरी परतत नसायचो. त्यामुळे घर प्रपंचाला बराच आधार मिळत होता. आता पैशाच्या चिंतेचा लोड कमी होऊ लागला. सहज सुंदर जीवन सुरू झाले होते.

गावाकडून काही पाहुणे मंडळी यायची, माझी रूम ही दहा बाय दहाची असल्यामुळे आलेले पाहुणे जेवण, चहापाणी करून लगेच परत जात असत. जनाबाईची बहीण विमल आणि सुरेश हे पाच मिनिटाच्या अंतरावर राहत होती. त्यांचीपण राहण्याची व्यवस्था व्यवस्थित नव्हती. एके दिवशी माझ्या सासूबाईना त्रास जाणवत होता म्हणून सासूबाईना दवाखान्यात दाखवले. त्याचे निदान असे झाले की गर्भपिशवी काढावी लागेल. हे ऐकून कोणीही पुढे जात नव्हते. कारण

त्याकाळात या ऑपरेशनसाठी खाजगीत मोठा खर्च सांगितला होता. त्यांचीपण ऐपत नव्हती. तेसुद्धा आमच्या आसऱ्यावर होते. मी त्यांच्या घरच्यांच्या आणि त्यांच्या संमतीनेच सासूबाईंना ससून रुग्णालयात दाखवायचे ठरवले. तेथे गेल्यावर सर्व रिपोर्ट दाखवले आणि त्यांचा उपचार ससूनमध्ये करण्याचे ठरले. ऑपरेशन झाले. त्यादिवशी रिक्षा ससून हॉस्पिटलमध्येच लावली. जनाबाई तिच्या आईजवळ थांबली होती. मला एका डॉक्टरने सांगितले की, "पेशंटला एक बाटली ब्लड लागेल, त्याची व्यवस्था करा." बाकी सर्व फुकट होते.

त्यांना मी सांगितले, "एक बाटली रक्त जर हवे असेल आणि ते मी स्वतः देऊ शकलो तर चालेल का ?"

यावर ते म्हणाले की, "एक बाटलीचा पुरवठा करणे गरजेचे आहे, इतर ग्रुपचे ब्लड आमच्याकडे आहे; पण या ब्लड ग्रुपचे नाही. तुम्ही ब्लड देत असाल, तर तशी सोय आम्ही करू शकतो."

ते ऐकून बरे वाटले. मी त्यांना ब्लड देण्यास तयार झाल्यावर मला त्या रक्तपेढीत नेण्यात आले. पाच-सात मिनिटात माझे रक्त घेतले. प्यायला कॉफी दिली. पंधरा-वीस मिनिटांनी जाण्यास सांगितले. दुपारपर्यंत मामींचे ऑपरेशन सुरळीत पार पडले. देवाच्या दयेने मला आजोबा, आई-वडील, सासू-सासरे यांची सेवा करण्याचे भाग्य मला मिळाले. दवाखाना, डॉक्टर यामध्ये तर मी तरबेज झालो होतो. माझ्या पडत्या काळात माझ्या सासू-सासऱ्यांनी मला बरीच साथ दिली होती. त्यांच्या उपकाराची परतफेड तर करू शकत नाही; पण त्यांच्या दुःखात मी उभा राहू शकलो, याचे मला आत्मिक समाधान आहे.

सासूबाई अंगाने बारीक व काटक होत्या. त्यामुळे त्यांना तीन-चार दिवसांनी बरे वाटू लागले. मग दवाखान्यातून त्यांना घरी सोडले. त्यांच्या चेहऱ्यावर समाधान होते. जनाबाईलापण हायसे वाटत होते. कळसकरची रिक्षा चालवत असताना त्यांनी मला सांगितले की, 'थोडे फार पैसे जमा करायचे असतील, तर भिशीमध्ये टाकून बघ.' मी पण एका भिशीत १००० रुपये महिना भिशी चालू केली. पण मला त्यातले काहीच माहीत नव्हते. बँकेच्या व्यवहारात मी निपुण होतो. भिशी हा प्रकार मला प्रथमच समजला होता. मग विचार केला की रिक्षाचा व्यवसाय करून कमाई तर होतच आहे, त्यात बचत म्हणून हजार रुपये देऊ शकतो. मग मीपण त्याला होकार दिला. बारा मेंबरमध्ये परदेशी म्हणून एकाकडे पैसे जमा करू लागलो. दहा हप्ते भरून झाले होते. शेवटचे दोन हप्ते बाकी असताना भिशी डुबली. त्यात त्यावेळेला माझे अकरा हजार रुपये बुडाले. हे नुकसान माझ्या नशिबाबरोबर मी

घेऊन आलो होतो, असेच वाटायचे.

सुदामला म्हणालो, "तू जबाबदारी घेतली होतीस, तेव्हा तू पैसे काढून दे." तो म्हणाला, "माझेपण बुडाले आहेत, तेव्हा मी काय करू शकतो?" त्याने थोडा प्रयत्न केला. मात्र त्यावर काहीच उत्तर मिळाले नाही. शेवटी त्याचा नाद सोडला. जे झाले ते विसरून पुढे चालू, असे मनाला समजावले. त्यावेळेला लाख बुडण्याचा अनुभव आला, परत भिशीचे नाव काढले नाही. माणूस हा अनुभवातूनच शिकत पुढे जात असतो. हा धडा मला महाग पडला. अकरा हजार रुपये म्हणजे काही कमी रक्कम नव्हती. पण म्हणतात ना की, 'आयुष्याच्या पाठशाळेत घेतलेले शिक्षण हे खूपच महाग पडते.' अनुभवातून माणूस शिकतो, घडतो. त्यातच एक आनंदाची गोष्ट अशी की गोखले नगर विभागात म्हाडाच्या स्किममध्ये मी अर्ज दिला होता. त्याच्या लॉटरीमध्ये माझा नंबर निघाला. त्यावेळेस तीस हजार रुपयात लहान बाथरूम, टॉयलेट, हॉल असे अंदाजे २३० स्क्वेअर फुट बांधकाम होते. घर लहान किंवा मोठे आहे हे माझ्यासाठी महत्त्वाचे नव्हते. माझे स्वतःचे पुण्यात घर होणार होते, याच गोष्टीचा मला आणि माझ्या कुटुंबाला आनंद झाला. माझा आनंद गगनात मावत नव्हता. स्वतःचे घर असले की त्यात कितीही अडचणी आल्या तरी लोकांना त्या दिसत नाहीत. मला पुण्यात पाय रोवण्यासाठी मजबूत ठिकाण मिळाले होते.

घराचा दर महिन्याला १३५ रुपये हप्ता द्यावा लागणार होता. कागदपत्रांची सर्व पूर्तता झाल्यावर मला घराची चावी मिळाली. थोडीफार कामे चालू होती. मला रेंजहिल्समध्ये रिक्षामुळे लोक ओळखू लागले होते. एक घर सोडून जवळच रथसारथी आडनावाचे एक कानडी कुटुंब राहत होते. त्यांचे कुटुंबप्रमुख थोडे वयस्कर होते. ही सर्व कॉलनी ॲम्युनेशन कंपनीच्या वर्कर लोकांसाठी होती. त्यामुळे लोक मध्यम व साधारण परिस्थितीचे होते. त्यात बरीच व्यसनी कुटुंबे होती. आम्ही राहत होतो त्या घरमालकाला दोन पत्नी आणि चार मुले होती. दोन्ही बायकांचे भांडण झाले की तो मनुष्य संध्याकाळी प्यायलेला असायचा. त्यांच्यामध्ये कडाक्याचे भांडण होई. त्यात ते एकमेकांना वाईट-वाईट शिव्या द्यायचे. हे सर्व घडत असताना माझी बायको-मुले घरात असायची. जनाबाई खूप घाबरायची. मग मी तिला सांगितले की भांडण चालू झाले की दरवाजा बंद करून घे. मी आल्यावर दार उघडत जा. या सर्वांचा मुलांवर परिणाम होत होता किंवा आम्हीही हे बघून आतल्या आत दुःखी व्हायचो.

एका रॅकवर भांडी आणि लोखंडी जुनी कॉट ठेवलेली असायची. जनाबाई,

मालती कॉटवर झोपत असे. खाली एकच गादी बसत होती तिच्यावर मी आणि प्रमोद झोपत असू. विनिता लहान असल्यामुळे तिला कॉटखाली लहान गोधडी म्हणजे दुलईवर झोपून ठेवत असू. त्यावेळी असे दिवस आम्ही काढले आहेत. रिक्षा चालवताना अनेक लोक भेटायची. काही लक्षात राहायची तर काही नाही. एखाद्याच्या तोंडून आपल्यासाठी आशीर्वादाचे किंवा शुभ शब्द उद्गारावे आणि आपल्या आयुष्यात अश्याच काही चांगल्या घटना घडाव्या, हे किती सुखकारक असते. त्याबाबत घडलेली अशीच एक आठवण. आपले पुण्यकर्म, लोकांचे शुभाशीर्वाद हे आपले भविष्य घडवण्यासाठी कसे एकमेकांशी निगडीत असतात, ह्याचा अनुभव रथसारथी कुटुंबियांनंतर मला दुसऱ्यांदा अनुभवायला मिळाला.

सकाळची वेळ होती. स्टेशनचे भाडे सोडून परतीला मला पुणे स्टेशनहून एक भाडे मिळाले. मंगळवार पेठेत जुन्या बाजारापर्यंत आलो असता, पाठीमागे बसलेल्या व्यक्तीने माझ्या पाठीवर हात ठेवला आणि आपुलकीने म्हणाला की, 'मी पहिल्यांदाच पाठीवर ठिगळ लावलेला रिक्षावाला बघितला.' कारण माझ्याकडे एकच ड्रेस होता आणि पाठीवर शर्ट फाटले होते म्हणून त्याच्या खालचा वळलेला डबल पट्टीचा तुकडा काढून पाठीवर चौकोनी तुकडा लावला होता. तो बसणाऱ्याला लगेच दिसायचा. त्यांना ज्याठिकाणी उतरायचे होते, तिथे गाडी थांबली. ते म्हणाले, "तुझ्या आयुष्यात खूप परिवर्तन होणार आहे. तुला जे हवे आहे त्यापेक्षा जास्त मिळेल. सोन्या मारुती चौकात माझ्या भाच्याचे सोन्याचे दुकान आहे, मी मुळचा शिरूरचा आहे. कधी कधी मला पुण्यात यावे लागते." असे म्हणून भाडे दिल्यावर ते गृहस्थ निघून गेले. जेव्हा माझे घर झाले त्यावेळेला मी सोन्या मारुती चौकात जावून त्या व्यक्तीचा तपास केला; पण कोणीही ओळख सांगत नव्हते. त्यावेळेला भाच्याचा पत्ता किंवा दुकानाचे नाव विचारले असते, तर बरे झाले असते, असे मला वाटून गेले. त्यांनी माझ्यासाठी बोललेले ते सुखाचा दिलासा देणारे शब्द मला खूप भावनिक, मानसिक आधार देऊन गेले. त्यांनी माझ्याविषयी चांगले बोलताना नक्कीच भगवंताने तथास्तु म्हटले असेल. 'दुःखाच्या काळात जर कोणी धीराचे चार शब्द बोलले, तर मनाला खूप आधार वाटतो आणि जर ती सुखवार्ता खरी ठरली, तर तो माणूस आपल्याला देव किंवा देवदूतासारखाच भासतो.'

माझ्या रिक्षाचा नंबर हा माझा लकी नंबर नाईन सेवन नाईन होता. त्याची ओळख सर्व रेंजहिल्समध्ये होती. कारण बारानंतर घरी आल्यावर जर कोणाला त्या ठिकाणी दवाखाना किंवा अति महत्त्वाच्या कामानिमित्त जाण्यासाठी रिक्षा हवी असेल, तर ते मला रात्री उठवत असत. रिक्षा चालवणे हा माझा पेशा झाला

होता. त्यामुळे मी नाही म्हणू शकत नव्हतो. मी कधीच कोणाची अडवणूक केली नाही. शेजारी कानडी कुटुंबाच्या आजी रथसारथी या जनाबाईला मुलगी मानत असे. त्या तिच्यावर खूप प्रेम करायच्या. त्यांनी घरी एखादे चांगले खाद्यपदार्थ केले की आजी जनाबाईला बोलावून तिला ते आवर्जून देत. त्यांनी एके दिवशी तिला मनातले बोलून दाखवले, "तू जर मी मरेपर्यंत इथे राहिली, तर माझी मुलगी म्हणून माझ्या अंत्यविधीचा मान तुला मिळेल. माझे दागिने पण मी तुला देईल." हे ऐकून जनाबाई म्हणायची, "आम्ही इथून जाईपर्यंत मरणाची गोष्ट करू नका."

जनाबाईचा स्वभाव अतिशय लाघवी होता. ती जिथे असायची, तेथील लोक तिला खूप जीव लावायचे. तिला वयस्कर व्यक्तींची सेवा करायला खूप आवडायचे. तिने माझ्या आजोबांची पण खूप मनोभावे सेवा केली होती. रथसारथी आजोबा हे भविष्य आणि वेदमंत्राचे जाणकार होते. त्यांनी जनाबाईला सांगितले, "तू सुलक्षणी आहेस. तुझ्या पायात लक्ष्मी आहे. तुझ्या घरी चार चाकी गाडी येईल. तू मोठ्या बंगल्यात राहशील. तुझ्या जीवनात खूप पैसा येईल." या सर्व गोष्टी ऐकून जनाबाई हसून दुर्लक्ष करायची. जशी म्हाडाच्या घराची लॉटरी लागली. त्या दिवशी जनाबाईच्या तोंडून शब्द आले, "रथसारथी बापूजींनी सांगितलं ते खरं होतं की काय ?" माझ्यापण मनात विचार घोळत होते. त्यांनी भविष्य सांगितले. ते साकार करण्यासाठी अविरत मेहनतीची गरज आहे. ती करण्याची कुवत माझ्यात होती.

पुढे दिवस सरकत राहिले. तसतशी मुले मोठी होऊ लागली. म्हाडाच्या लहान का होईना पण स्वतःच्या घराचा ताबा मिळाला. आम्ही तिथे गेल्यावर त्याची झाडलोट करण्यात पूर्ण दिवस गेला. त्या भागात ती पहिलीच तीन मजल्यापर्यंत इमारत होती, मोकळ्या जागेवर अजून नवीन बिल्डिंग तयार होत होत्या. त्याकाळात लिफ्ट नव्हत्या. त्यामुळे जिन्याने चढ-उतार करायला लागायचे. प्रत्येक मजल्यावर चार घरांची व्यवस्था होती. बऱ्याच लोकांना ताबा मिळाला होता; पण राहण्यास येण्याची निकड दोन-तीन टक्के लोकांना असावी. त्यात माझा नंबर होता. काहींची पूर्वीपासून घरं होती. ज्यांना गरज नव्हती, त्यांनी ती घरे भाड्याने इतरांना दिली होती. त्याचा ताबा खूप आधीपासून त्यांच्याकडे होता. घरापर्यंत वीज लाईन आली होती. प्रत्येकाचे मीटर फिट झाले होते. पाण्याच्या टाकीपासून नळ कनेक्शनसुद्धा झाले होते. पाणी आणि वीजेचा पुरवठा सुरू झाला नव्हता. माझ्याकडे कंदील व लहान काचेची चिमणी होती. त्यात रॉकेल टाकून, तिला पेटवून रात्रीचा स्वयंपाक आणि जेवण होईपर्यंत प्रकाशाची गरज त्यावर भागवत होतो. तरीही आम्ही या

केशाचीही पर्वा न करता तिथे राहण्यासाठी सज्ज झालो.

म्हाडा कॉलनीपर्यंत खडी टाकून ठेवलेला रस्ता होता. इमारतीमध्ये घर बघण्यासाठी आलेली माणसे दारे-खिडक्या उघड्याच ठेवून देत. त्यामुळे हवेने रात्री दार आपटल्याचा आवाज येत. मला तिसऱ्या मजल्यावर कॉर्नर मिळाल्यामुळे हवा भरपूर मिळत असे. बाहेरून जुन्या इमारतीमधून सामाईक नळावरून अंघोळ व पिण्यासाठी पाणी मिळत होते. मग तिथूनच आमची पाण्याची गरज भागवून घ्यायचो. बाजूला जंगल होते. त्याला लागून दोन लमानी कुटुंब राहत होते. ते गवंडी काम करत. त्यांच्याकडूनच मी कामावरून आल्यावर रात्रीच्या वेळी तीन-चार दिवसात किचन ओटा करून घेतला. ओटा फार मोठा नव्हता. एक लहान शेगडी, बाजूला बेसीन झाले होते. जोपर्यंत गॅस नव्हता, तोपर्यंत आम्ही रॉकिलचा वापर करत होतो. त्यावेळेला गॅसचा नंबर लावूनही चार-पाच वर्षांपर्यंत नंबर येत नसे. साधारण दोन वर्षांनी माझ्या ओळखीचे गृहस्थ कांबळेंचा गॅस नंबर आला. त्यांना तो नको होता म्हणून त्यांना पाचशे रुपये जास्तीचे देऊन गॅसचे सरकारी मूल्य भरून गॅस घेतला होता. हळू हळू लोकांनी इमारतीत घराचा ताबा घेणे चालू केले. शासनाने पहिले लाईट दिली. पाण्याचे मेन कनेक्शन जोडून मग पाणी चालू केले.

नवीन घर मिळाल्याचा आनंद होताच; पण तिथे गेल्यावर देखील आमचे कष्ट काही कमी झाले नव्हते. पिण्याचे, स्वयंपाकाचे पाणी वर वाहून आणावेच लागत होते. अश्या वेळी जनाबाईने कुरकुर न करता कष्ट उपसले. आम्हाला एकच वाटायचे की भाड्याचं घर आणि खाली कर. कमी सुखसोयींमध्ये राहू; पण हक्काच्या घरात राहू. गावाकडे राहिलो, वाढलो. त्यामुळे आम्हाला या गोष्टीचा जास्त त्रास पडला नाही. कालांतराने पाणी आणि लाईट आल्यानंतर आमच्या बिल्डिंगमध्ये दौंडकर, कुलकर्णी, राऊत आणि जगताप ही कुटुंबे लवकरात लवकर राहण्यासाठी आली होती. त्यांच्या घरी प्रमोद, मालती, विनिता बरोबरीची मुले होती. सर्व मध्यमवर्गीय कुटुंबे असल्याने लवकरच सगळे मिळून-मिसळून राहू लागलो. मी सर्वात आधी तिथे राहण्यासाठी आलो होतो. तिथे आम्हाला जवळजवळ सहा महिन्यांसाठीचा काळ बिनालाईट, बिनापाणी असा काढावा लागला होता. माझ्या घरी येणारे माझे नातेवाईक घर बघून मला खूप ओरडत होते. असे ते काय संकट होते की मुला-बाळांना घेऊन अंधारात राहतो आहेस? मी त्यांचे हे बोलणे फारसे मनावर घेत नसे. जवळ हाकेच्या अंतरावर लमाणी होते. त्यांना मी नसताना रात्री घराकडे लक्ष ठेवण्यास सांगायचो. त्या लोकांचीपण खूप मदत मिळाली. देव सोबत असला की आपल्याला सगळे मदत करतात. तसेच काहीसे माझ्याबाबतीत घडत होते. घरात

शिलाई मशीन होती, तर त्यावर जनाबाई त्या लोकांचे छोटे-मोठे कपडे शिवून देई. त्यामुळे काही काम सांगितल्यावर ते चटकन करत असत. दिवसभर रिक्षा चालवून संध्याकाळी उजेडातच मला घरी यावे लागे. कारण घरातील सर्वांना रात्री भीती वाटत असे. त्यामुळे माझे उशिरापर्यंत रिक्षा चालवणे बंद झाले. त्यामुळे प्राप्ती थोडी कमी होत असे. त्यात थोडी काटकसर वाढत गेली. सकाळी पाच ते संध्याकाळी सात रिक्षा चालवायची असे ठरवले. मधली दुपारनंतरची विश्रांती बंद केली. साधारण तेरा-चौदा तास रिक्षा चालवली की मग थोडी रिकव्हरी होत असे. असेच चार-पाच वर्ष निघून गेले. पहिल्यासारखा उत्साह राहिला नाही. फ्रंट इंजिन रिक्षा असल्याने इंजिन गरम होत होते. बसण्याने सीटखाली गर्मी वाढत होती. त्यातच माझा मूळव्याध वाढला होता. उन्हाळ्यात त्याचा त्रास जास्तच जाणवत असे. रिक्षा सर्विसिंगच्या वेळेला आवश्यक असणाऱ्या सामानाची यादी मला बऱ्यापैकी माहिती झाली होती. दरवेळेला काही ना काही पार्टची आवश्यकता लागायची. मग माझ्या डोक्यात स्पेअर पार्ट विक्रीचे दुकान टाकण्याचा विचार आला. फक्त पुण्यातच किती तरी रिक्षा होत्या आणि सततच्या चालण्यामुळे रिक्षा सर्विसिंगसाठी येतातच. त्यासाठी लागणारे दुकान टाकले, तर माझी दगदग कमी होईल, असे मला वाटले. दुकान टाकणे सोपे नव्हते. त्यासाठी अगोदर दुकानाची जागा महत्त्वाची होती.

नाना शेळकेने गावठाणात पाराजवळ तीन मजली बिल्डिंग बांधली होती. पुढच्या भागात त्याने दुकानासाठी गाळे काढले होते. माझ्या मनातील गोष्ट मी त्यांना बोलून दाखवली आणि त्यांना हेसुद्धा म्हणालो, 'माझ्याजवळ डिपॉझिट द्यायला पैसे नाहीत. आपण असं करू या का? दुकानाचे भांडवल मी टाकेन. आठ तास मी दुकानात बसेन, दुकानाचे भाडे घ्यायचे नाही. आपण पार्टनरशिपमध्ये दुकान चालवू या.' त्यालाही ते मान्य झाले. असे ठरल्यावर दोघांच्या संमतीने पार्टनरशीपमध्ये दुकान चालवण्याचा विचार पक्का झाला. माझ्याकडे रक्कम नव्हतीच. मात्र मी पंपावर असल्यापासून मोठ्या मुलीच्या म्हणजेच मालतीच्या नावाने फिक्स डिपॉझिटमध्ये वीस हजार रुपये पाच वर्षांसाठी ठेवले होते. ती एफडी तोडून त्यातले दहा हजार दुकानासाठी काढून घेतले. राहिलेले दहा हजार परत फिक्समध्ये ठेवले. ठरल्याप्रमाणे मुहूर्त बघून दुकानाची सुरुवात केली. बरेच सामान नाना पेठेतून उचलत असायचो. संध्याकाळपर्यंत दुकानात ड्युटी झाल्यावर रात्री अकरापर्यंत नानाची रिअर इंजिन रिक्षा मी चालवत असे. त्याला वीस रुपये भाडे देऊन दहा-पंधरा रुपये आले की मी घरी परत जाई. एव्हाना संपूर्ण निलज्योतीत

ज्यांची घर होती, ते सर्व राहण्यासाठी आले होते. साधारण सात-आठ महिने दुकान चालू होते, दुकान जरा चांगले चालायला लागले तेव्हा अचानक नाना शेळकेने, 'दुकानाचे भाडे द्यावे लागेल', असे सांगितल्यावर मला काहीच बोलता आले नाही. मी जरा हिरमुसलो. नानाने जरा अविचार केला. नवीन धंदा सेट होण्याअगोदरच त्यांची डिमांड वाढली होती. त्यामुळे दुकानाचे पुढचे भविष्य दिसू लागले. पुढे मी कुणालाही न सांगता लोकांची मालाची उधारी कमी करत गेलो. राहिलेले, न चालणारे सामान ज्यांच्याकडून घेतले होते. त्यांना देऊन मोकळा झालो. राहिलेला माल वाटून, जे सामान उरले, ते उचलून घरी नेले. दुकान बंद झाले होते. परत एकदा नाकामी समोर येऊन मला चिडवत होती; पण मी हार मानणाऱ्यातला तर बिलकुलच नव्हतो. माझ्या डोक्यात विचारचक्र चालू झाले. मी दुकान चालवत असताना बरीच माहिती गोळा केलेली होती. हा माल नानापेठवाले दुकानदार कुठून आणतात? किती मार्जीन असते? नानाने जेव्हा मला दुकानभाडे मागितले, त्याचवेळेस माझ्या डोक्यात विचारचक्र सुरू झाले. मी मनातून ठरवले की मुंबईला जाऊन होलसेल मटेरियल भरून आणायचे आणि गावात जी दुकाने होती, त्यांना पुरवठा करायचा. आपल्याला वाटत असते की आता सगळे छान चालले आहे; पण देवाला माहीत असते की आपल्यासाठी काय गरजेचे आहे', तशीच योजना देव आखत असतो. पेट्रोल पंपावर काम केल्यामुळे रिक्षा चालवायचे कळाले, रिक्षा चालवताना त्रास झाला म्हणून दुकानाचे डोक्यात आले आणि दुकान बंद होत होते म्हणून होलसेल माल पुरवठा करायची युक्ती देवाने मला दिली. पाहिले ना! कशा समर्पक घटना एकपाठोपाठ घडत गेल्या.

जनाबाईला माझ्या सर्व कामाची माहिती असायची. तिला माझ्या निर्णयावर थोडीसुध्दा शंका वाटत नसे. ती नेहमी सकारात्मक विचार करायची. सकाळी सात पाचला शिवाजीनगरहून सिंहगड एक्सप्रेसचे एकवीस रुपये देऊन रिटर्न तिकीट काढून व्ही. टी. स्टेशनवर पोहोचलो. मुंबईला येऊन बरेच दिवस झाले होते. मला मुंबई नवी नव्हती. त्यामुळे टॅक्सीतून मार्केटमध्ये जाऊन पोहचलो. एका छोट्या दुकानदाराला विचारले की, 'रिक्षा स्पेअर पार्ट होलसेल मार्केट कुठे आहे?' त्याने बनामा लेनला दुकान आहेत असे सांगितले. मला मनीष म्हणून होलसेलचे दुकान भेटले. त्याच्याकडे आशा कंपनीची क्लच प्लेट होती. थोडे ऑईल सिल होते. पुढे तसेच चालत मेहता मार्केटमध्ये बरीच लहान मोठी दुकानं होती. त्यांच्यात लाडी नावाच्या सरदारजीच्या दुकानात थांबलो. त्याने कुठून आला? वगैरे चौकशी केल्यावर मी त्याला माझी सगळी परिस्थिती सांगितली. त्याला विनवणी करून

म्हणालो, "मी एक सरळ माणूस आहे. मला या व्यवसायाची काहीच माहिती नाही. मला मदतीची खूप गरज आहे. कृपया माझ्यासाठी काही सहकार्य करता येत असेल, तर करू शकाल का? आणि नसेल तर तसेही स्पष्ट सांगा." मी आधीच खूप नुकसानीत आहे. तो म्हणाला, "आपकी मदत करना मेरा फर्ज है." हे ऐकून बरे वाटले. त्याने अगोदर आम्लेट-ब्रेड मागवला. तो खाल्ल्यावर चहा घेतला. मग म्हणाला, "माझ्याकडे रिक्षाचे दहा-बारा आयटम आहेत. जे तुला चांगले वाटेल, ते घेऊ शकतोस. माझ्या इतके स्वस्त कोणी देणार नाही." हे ऐकून मला योग्य ठिकाणी आल्याची जाणीव झाली. एक सुटकेस, मोठी पिशवी, शबनम असा माल भरून मुंबईहून व्ही. टी. स्टेशनला येऊन दुपारच्या दोन पस्तीसला सिंहगड पकडून संध्याकाळी सातला पुण्यात पोहोचलो. आणलेला माल मी पुण्यातल्या दुकानात वाटायचो. पाच-सहा दिवसात माल डिस्ट्रीब्युट करून पेमेंट मिळायचे. त्या मिळालेल्या पेमेंटवर मी परत मुंबईला जायचो. हजार रुपये जरी आले तरी ते घेऊन मी मुंबईला जात व त्याबरोबर थोडे उधार घेऊन, नेहमीसारखे हातात माल कॅरी करत असे. मला माझ्या निर्णयांमुळे खूपदा आर्थिक हानी झाली आहे. तरी पण माझ्या निर्णयांना जनाबाईंनी कधीच विरोध केला नाही. ती धीट होऊन सदैव माझ्यासोबत राहिली. त्यामुळेच तर मी पुढची वाटचाल करू शकत होतो.

माझा हा पुणे-मुंबई अप-डाऊन करून सुरू केलेला व्यवसाय आता स्थिरस्थावर होत होता. मला होलसेलचा बराच अनुभव आला होता. रिक्षाचे बल्ब, लहान मोठे रबर, रिंग रबर पार्ट, क्लच पार्ट, इलेक्ट्रिक वायर, क्लच ब्रेक, ऑक्सिलेटर सर्व वायरचे प्रकार असे. बऱ्याच वस्तू वाढवल्या होत्या. मार्केटमध्ये दिलेल्या मालाची माझ्याकडे परत मागणी होऊ लागली. बऱ्यापैकी आशा वाढू लागली. आता माझ्या पुणे-मुंबई फेऱ्यापण वाढू लागल्या. मग तिकीट परवडत नाही, हे लक्षात येऊन मी पास काढला. पास असल्यामुळे आठवड्यातून चार दिवस मुंबई-पुणे अपडाउन होऊ लागले. नवीन काही करताना कुठलाही अनुभव नसताना मी त्याच्यात उडी मारत असे. पुढे काय होईल? याची पर्वा मुळीच करत नसे. पण मी हे करण्यापूर्वी त्या फिल्डची पुरेपूर माहिती काढून घेत होतो. त्याचे बऱ्यापैकी ज्ञान मिळवत होतो. तसेच माझ्या कर्तृत्वावर मला ठाम विश्वास होता आणि अपयशाला मी घाबरत नव्हतो. येणाऱ्या संकटाना तोंड देण्याची तयारी ठेवली होती म्हणूनच घेतलेल्या कामात यश येत गेले.

आता मला मार्केटमध्ये बऱ्यापैकी ओळखू लागले होते. त्याच वेळेला एक योगायोग झाला. नाना शेळके आणि मी ज्या वेळेला दुकान टाकले, त्यावेळेला

सर्व गाड्यांचे इंजिन गॉस्केट म्हणजे रिक्षा इंजिन पॅकिंगचे होलसेलर काका म्हणून एक पंजाबी गृहस्थ दुकानावर येत असत. आमच्या दुकानासाठीपण मी त्यांच्याकडून सामान घेत होतो. त्यामुळे त्यांच्याबरोबर माझी ओळख झाली होती. आता या होलसेलच्या व्यवसायाच्या वेळी त्यांच्याशी गाठभेट झाल्यावर त्यांनी मला दुकानाबद्दल विचारले. मी त्याला घडलेला प्रकार सांगून म्हणालो, "मी ते दुकान बंद केले आहे आणि मी हा स्वतंत्र होलसेलचा व्यवसाय चालू केला आहे." तेव्हा तो म्हणाला, "थोडा भांडवल लगावोगे, तो आप मेरे साथ गॉस्केट का काम कर सकते हो." मीपण त्याच्या बेहकाव्यात आलो. तो माणूस प्रचंड व्यसनी आणि जुगारी होता. हे मी जेव्हा त्याच्याबरोबर फिरत होतो, त्यावेळेला कळाले. मला मनोमन कळलेले की आपण चुकीच्या माणसाच्या संगतीत आलो. तोपर्यंत मी होलसेल व्यवसायात कमवलेले दहा हजार रुपये त्याने संपवून टाकले. त्याच्याकडून नुकसान होऊ लागले. नंतर मला कळले की तो व्यवसाय त्याचा स्वतःचा नव्हता. त्याच्या आत्याच्या मुलाचा होता. त्याचे नाव भूषणजी कक्कर. त्याचा आणि बिट्टू सरदार म्हणून दोघांचा तो व्यवसाय होता. त्यांनीच त्यांच्या नातेवाईकांना पुढे माल देऊन कामाला लावले होते. त्यावेळेला काकाने, भूषणजींचे मामे भाऊ याने भूषणजींकडून ४० हजाराचा माल उचलला होता. त्याने सर्व विकून जुगारात सर्व पैसे संपवले होते. उधारीच्या खोट्या पच्र्या करून येणे बाकी आहे हे दाखवायचा आणि माझेपण पैसे काकाकडे अडकल्यामुळे मला त्या पैशांचा धाक दाखवून भूषणला काही सांगायचे नाही, असे बजावायचा. शेवटी एके दिवशी त्यांच्याच ओळखीच्या माणसाने भूषणजींला टीप दिली की तू दिलेल्या मालाचे पैसे सर्व लॉस झाले. त्यामुळे त्याला काकाचा खूप राग आला. त्याला माल देणे बंद झाले.

भूषणजी पुढे स्वतः पुण्यात येऊन स्वतः ऑर्डर घेऊन सर्व पुण्याची ऑर्डर पूर्ण करू लागले. माझे आत्तापर्यंतच्या पैसे बुडण्याच्या झटक्यात अजून भर पडली. मी पण बुडालेल्या पैशाचा जास्त विचार न करता त्या दहा हजारावर पाणी सोडले. मला नेहमी वाटते, जोपर्यंत आपण जिवंत आहोत, तोपर्यंत परत पैसा कमवू शकतो. गेलेल्या पैशाचे काय दुःख करत बसायचे. तोच वेळ पुढील कामासाठी वापरू शकतो. मी पैसे बुडवले नसताना, माझी चूक नसताना माझ्यावर लांच्छन लागलेले म्हणून मी कित्येकदा भूषणजींची भेट घेण्याचा प्रयत्न करत होतो. न जाणे त्याने माझ्याविषयी गैरसमज केला होता. त्यामुळे ते मला धुडकावत होते, त्यांना सर्व हकीकत सांगण्याचा प्रयत्न केला. जे नुकसान झाले होते, त्यामुळे त्यांचा

माझ्या बोलण्यावर विश्वास बसत नव्हता. त्यावेळी खरंतर मी चुकलेले नव्हतोच, मला कोणतेही स्पष्टीकरण द्यायची गरज नव्हती. त्याला या सर्व गैरसमजाचे उत्तर वेळच देईल. त्यामुळे मी समजवायचा नादच सोडला आणि परत आधीप्रमाणे माझे होलसेलचे काम चालू केले. मी मुंबईला जाणे बंद केले नव्हते. माझ्या फक्त फेऱ्या कमी झाल्या होत्या. भूषणजी स्वतः मालाच्या सप्लायचे काम करण्याचा भरपूर प्रयत्न करत होते. गिऱ्हाईक खूप लांबवर असल्याने त्याचा खूप वेळ जाई. तो कंटाळून नाना पेठेत गुरुनानक या दुकानाच्या मालकाला विचारत होता की पुण्यात एखादा तुमच्या नजरेत इमानदार, होतकरू असा मुलगा असेल, तर मला सुचवा. मला माझ्या व्यवसायासाठी अशा मुलाची गरज आहे. कारण मला एकट्याने हे सगळे सांभाळणे, थोडे अवघड जात आहे. त्या दुकानदाराचे मालक सरदारजी होते. त्याने क्षणाचाही विलंब न करता उत्तर दिले, 'काकाके साथ मे जो पाटील काम करता था ना, वही आदमी अच्छा है.' त्यावर भूषणजी म्हणाले की वो जुगारी है, बेकार है, दुसरा कोई हो तो बोलो. सरदारने त्याला पुन्हा समजावले, 'तू पुरा पूना धुंडके आयेगा, तो भी उसके जैसा इमानदार आदमी नही मिलेगा. जब उनका दुकान बंद हुआ था, तो उसने पहले हमारे पास से जो माल उधारी पे लिया था, उसको पहले क्लिअर किया और किसीके भी पैसो की उधारी बाकी रखी नही. काका की गलती उसके माथे क्यो मार रहे हो?' हे ऐकून त्याने मला भेटण्याचा प्रयत्न केला. मी त्यावेळी मुंबईला गेलो होतो. आल्यावर कळले की भूषणजी मला भेटण्यासाठी बोलवत आहे. ते त्यावेळेस संभाजी पार्क समोर मेघदूत हॉटेलमध्ये होते. त्यात तीन-चार दिवस राहायचे. त्यांची गाठभेट झाल्यावर त्यांनी मला पुढे कसे काम करणार, याची सविस्तर माहिती दिली.

पुण्यातील जी सर्व ऑटोमोबाईलची दुकाने होती, त्याची ऑर्डर घेणे व माल आल्यावर तो दुकानापर्यंत पोहचवणे, कॅश जमा करणे. त्यावर २% कमिशन व चेक मिळवण्यास १% कमिशन असे ठरले. एक मोठी बॅग डिस्ट्रिब्युट केल्यास त्या बॅगचे कमिशन पन्नास रुपये मिळायचे. महिन्यातून एक हजार रुपये इन्कम चालू झाले. भूषणजीने पिंपरी-चिंचवड व अहमदनगर हे शहर होलसेल करण्यास परवानगी दिली. त्यामुळे मला सात ते आठ हजार इन्कम चालू झाले. १९८३, ८४ साली सात ते आठ हजारसुद्धा खूप मोठी रक्कम होती. हळूहळू मी शिकत गेलो, आता मला व्यापाराची ओळख होऊन थोडीफार सूत्रे माहिती झाली होती. भूषणजी महिन्यातून एक दिवस कलेक्शनसाठी यायचे. ते थेट तिसऱ्या दिवशी परत जात. कधी कधी निलज्योतीत माझ्या घरी अगदी नातेवाईकांप्रमाणे राहत.

तिथेच जेवण व झोपणे होई. खूपदा हॉटेलमध्येच राहायचे. आता त्यांचा तुसडेपणा नाहीसा झाला होता. गैरसमजाचे सावट पूर्णपणे दूर झाले. ते जेव्हा जेव्हा माझ्या घरी येत तेव्हा अगदी जमिनीवर झोपत, आमच्या घरातील साधे जेवण आवडीने खात, आमच्यात पूर्ण मिसळून राहत. माझ्या मुलांनादेखील खूप जीव लावला, जणू काही मुलांचे सख्खे काकाच.

भूषणजी माझ्याशी चांगल्या मित्राप्रमाणे राहू लागले. पुढे सोलापूर, औरंगाबादलापण बरोबर जाऊन धंदा सेट केला. पुणे सोडून बाहेरचा धंदा मीच करत होतो. धंद्यात मार्जिन भरपूर होते. त्यामुळे लवकर प्रगती झाली. पुढे भूषणजीने ४-५ वर्षे पुण्याचा धंदा सांभाळला. त्याचे जे काकाने नुकसान केले होते, ते रिकव्हर करून लाखो रुपये त्याने पुण्यातून कमावले. शेवटी एके दिवशी मला सांगण्यात आले की, 'या पुढे पुण्याचा धंदा तूच सांभाळ. त्याच्या बदल्यात दरमहा गुडविल म्हणून पाच हजार रुपये दे. मार्केटमध्ये जी उधारी आहे म्हणजे जे भांडवल आहे ते माझे राहील. ज्या दिवशी भांडवल परत करेल, त्या दिवशी पुणे तुझे होईल. पाच हजार हे तुला कायम द्यावे लागतील.' त्यावेळी ते ऐकून मला खूप आनंद झाला. माझ्या प्रामाणिकपणाची, माझ्या कष्टांची पावती मला मिळाली होती.

हा व्यवसाय करत होतो पण इकडे रिक्षा स्पेअर पार्टकडे दुर्लक्ष होत गेले. जो जुना माल पडून होता तो पण स्वस्त, महाग देऊन टाकला. मी गॅस्केट सर्व फोर व्हीलर, टू व्हीलर, ट्रक, ट्रॅक्टर सर्व दुकानात माल पोहोचवण्याचे काम केले. इगल ब्रॅंडचे गॅस्केट शहरात पोहचले होते. ज्या ठिकाणी मी जात होतो त्या ठिकाणी मला 'गॅस्केटवाले पाटील' म्हणून ओळखत असत. माणूस जसजशी प्रगती करत जातो, तसतशा त्याच्या अपेक्षादेखील वाढत जातात.

माझा धंदा जोर धरू लागला होता, साहजिकच मनात अपेक्षा वाढत गेल्या. आतापर्यंत फक्त घरातून धंदा करत होतो. घर लहान असल्याने थोडी अडचण व्हायची. एक लोखंडी रॅक लावून ठेवले होते. त्यात जास्तीचे गॅस्केट ठेवले होते. कधी कुणाला अर्जंट एखादी वस्तू हवी असली की ती घरातून देत असे. महावीर ऑटो मोबाईलचे मालक जैन यांच्याकडे ऑर्डरसाठी गेलो असताना त्यांच्याजवळ मी बोलून दाखवले की मला घरातून व्यवसाय करणे जड जात आहे. मला दुकानासाठी जागा हवी आहे. तुम्हाला कुठे माहिती मिळाल्यास मला सांगा. त्यांनी मला लगेच सांगितले की तुम्ही राहता त्याठिकाणी आमची म्हाडाची बारा बाय सातची जागा आहे. वडिलांना विचारून विकत असतील तर सांगतो.

दोन दिवसांनी मला त्यांनी स्वतःहून हात दाखवून बोलावून घेतले. कारण

माझ्या घराकडे जाण्याचा रस्त्यावर रामोशी वाडीला त्यांचे दुकान होते. त्यांनी मला जागेची किंमत वीस हजार रुपये सांगितली. शेवटी पंधरा हजारात मोकळी जागा ठरवली. जमवा-जमव करून पैसे गोळा केले. साध्या स्टॅम्प पेपरवर वकिलांकडून लिखापढी करून त्यांना पैसे दिले. जागेचे बांधकाम करण्याची तयारी केली. माझ्याजवळच लागून पवारांचे दोन गाळे होते. त्यांना त्यांच्या दुकानाचे नूतनीकरण करायचे होते. मग मी त्यांना म्हणालो की, 'तुम्हाला दुकानाचे नूतनीकरण करायचे आहे आणि मलाही नवीन बांधकाम करायचे आहेच, मग आपण दोघांनी मिळून एकत्र काम केलं तर लागत थोडी कमी येईल.' पवारपण तयार झाले. मग आम्ही दोघांनी मिळून एकत्रच काम सुरू केले. पंधरा वीस रॅक आणि पुढचे काचेचे काउंटर करून घेतले. बेकरीचा धंदा चालू केला. मागे रॅकवर गॅस्केटचा स्टॉक करून ठेवत मुहूर्तावर 'विनिता बेकरी व जनरल स्टोअर्स' नावाने दुकान चालू केले.

१ ऑक्टोबर, १९८८ रोजी दसऱ्याच्या शुभमुहूर्तावर माझा नवीन व्यवसाय सुरू केला. तसे पाहिले, तर दुकान लहानच होते; पण लागणाऱ्या सर्व घरगुती वस्तू मी त्यात ठेवल्या होत्या. शाळेतील मुलांना लागणारे ड्रॉइंग पेपर, लहान फुलस्केप, पेन्सिल, कार्बन लीड हे सर्व ठेवले होते. ब्रेडवाले सकाळीच ताजे ब्रेड टाकून जात. नऊ वाजेपर्यंत दोनशे अंडी विकली जात. मी नऊ वाजेपर्यंत दुकानात बसत असे. नंतर जनाबाई स्वयंपाक करून दुकानात बसायला येत. मग संध्याकाळी मी येईपर्यंत ती दुकानात बसत असे. गोळ्या, चॉकलेट, बिस्कीट, लहान केक हे लहान मुलांना लागणारे खाद्यपदार्थ ठेवले होते. ते दुकान एमआयजी कॉलनीत असल्यामुळे सेल चांगला व्हायचा. दररोज मला माल आणण्यासाठी जावे लागायचे. दहानंतर माझा मेन गॅस्केटचा व्यवसाय चालू ठेवायचो. सुरुवातीच्या दिवसात माझ्याकडे सायकल होती. ती माझ्या मावसभावाची, सुरेशची होती. तिच्यावरच मी पिंपरी-चिंचवडपर्यंत माल द्यायला जात होतो. पूर्ण दिवस सायकलीवरून फिरून धंदा करत होतो. त्यामुळे संध्याकाळपर्यंत खूप थकवा जाणवायचा. मी हे भूषणजींना बोलून दाखवले होते. त्यांनाही ते माहिती होते की मी रोज खूप मोठा पल्ला प्रवास करत होतो. थोडे दिवस गेल्यावर मी एक सेकंड हॅण्ड वेस्पा घेतली. ती घेण्यासाठी भूषणने मला अर्धे पैसे दिले आणि मी अर्धे टाकले. तीन हजारात स्कूटर घेतली. त्याचा जो माल वाटपासाठी पेट्रोल खर्च येई, तो खर्च भूषणजी देत असे ऑर्डरसाठी तो पुण्यात आल्यावर दिवसभर आम्ही स्कूटरवर एकत्र फिरत असू. दुपारचे जेवण त्याच्यासोबत करत होतो. आता जवळ साधन असल्यामुळे फिरण्याचा त्रास कमी झाला. येताना गांधी गोळीवाले त्यांच्याकडून रविवार पेठेतून दोन-तीन

किलो खडीसाखर आणून त्याचे लहान पॅकेट बनवून विक्रीला ठेवत असे. एक किलोच्या खर्चाच्या दुपटीने नफा होत असे. आम्ही सुरुवातीला एकदम अडचणीत होतो तेव्हा जनाबाईच्या मदतीने बाजारातून बटाटे आणून वेफर्स केले. ते किराणा दुकानात बेकरीमध्ये विक्रीला ठेवत असू. ते लोक विकल्यावर पैसे देत. दुकानात एक लहान फ्रिजपण ठेवला होता. उन्हाळ्यात रसना, पेप्सीकोला खूप विकले जात. पेप्सिकोला हा लहान मुलांना आवडीचा थंड पदार्थ होता. बेकरीच्या कमाईवर जनाबाईसाठी दोन वर्षांत सोन्याच्या चार बांगड्या केल्या. माझी खूप इच्छा होती की एक ना एक दिवस मी तिला हिऱ्याचे कानातले घेऊन देईन.

मी दुकानाच्या भांडवलाचा विचार करत नव्हतो. माझा धंदापण जोरात होता. आता पैशाची कमतरता नव्हती. बेकरीसाठी काही सामान लागलेच, तर मी खिशातल्या पैशाने आणत असे. मुख्य धंदा गॅस्केटचा होता, बेकरीची धंदा हा पूरक वाटू लागला; पण त्याच्यामुळे दुपारचे-रात्रीचे जेवण वेळेवर होत नसे. मग असे ठरवले की एकावरच लक्ष केंद्रित करू या. नंतर सेल बंद केला. सर्व गॅस्केट ठेवायला सुरुवात केली. जेव्हा गरज वाटेल, त्यावेळेला माल काढून विकायला घेऊन जात असे. इतर वेळी दुकानाला कुलूप लावून बंद ठेवत असे. जुनी स्कूटर ज्या किमतीला घेतली, त्यापेक्षा जास्त किमतीला विकून बजाजची चेतक घेतली.

त्याचवेळेला माझा दोन नंबरचा भाऊ सावळाराम हा भवानीनगरमध्ये पूर्वीच राहण्यासाठी गेला होता. त्याचे वर्कशॉपमध्ये भागत नव्हते. एके दिवशी तो माझ्याकडे येऊन म्हणाला, "माझ्यामागे खाणारी तोंड वाढली आहे. माझ्यावर कुटुंबाची जबाबदारीपण वाढली आहे. मला वर्कशॉपमध्ये परवडत नाही." मग मीच त्याला विचारले, "मी तुझ्यासाठी काय करावे असे वाटते? माझापण नवीनच धंदा आहे. आताशी कुठे मी पोटभर खाऊ लागलो आहे. माझा व्यवसाय वाढत आहे. मलापण जोडीदाराची गरज आहे; पण तुला ते परवडते का बघ? कारण तुला वर्कशॉपमध्ये जो पगार आहे. त्यापेक्षा हजार रुपये जास्त मी तुला देऊ शकतो." हे ऐकल्यावर त्याने होकार दिला. कदाचित त्याला काही करून बरोबर यायचे होते. स्वतःचा भाऊ म्हणून त्याचा विचार करणे आणि दुसरे म्हणजे पाठीशी खाणारी तोंड खूप असली की एकटा कमावणारा कमीच पडतो. शिवाय मुलेही मोठी होऊ लागली आहेत. त्यांच्या गरजा भागवल्या जातील, या जाणिवेने मी त्याला बरोबर घेतले होते. सावळाराम दिलेले काम चोख करू लागला. त्याला माल देण्यासाठी सायकलवर पाठवत होतो. मुंबईला भूषणजीला हिशोब ते मालाच्या रिकाम्या पिशव्या कंपनीत पोहोचवणे, हे सर्व करण्याचे काम अण्णा करू लागला.

तिकडून मेहता मार्केटमधून काही सामान आणायचे झाल्यास तो तिकडून घेऊन येई. हे साधारण आठ-दहा महिने झाले असतील, तेव्हा अण्णानी मला त्याची पहिली अडचण सांगितली. मला सायकलीने लांब-लांब जाण्याचा खूप त्रास होतो. माझे पाय दुखू लागले. जर मला स्कूटर घेऊन दिली, तर बरे होईल. त्याचे कारण ऐकण्यासाठी त्याला मोठा भाऊ होता; पण मी जेव्हा अडचणीत होतो, त्यावेळेला माझे कारण ऐकण्यासाठी फक्त ईश्वर होता. मी त्याचे गा-हाणे ऐकले. दोन दिवस गप्प बसलो. मलापण त्याची अडचण कळत होती मीपण त्यातूनच गेलो होतो. तेव्हा साताऱ्याला बजाजची प्रिया नावाची स्कूटर आली होती. ती शोरूममध्ये हप्त्यांनी मिळत होती. सावळारामसाठी प्रिया स्कूटर घेतली. गाडी मिळाल्यावर तो खुश होता. पुढे कामे वाढत गेली. त्याला घेऊन माल वाटप करणे लवकर लवकर होत होते. शनिवारी कलेक्शन जमा झाल्यावर रविवारी भूषणजींकडे पैसे आणि पिशव्या पाठवणे होत असे. सावळाराम माझ्याजवळ पगार वाढीसाठी मागणी करायला लागला. शेवटी मी त्याला सांगितले की, 'तुला पगार तर वाढवून मिळणार नाही; पण पिंपरी चिंचवडला जो माल जातो त्याचे कमिशन मिळेल.' हे विचार माझ्या मनात अगोदर येत होते; पण थोडा वेळ जाऊ दे, मग विचार करू असे वाटे. पगारवाढीपेक्षा पिंपरी-चिंचवडचा धंदा त्याला दिल्यावर त्याला पहिल्यापेक्षा तीन पट इन्कम वाढेल, असे माझ्या डोक्यात होते. पैसे येऊ लागल्यावर तो राहती जागा विकून लक्ष्मीनगरमध्ये नवीन घरात शिफ्ट झाला.

शिफ्टिंग केल्यावर लक्ष्मीनगरमध्ये कॉर्पोरेशनच्या लहान दुकानाचे गाळ्यामध्ये पन्नास हजार भरून दुकान चालू केले. आता त्यांना सर्व माहीत झाले होते. त्याला हळूहळू औरंगाबादचादेखील धंदा दिला. तिकडे पैसे गोळा करणे आणि ऑर्डर घेणे हे मला एकट्याने शक्य नव्हते.

एव्हाना माझी मोठी मुलगी मालती अठरा वर्षांची झाली होती. तिने मॉर्डन कॉलेजमध्ये बीएसाठी अॅडमिशन घेतले. कॉलेजचे तिचे पहिले वर्ष सुरू झाले होते आणि प्रमोद दहावीच्या वर्गात मॉडर्न स्कूलमध्येच होता. मालती दिसायला सुंदर होती म्हणून तिला आमच्याच नातेवाईकांकडून लग्नासाठी मागणी येऊ लागली होती. मला पहिल्यापासून मुलीला चांगल्या सुखी घरात द्यावे, असे ठामपणे वाटायचे. आमच्या सरू आत्याची दोन नंबरची मुलगी तापाबाई कापडणीसांना दिली होती. पहिल्यापासूनच उत्तम कापडणीस आणि मी नातेवाईकांपेक्षा मित्रच जास्त होतो. दोघेही सुख-दुःखाच्या गोष्टी एकमेकांना सांगण्यापासून सर्व काही शेअर करत होतो. कधीकधी तर ते ज्या ठिकाणी शुगर फॅक्टरीस नोकरी होते त्या

ठिकाणी मी वेळ काढून तीन-चार दिवस मुक्कामाला राहत असे. उत्तम आप्पा दाभाडी बेलगंगा, धुळे येथील कारखान्यानंतर ते वसंतदादा सहकारी कारखान्याला शेवटपर्यंत राहिले. त्यांना दोन मुले व दोन मुली. राजेंद्र, ललिता, संजीव, सरला अशी मुलांची नावे.

निलज्योती बिल्डिंगचे दौंडकर हे माझे चांगले मित्र. त्यांचा आमच्या घराशी कौटुंबिक जिव्हाळा होता. दौंडकर हे टेलिफोन टेक्निशियन होते. त्यांना सेंट्रल गव्हर्मेंट सर्विस असल्यामुळे पगार चांगला मिळत होता. स्वभावाने चांगले, हसतखेळ स्वभावाचे असल्याने त्यांचे सर्व मंडळींशी चांगले जमत असे. त्यांचा पगार दहा तारखेला होत असे. जनाबाई आणि दौंडकर बाई या दिसायला सारख्या होत्या. दौंडकर बाई जनाबाईला मोठी बहीण मानत असत. मी जेव्हा गॅसकेटचा व्यवसाय सुरू केला, त्यावेळेला माझ्याजवळ अल्पसे भांडवल असायचे. त्यामुळे मी दौंडकर शिवाजीरावांना विचारले की, 'तुमचा पगार जर मला दहा दिवसांसाठी मिळाला, तर मला खूप मदत होईल. ते पैसे बाजारात दोन वेळा फिरवून मला चांगला प्रॉफिट मिळवण्यास मदत होईल.' त्यानंतर जोपर्यंत मी स्वावलंबी होत नाही, तोपर्यंत त्यांचा पगार मी वापरत असे आणि जसा नफा होई, तसे लगेच परत करून देत असे. नंतर माझे पैसे आल्यावर जनाबाई आणि शालिनी दौंडकर दोघी बाजारात जाऊन रिक्षाने होलसेल मार्केटमधून महिन्याचे सामान भरून घेत असत. असे बरेच दिवस चालू राहिले. एकदा मी जिजामाता बँकेकडून बिझनेससाठी कर्ज काढले. त्यावेळेलापण शिवाजीरावांनी जामीन राहण्याचे धाडस केले होते. आजच्या जमान्यात या गोष्टी कोणीही कोणासाठी करत नाही. त्यांना माझ्या स्वभाव, वागणे, व्यवहार माहिती होते. त्यांना कुठली अडचण येऊ नये म्हणून मी पाच वर्षात कर्जाचे हप्ते भरून ते संपवले होते. हे सहकार्य जन्मभर न विसरणारे होते.

मी आणि शिवाजीराव चार-पाच दिवसांसाठी गारेगावला गेलो. गावाकडची सर्व मंडळी पुण्यात येऊन ओळखीची झाली होती. माझा कामधंदा पुण्यात असल्याने गावाकडे जाणे-येणे कमी व्हायचे. शिवाजीरावांची मातोश्री चार भाऊ चांगले ओळखीचे असल्यामुळे सुखदुःखाला येणे-जाणे असायचे. दौंडकरांच्या मातोश्री अतिशय प्रेमळ आणि मवाळ स्वभावाच्या होत्या. कधी आल्यावर डोक्यावरून हात फिरवल्याशिवाय राहत नसत. जगात सर्वांना अशी आई मिळावी, असे मला वाटे.

पोहाण्याला माझे लहान साडू मधुकर भामरे राहायचे. गारेगावातून पोहाणे

येथे जाऊन त्यांची भेट घेतली. स्वतःची चेतक असल्यामुळे फिरणे सोपे गेले. परतीच्या दिवशी सटाणामार्गे वसंत दादा सहकारी साखर कारखाना येऊन थांबलो. कापडणीस आप्पा ड्युटीवर गेले होते. त्यांना मी आल्याचे कळाल्यानंतर ते लगेच घरी आले. त्यांना भेटून मी निघणार होतो; पण त्या दिवशी आग्रह केल्यामुळे मी मुक्काम केला. सकाळी आम्ही चहापाणी करून परतीच्या मार्गाला लागलो. काही वेळा प्रवासादरम्यान आम्ही विश्रांतीसाठी कुठेतरी थांबून गप्पा मारत असू. त्यावेळी नातेवाईकांबद्दल कौतुकाचे बोलणे चालायचे. त्याच गप्पांमध्ये मी त्यांना म्हणालो, 'कारखान्यावर जाऊन आलो, त्यांचा मोठा मुलगा लहानपणापासून मी अंगावर खेळवला आहे. बहीणपण लहानपणापासून गारेगावला माझ्या आईच्या हाताखाली मोठी झाली. मुलगा शांत आहे, शिकलेला आहे; पण जबाबदारी मोठी आहे.' दौंडकर यांना कळाले नाही. मग मी म्हणालो, 'मालतीसाठी स्थळ म्हणून विचार करतोय.' त्यावर ते लगेच म्हणाले, 'एकदम चांगले होईल.' मी दौंडकर यांना म्हणालो की, 'हे बोलणे फक्त तुमच्या माझ्यात राहील. कारण मी अजून स्पष्ट काहीच विचार केला नाही. मालती शहरात वाढली असून नाजूक आहे, या सर्व गोष्टींचा विचार करून सर्व पाहावे लागेल.'

काही दिवसांनी राजू पुण्यात त्यांच्या मित्र रवीबरोबर आले होते. सकाळी मी बाहेर कामासाठी जाण्याच्या तयारीत होतो. दोघे आल्यावर त्यांना मी आश्चर्याने विचारले, "असं अचानक काय काम काढलं? शिक्षण पूर्ण झालं का? नोकरीचं काय? यावर्षी लग्नाचा बेत दिसतो."

त्यावर राजू हसून म्हणाला, "कुठे तरी काम पाहत आहे."

मी कामावर गेल्यावर राजूपण परत निघाला होता. ते गेल्यानंतर आम्ही चर्चा केली. जनाबाई फार समाधानकारक नव्हती. त्यावेळी माझे आई-वडिलांचा आणि जनाबाईच्या आई-वडिलांचा स्पष्ट नकार होता. त्यांना राजूच्या वडिलांचा स्वभाव आवडत नसे. ते वागण्या-बोलण्यात परखड होते. मी सांगेल ती पूर्व दिशा अशा विचारांचे होते. हे जरी सत्य असले तरी मला त्यांच्यासोबत राहण्याचा अनुभव चांगला होता. मला एका शब्दाने त्यांनी कधी दुखवले नव्हते. लोकांना काय वाटायचे त्याचा मी विचार केला नाही. शेवटी मुलगा चांगला आहे, हे बघितले. पुढची बोलणी करण्यासाठी मला कारखान्यावर जावे लागणार होते.

कापडणीस आप्पा आणि तापाबाई दोघांना भेटून लग्नाबद्दल तुमच्या काय अपेक्षा आहे ते विचारले. ते म्हणाले, "तुला जसे चांगले वाटेल. ते कर."

मला सर्व बोलणी व्यवस्थित आणि पूर्ण स्पष्ट करायची होती. त्यामुळे मी

म्हणालो, "मी हुंडा म्हणून कॅश रक्कम देणार नाही. फक्त लग्न कसं आणि कुठं करायचं ते सांगा."

आप्पा रागाने म्हणाले, "तुझ्या पैशाची आम्हाला गरज नाही. आम्हाला फक्त मुलगी हवी."

नंतर मी सर्व गोष्टी स्पष्ट करत म्हणालो, "नोकरी मिळणं आजकाल फार कठीण आहे. मिळालीच तरी ती कसंबसं पोट भरू शकेल, अशी मिळेल. यासाठी माझ्या मनात असा विचार आला की मी जो धंदा करतो, तोच धंदा राजूनी केला तर? नाशिक हे पहिल्यापासून माझ्याकडं असल्यामुळं धंद्याची सुरुवात नाशिकमधूनच करून देतो. त्यासाठी मेहनत तर करावी लागेल; पण नोकरीपेक्षा स्वतःचा धंदा कधीही चांगला असतो."

राजू म्हणाला, "मालाचं ट्रेडिंग होते तोवर ठीक. पुढं त्याचा काय भरवसा?"

"करणाऱ्याला काहीच कमी नसतं. पुढचा जास्त विचार न केलेला बरा," मी म्हणालो.

माझी भाऊबंदकी मोठी आहे. त्यामुळे माझ्याकडच्या वरमाया आणि वऱ्हाडी जास्त असतील. त्यामुळे लग्नासाठी चांगले कार्यालय पाहून मालेगावी लग्न समारंभ व्यवस्थित करायचे, असा लग्नाचा पूर्ण बेत ठरवून मी तिथून निघालो.

मालेगावला लग्नाचा बेत ठरला. कारण सर्वसामान पुण्यावरून आणायचे होते. गारेगाव जवळ होते; पण मला कोणी काही मदत करेल, अशी अपेक्षा नव्हती. २५ मे १९९१ रोजी दुपारचा लग्नाचा मुहूर्त काढला. महात्मा फुले विद्यालय मालेगावला जागा पक्की केली. पुण्याहून लहान वस्तूंपासून ते कपड्यांपर्यंत सर्व बाजार करून गारेगावला आणून ठेवला. लग्नाला सात दिवस राहिले होते, त्याचवेळेला कापडणीस आपांच्या चुलत भावाच्या कुटुंबातील डी. के. कापडणीस यांचे निधन झाले. मोठे संकट उभे राहिले; पण त्यांच्या मंडळींनी घरातले लग्न आहे म्हणून तीन दिवसात दहाव्याचा विधी उरकून घेतला. ते निस्तरत नाही तोपर्यंत २१ मेला राजीव गांधींची हत्या झाली. सर्वात मोठी भीती तीच होती की मालेगावसारखे नाजूक परिस्थितीचे गाव, पुढे दंगली वगैरे झाल्या तर काय करायचे? अशा विचारांचा मनात कल्लोळ सुरू होता. शेवटी पंचवीस तारीख उजडली. मी आणि जनाबाई चोवीस तारखेला रात्रीच कार्यालयात पोहोचलो होतो. संध्याकाळी मुंबईचे भूषणजी येऊन थांबले होते. त्यांची राहण्याची व्यवस्था हॉटेलमध्ये केली होती. भूषणजी अगदी नावाप्रमाणे हातभार लावत होते. आचारी रात्रीच येऊन थांबले होते. जनाबाईला मदत म्हणून माझ्या सासूबाई आल्या होत्या. उद्याचा दिवस कसा

पार पडेल? याची चिंता सर्वांना होती. रात्रभर डोळा लागला नाही. एका खोलीत आणलेले सामान टाकले होते. आचारी पहाटेपासून स्वयंपाकाला लागला होता. सकाळ झाली. पूर्ण तयारी करून बसलो होतो. तोपर्यंत गारेगावची आमची घरची मंडळी येऊन थांबली होती. सर्वात लवकर माझा लहान मावसभाऊ प्रकाश नंतर माझा लहानभाऊ विजय यांनी सर्व सामान आणले. जनाबाईची जवळची मंडळी आली होती. त्यांनीच पाहुणे मंडळीला जेवणापासून सर्व सुविधा पुरवण्याचे काम केले.

अठरा वरमाईचा सन्मान झाला. लग्नसोहळा मोठ्या थाटामाटात निर्विघ्न पार पडला आणि चार वाजता मालतीची जड अंत:करणाने पाठवणी केली. तिचे वय लहान होते. तिला या गोष्टी कितपत रुचल्या असतील, हे मी सांगू शकत नाही. प्रमोद आणि विनिताही लहान होते. तिची आई व इतर नातेवाईक तिला रडताना बघत होते. पण रूढीप्रमाणे पुढे जाणे क्रमप्राप्त होते.

प्रमोद आणि विनीता आजी-आजोबांबरोबर गारेगावी गेले. आम्ही दोघांनी मालेगावला मुक्काम केला. दोन दिवस अन्नाचा कण जात नव्हता. प्रेमाने पाण्याचा ग्लाससुद्धा माझ्याजवळ आणून देणारा कोणी नव्हता. कन्यादान करून मी परतलो होतो. तिच्या आठवणीने जीव कासावीस झाला होता. शिवाय एकट्याने सर्व पार पाडत रस्ता काढणे गरजेचे होते. माझा कोणावर रोष नाही की कुणाला दोषही मी देणार नाही. कारण ही कसोटी माझ्या एकट्याची होती आणि ती पार करणे माझे कर्तव्य होते. दुसऱ्या दिवशी सकाळी चहा घेऊन स्कूटरवर गारेगावला पोहोचलो. जेवण करून कपडे आणि बॅग घेऊन मी घरचा निरोप घेतला. मी स्कूटरने वसंतदादा यांच्या कारखान्यावर गेलो. मालतीला भेटलो, ती नॉर्मल दिसली. त्यामुळे बरे वाटले. सर्वांना तासभर भेटून, जेवण करून मी पुण्याला परत निघालो.

दुपारचे तीन वाजले होते. रात्री दहाला मी पुण्याच्या घरी पोहोचलो. दोन दिवसांनी परत मालती पुण्याला आली. कालांतराने नाशिकला खोली घेऊन धंद्याची जुळवाजुळव करून मी परत आलो. आजतागायत त्यांचे कुटुंब त्याच धंद्यावर फुलले, बहरले आहे. नंतर त्यांनी नाशिक सोडून पुण्यात राहणे पसंत केले. पुण्यातून फिरून बिझनेस वाढवला. मोठा मुलगा कुणाल आणि लहान मुलगा मयूर या दोन्ही मुलांची शिक्षण झाले. मोठ्या मुलाचे सत्ताविसाव्याव्या वर्षी लग्न केले. मुलगी इंजिनिअर असून ती पुण्यात नोकरी करते. लहान मुलगा परदेशी जाऊन मेडिकल डिप्लोमा करून आला आहे. तो त्याच्या करिअरच्या वाटा शोधत आहे. जावयांना कुठे बाहेर बिझनेससाठी जाणे झालेच, तर कुणाल दुकानात बसतो.

लग्नाच्या वेळेस हे ट्रेडिंग आहे, त्याचा कसा भरोसा करू असे म्हणणारे राजेंद्र आज त्याच बिझनेसमध्ये मुलाला घेऊन हातभार लावत आहेत. सर्व आनंदी आणि सुखी दिसतात. पुढे असेच राहोत, अशी परमेश्वराजवळ प्रार्थना करतो. प्रमोद दहावी पास झाला. त्याला इंजिनियरिंगसाठी ॲडमिशन घ्यायचे होते. त्याला स्कूटरवर घेऊन बेलवंडी कॉलेजमध्ये जाऊन आलो. येण्या-जाण्याचा दृष्टिकोनातून ते थोडे बाजूला होते. शेवटी नगरला विखे पाटील इंजिनियरिंग कॉलेजमध्ये ॲडमिशन घेतले. त्यासाठी पाच हजार भरावे लागले. कॉलेजचेच होस्टेल होते. त्यामुळे त्याला बाहेर कुठे जावे लागले नाही. त्याचे पहिले वर्ष तर खूपच त्रासाचे गेले. तो कॉलेजमध्ये गेल्यावर विनिता आणि आम्ही एकटेच राहिलो. आमचे घर प्रमोद नसल्याने रिकामे वाटू लागले. आमच्या शेजारील घरही मी विकत घेतले. त्यातच मालतीची राहण्याची व्यवस्था केली. ती जवळ असल्यामुळे तिच्या आईला आधार वाटू लागला. प्रमोदचे कॉलेजकडे मनापासून लक्ष लागत नव्हते. त्याला इंजिनिरिंगमध्ये फारसा रस नव्हता. त्यामुळे तो पहिल्या वर्षी फेल झाला. तसेच पुढील वर्षी काय होते? ते माहीत नव्हते. दुसऱ्या वर्षासाठी तो तिथे राहिला होता. प्रमोदची शिक्षणाची नावड त्याच्या वागण्यावरून दिसू लागली.

मीच त्याला विचारले, "तुला पुढे शिकण्याची खरोखरच इच्छा असेल, तर माझी ना नाही; पण विनाकारण टाईमपास करत असशील किंवा माझ्या भीतीनं तिथं असशील, तर सरळ घरी ये."

यावर त्याने वेळ न दवडता मला सांगितले की, "पप्पा, मला इंजिनियरिंगमध्ये काहीच इंटरेस्ट नाही. हे मी फक्त तुमच्या इच्छेखातर करत होतो. मला बिझनेस करायचा आहे."

त्यावर मी त्याला म्हणालो की, "बरं झालं, तू वेळेवर मनातलं स्पष्ट बोललास. आता कॉलेजवरचं तुझं सामान उचल आणि घरी निघून ये." मग तो ठरल्याप्रमाणे लगेच घरी निघून आला.

मलाही त्याच्या व्यवसाय कौशल्यावर इतका विश्वास असण्याचे कारण असे की मॉडर्न हायस्कूलमध्ये आठवी-नववीत असताना तो रविवारी सुट्टीत नगरच्या एक-दोन दुकानदारांना माल पोहोचता करायचा. मी फक्त त्याला नगरच्या बसमध्ये बसवून द्यायचो. त्यानंतर तिथे उतरल्यावर तो रिक्षाने इच्छित ठिकाणी पोहोचून पैसे घेऊन सात-आठपर्यंत पुण्यात परत यायचा. हे सर्व तो एकट्याने करायचा, याचा मला खूप अभिमान वाटतो. तो परत येईपर्यंत सारखी चिंता वाटत असे. माझ्या या निर्णयाने तो थोडा धीट झाला होता. हाच अनुभव त्याला बिझनेसमध्ये कामाला

येणार होता. त्याला अठरा वर्ष पूर्ण झाल्यावर फोर व्हीलरचे ड्रायव्हिंग लायसन्स काढले. माझे मित्र हरीशजी यांचे केके चेंबरमध्ये दुकान होते. तेथे गेल्यावर विविध विषयांवर बऱ्याच गप्पागोष्टी होत असत. त्यांच्याकडे दोन फोर व्हीलर होत्या. त्याचा त्यांना व्यवसायात फार उपयोग होई. त्यांनी माझी धावपळ पाहिलेली म्हणून त्यांना सुचवावेसे वाटले की, 'तुला फोर व्हीलरची गरज आहे. तू कुठलीही नवीन गाडी खरेदी कर.' ते सांगेपर्यंत मला फोर व्हीलर घेण्याचा विचार आला नाही. मला ते फारच खर्चिक वाटत होते. त्यांनी जसे सुचवले, तसे मलापण जाणवू लागले की आधी सायकलने माल पोहोच करत होतो. मग स्कूटर आल्यावर कामे जरा सोपी झाली आणि आता व्याप इतका वाढलेला आहे की ते सुचवत आहेत, तेपण योग्य आहे हे मला जाणवले. माझ्याकडे पैसे नव्हते, मग कोटक महिंद्रामधून लोन काढून पहिली मारुती व्हॅन खरेदी केली. ती प्रमोद अगदी उत्तम कौशल्याने चालवायचा. सध्या तो ४५ वर्षांचा आहे. त्याने आजपर्यंत कुणालाही धक्का लागू दिला नाही. इतका त्याचा हात साफ आहे. तो गाडी चालवायला असला की आम्हा सर्वांना आरामात खात्रीने घरी पोहोचण्याचे समाधान असते. आम्ही निर्धास्तपणे गाडीमध्ये प्रवास करत असतो. व्यवसायाची निकड जाणून त्याने आतापर्यंत सहा गाड्या चेंज केल्या. सध्या तीन गाड्यांचा ताफा सेवेत आहे.

प्रमोदचे मन अभ्यासात लागत नव्हते. कारण तो मूलतः व्यावसायिक विचारसरणीचा होता. त्याने व्यवसायातले खाचखळगे खूप लवकर समजून घेतले. व्यवसायासोबत गाडी चालवणे, हे कौशल्यदेखील त्याने खूप छान आत्मसात केले. गाडी चालवणे हे दिसते तितके सोपे नसते. गाडी चालवताना मेंदू, हात-पाय यांचा ताळमेळ घालणे खूप गरजेचे असते आणि तो ते लीलया करतो. अभ्यास आपल्याला पदवी देत असतो आणि अनुभव आपल्याला घडवत असतात. अभ्यास म्हणजे एक प्रकारे असे म्हणता येईल की आधीच्या लोकांचे अनुभव पुस्तकबद्ध करून तो पुढच्या पिढीसाठी तयार केलेला असतो. जेणेकरून पुढच्या पिढीला त्रास होऊ नये; पण आपण मात्र अभ्यासाला आपला शत्रू समजत असतो. अनुभवातून शिकणे हे कठीण काम आहे. त्यात आपले नुकसान होऊन मग आपल्याला धडा मिळतो. ते काहीही असो, माझ्या मुलाला मार्केट समजायला लागले होते. व्यवसायासाठी योग्य त्या गोष्टी तो आत्मसात करत होता. आयुष्यात एकाच ठिकाणी न थांबता तो आपले मार्गक्रमण करत होता, ते पाहून सार्थक झाल्यासारखे वाटत होते.

मी हाताशी एक मुलगा ठेवला होता. त्यालापण नवीन सायकल घेऊन दिली.

त्यामुळे मालाची डिलिव्हरी तो लवकर करत असे. जवळजवळ एक वर्ष असेच गेले. मग व्यवसायासाठी म्हणून दुकानात टेलिफोन घेतला. त्यामुळे कुणाला काय पाहिजे? ते लगेच पोहोच होत असे. त्यामुळे बराच ताण कमी झाला. प्रमोद दुकानाचा सर्व व्यवहार बऱ्यापैकी सांभाळू लागला होता. त्याच ठिकाणी अजून दुसरे दुकान विक्रीला निघाले होते. तेपण आम्ही विकत घेतले. त्यामुळे आता बऱ्यापैकी स्टॉक करता येत होता. प्रमोद एकवीस वर्षांचा झाल्यावर त्याचे लग्न करायचे ठरले. गावाकडे नातेवाईक लोकांकडून मुलींचे स्थळ येऊ लागले. त्याचे लग्न करावे की नाही असे विचार येत होते. कारण त्याचे वय. तो लग्नासारखी मोठी जबाबदारी सांभाळू शकेल का? आपण उगाचच घाई करतो, असे माझ्या मनाला वाटत होते; पण म्हणतात ना की लग्नाच्या गाठी देवाने आधीच बांधलेल्या असतात. आपण काही करो वा ना करो; पण जेव्हा योग येतो, तेव्हा सगळे आपसूक जुळून येतेच. त्याचा लग्नयोग तर मी टाळू शकत नव्हतो. उत्तम आप्पांचे मोठे जावई व्यंकटराव यांनी मला एक स्थळ सुचवले. ते म्हणाले, 'तुम्ही सटाण्याला लग्नाला येत आहात, तर मग जाता जाता फक्त मुलगी बघून घेतली तरी चालेल. आपला जास्त वेळ जाणार नाही.' त्यांचा शब्द मोडणे बरे वाटत नव्हते.

नामपुरला लग्न झाल्यावर मी सटाण्याला येऊन पोहोचलो. व्यंकटरावांची भेट झाल्यावर मुलीचे काका सूर्यवंशी यांच्या घरी आम्ही दोघेही पोहोचलो. चहा वगैरे घेतला. घरात मोठी व्यक्ती कोणी नव्हते. मुलीचा मावसभाऊ घरात बसला असावा. मुलीला बोलावून नाव विचारले, तेव्हा तिने 'सुजाता पुंडलिक भामरे' असे सांगितले. तेव्हा मला कळाले की तिकडची मंडळी भामरे आहेत. तिचे आईवडील मूळचे कळवण जवळच्या गावातील होते; पण सर्व्हिसनिमित्त परभणीला बदली झाली होती. अशी वरवर माहिती समजली. मुलीच्या हातात शगुन दिले. लगेच पुण्याकडे येण्यास निघालो. घरी पोहोचायला रात्र झाली होती. सकाळी घडलेल्या गोष्टी सर्व क्रमशः सांगितल्या. पुढे जायचे असेल, तर माझा होकार आहे. मुलगी दिसायला चांगली आहे. सर्वांनी मिळून निर्णय घ्या. व्यंकटरावांकडून निरोप आला की, 'आपण स्थळ तर पाहून गेला; पण पुढं काय करायचं?' तेव्हा मी कळवले, 'प्रमोदला पहिले जाऊन बघून येऊ दे. त्याच्या पसंतीवर आहे. त्याने एकदा पसंत केले की मग पुढे काय करायचे, ते सांगतो.' सर्व जवळचे नातेवाईकांनी बघितले होते म्हणून जास्त चौकशीच्या भानगडीत पडलो नाही. प्रमोद आणि त्याचे मोठे दाजी राजेंद्र दोघे परभणीला दोन दिवसांसाठी जाऊन आले. त्यांनी मुलगी पहिली आणि त्याला ती पसंत पडली. त्यानेपण लगेच होकार दिला. मुलीची व मुलाची

पसंत कळवली. मुलांच्या मर्जीविरुद्ध मला काहीच करायचे नव्हते. जर मुलांना पसंत नसेल आणि आपण आपल्या विचारांनी दबाव आणून लग्न लावले, तर त्याचा काही उपयोग नसतो. संसार तर त्यांना करायचा आहे ना! त्यामुळे खूप वेळा विचारून पण मी काही ठाम निर्णय देऊ शकत नव्हतो. कारण आम्हा सगळ्यांना सुजाता फार आवडलेली होती; पण प्रमोदचा निर्णय महत्त्वाचा होता. त्याचा होकार मिळताच मार्ग मोकळा झाला.

कळवणलाच नवरी मुलगी सुजाता तिच्या लहान मामाकडे राहत होती. त्या ठिकाणी प्रमोदची आई, मालती आणि विनिता, मी असे आम्ही सर्व जण तिकडे बोलणी करण्यासाठी पोहोचलो. मुलीचे आजी-आजोबापण तिथे उपस्थित होते.

मी त्यांना सर्व स्पष्ट सांगितले की, 'मी हुंडा घेणे वगैरे याच्या विरोधात आहे. मी ना मुलीला हुंडा दिला, ना मुलासाठी हुंडा घेणार. परमेश्वराने मला जे द्यायचे होते, ते सर्व दिले. मला लग्नात फक्त एकच गोष्ट महत्त्वाची आहे ती म्हणजे ज्या ठिकाणी लग्न ठरले तिथे येणाऱ्या आमच्या मंडळींसाठी दोन दिवसाच्या राहण्या-खाण्या-पिण्याची चांगली व्यवस्था व्हावी. त्यानंतर तुम्हाला जे काही करायचे, ते तुम्ही मुलीसाठी करा. मुलीकडचे लग्नासाठी, हुंड्यासाठी कर्ज काढतात आणि त्याखाली दबून जातात. ती तळतळ मला मुळीच पसंत नव्हती. मला असे काय कमी आहे की मी हुंडा घेऊन एखाद्याचा जीव घ्यावा.'

त्यांनी स्वखुशीने मुलाचे कपडे केले. मुलीचे कपडे आमच्याकडे होते. पुढे साखरपुडा २ ऑक्टोबर १९९५ रोजी ठरला. साखरपुड्याला पुण्याहून ठरावीक मंडळी नेले होते. माझे भाऊ, आई-वडील आणि गारेगावची मंडळी साखरपुड्याला जमली होती. ठरल्याप्रमाणे विधिवत कार्यक्रम पार पडला. जेवणाचा मेनू चांगला ठेवला होता. कार्यक्रम संपल्यानंतर लग्न दोन जानेवारीला ठरले. रिसेप्शन ५ जानेवारी, १९९६ रोजी पुण्यात लेडीज क्लबवर ठेवले होते. पुढे साडेतीन महिन्यांचा अवधी होता. तोपर्यंत जनाबाई आणि मी बरेच कपडेलत्ते आमच्या नातेवाईकांसाठी खरेदी केले. एव्हाना प्रमोदच्या लग्नाची तारीख जवळ येत होती. लग्नाला आठ दिवस अगोदर गावाकडे नातेवाईकांना लग्नपत्रिका पोहोच केल्या गेल्या. पुण्यात रिसेप्शनचे इन्व्हिटेशन दुकानदारांना पाठवले. एक जानेवारी उजाडला. सोसायटीतल्या मंडळींसाठी साठ सीटची बस केली होती. नाश्तासाठी बटाट्याची भाजी आणि चपात्या केल्या होत्या. ठरल्या वेळी बस कळवणला निघाली. संगमनेर पार केल्यावर रोडच्या कडेला शेतीसाठी पाण्याचा पंप चालू होता. तिथे आम्ही सगळे थांबलो. नाश्ता करून फ्रेश होण्यास बरीच मोकळी जागा

होती. आम्ही पंधरा मिनिटात नाष्टा आटोपला. पुढे नाशिकमार्गे पुढच्या रस्त्याला लागलो. साधारण दुपारचे दोन अडीच वाजता आम्ही कळवण शहरात पोहोचलो.

प्रमोद आणि मालतीसोबत महत्त्वाचे सामान पुढे व्हॅनने पाठवले होते. तिथे पोहोचल्यावर त्यांनी वऱ्हाडाला एका हॉलमध्ये थांबवण्याची व्यवस्था केली होती. नाष्ट्यासाठी चिवडा आणि घरगुती बर्फी देण्यात आली. चहा झाला तोपर्यंत पाच वाजायला आले होते. पुढे हळदीचा कार्यक्रम होता. लग्न शाळेच्या प्रांगणात करणार होते. तिथेच मंडप टाकला होता. मंडपातच वधू-वर आले, हळदीचा कार्यक्रमाला सहा वाजता होता. दिवस लहान असल्याने अंधार लवकर पडला. दोन्हीकडील मंडळी जमली. हळद लावण्याचा कार्यक्रम झाला. त्यानंतर जमलेल्या सर्व मंडळींनी बँडच्या तालावर नाच-गाण्याचा आनंद घेतला. रात्री नऊ वाजले. थंडीचे दिवस होते. जेवण लवकर आटोपले. सर्व मंडळी प्रवासात थकल्याने उतरलो त्याच जागेवर मोकळ्या हॉलमध्ये गाद्या-सतरंज्या टाकल्या होत्या तिथे झोपलो. पहाटेपासून बाहेर पाणी तापवण्यासाठी लाकडे पेटवली होती. बरीच मंडळी शेकोटीच्या आजूबाजूला बसली होती.

लग्नाला आलेली पाहुणेमंडळी गावाकडच्या वातावरणाचा आनंद घेत होते, लवकर उठून हवेतील गारवा अनुभवत होते. पहाटे सर्व चुलीभोवती जमा झाले आणि मस्त शेकत होते. त्यांच्याकडे पाहून असे वाटले की गावाकडे राहण्याची मज्जा शहरात कितीही पैसे देऊन मिळत नाही. शहरात एका दिवसात साखरपुडा, हळद, लग्न लवकर उरकतात. गावाकडे मात्र लग्नासारख्या पवित्र गोष्टीचा, प्रत्येक संस्कृतीचा, प्रत्येक विधीचा आनंद मनसोक्त लुटतात.

लग्नाचा दिवस उजाडला. लग्नमुहूर्त जवळ येत होता. प्रमोदला तयार करून मारूतीच्या पाराजवळ नेण्यात आले. पूजा झाल्यावर वाजत-गाजत वरात मंडपात आणली. तोपर्यंत आमच्याकडची सर्व मंडळी मांडवात जमली होती. दुपारी बारानंतर लग्न लागले. पाहुणे मंडळींचे जेवण उरकले होते. सर्व जवळची मंडळी परत निघाली होती. आम्हालासुद्धा पुण्याला पोहोचायचे होते म्हणून लवकर लवकर आवरून प्रवासाला लागलो. वधू-वर दोघांना बसमध्ये पुढच्या सीटवर बसवले. मालती आणि दोन-तीन स्त्रिया माझ्या गाडीमधून पुण्याला आधी निघालो. कारण वधूच्या गृहप्रवेशाची तयारी करायची होती. तिकडून दुपारी साडेतीन-चारला निघाल्यावरसुद्धा पुण्याला पोहोचता पोहोचता रात्रीचे दहा वाजले. आम्ही सगळे सुखरूप घरी येऊन पोहोचलो होतो. रात्री गृहप्रवेशाचा विधी आनंदात पार पडला. मग दुसऱ्या दिवशी सत्यनारायणाची पूजा व्यवस्थित यथासांग पार पडली.

सर्व विधी चांगल्या प्रकारे करण्यात आले. आता आम्ही सर्व पाच तारखेच्या रिसेप्शनची तयारी करण्यात जुंपलो. रिसेप्शन पार्टी लेडीज क्लबवर ठेवल्यामुळे येणाऱ्या जाणाऱ्यांना जास्त शोधावे लागले नाही. संध्याकाळी आठ ते साडेदहाची वेळ ठरवून सोबत मनोरंजनासाठी ऑर्केस्ट्रा अरेंज केला होता. नामांकित मारवाडी आचारीकडून सर्व भोजन तयार केले होते. तसेच पार्टींसाठी वीस रुचकर पदार्थ ठेवले होते. पुण्यात ऑटोमोबाईल्स व्यवसायानिमित्त माझ्याशी जोडले गेलेले सर्व व्यापारी, इतर ओळखीचे तसेच माझ्या इथपर्यंतच्या प्रवासाचे साक्षीदार म्हणजे मोदी फॅमिली, जी सदैव माझ्या पाठीशी असत त्या सर्वांना आवर्जून आमंत्रण दिले होते. मोटा भाई, मोदींनी भोजनाचा आस्वाद घेतला. जाताना माझ्या पाठीवर कौतुकाची थाप देऊन म्हणाले, 'पाटील, तू हे जे काही केले, ते बघून मी खूप आनंदी झालो. खरंच तू जिद्दी आणि मेहनती आहेस. आज हे जे काही आहे, ते तुझ्या कष्टाचेच फळ आहे. तू माझ्याकडं काम करत होता, हे सांगताना मलाही खूप मला अभिमान वाटतो.' त्यांचे ते शब्द, पाठीवरची थाप पाहून आजपर्यंत केलेल्या कामाचे सार्थक झाल्यासारखे वाटले. निकोप आनंद स्वकीयांनी केलेल्या स्तुतीपेक्षा, बाहेरच्या लोकांकडून मिळालेल्या स्तुतीनेच होत असतो.

बारा वाजेपर्यंतच कार्यक्रमाची वेळ होती, तीही संपत आली आणि त्या कार्यक्रमाला आम्ही चारशे लोकांचे जेवण बनवले होते; पण शंभर लोक कमी आल्यामुळे जेवण बरेच पडून होते. उरलेले जेवण दुसऱ्या दिवशी सकाळी नाश्त्याला सर्व्ह केले. रिसेप्शन पार्टीसाठी मुंबईहून भूषणजी आणि मित्रपरिवार आले होते. त्यांच्यासाठी पार्टीत वेगळी सोय केली होती. मुंबईवाल्या व्यापाऱ्यांसाठी पाच किलो मटणाची बिर्याणी, भाजी आणि पराठे केले होते. बरोबर ड्रिंक्स ठेवली होती. त्याचा मनसोक्त आनंद घेत रात्री हॉटेलवर झोपण्यास ते परत गेले. सकाळी परस्पर मुंबईकडे रवाना झाले. पुढे दुसऱ्या दिवशी मुलीचे मूळ परतावणे झाले. घरचे सर्व आपापल्या कामात पूर्वीसारखे गुंतून गेले. सुनेचे नाव बदलून माझ्याच आवडीचे 'पूजा' ठेवले. पुढे कागदोपत्रीसुद्धा तेच कायम राहिले. नावाप्रमाणे ती सालस आणि सुंदर आहे. त्याच वेळेस मोठ्या इन्कम ग्रुपसाठी निलज्योतीपासून शंभर मीटरवर डुप्लेक्स स्कीम काढली होती. तिचे अर्ज वर्षांपूर्वीच मागवून लॉटरी काढण्यात आली होती. तिच्यातपण माझा नंबर लागला होता. अर्जात थोडी खाडाखोड झाल्यामुळे माझा अर्ज कॅन्सल होणार होता; पण म्हाडाच्या चेअरमनपदी शिवाजीराव भोसले होते. थोडी फार तोंडओळख होती. शेवटी त्यांच्या ऑफिसात जाऊन सर्व काही सांगितले. त्यांनी क्लार्क पवार यांना बोलवून हा अर्ज पुढे नियमित करा म्हणून

सांगितले. मला डुप्लेक्समध्ये घर मिळाले. पुढे त्याच सोसायटीला 'वसंत बहार' हे नाव देण्यात आले.

नवीन घराची किंमत सहा लाखापर्यंत गेली होती. तेवढाच पैसा खर्च करून फर्निचर घेतले. खालपासून वरपर्यंत घरात मार्बल लावले. बरेच जुने तोडून, अगदी नवीन बनवले होते. सर्व सोसायटीमध्ये माझे घर बघण्यासारखे झाले होते. म्हाडाच्या लोकांनी त्याचे फोटो घेतले. त्यामुळे केलेल्या खर्चाचे मला समाधान वाटले. जानेवारी १९९७ मध्ये ते घर राहण्यासाठी तयार होते.

मी माझ्या आयुष्याचा सुरू केलेला प्रवास माझ्या कल्पनेपेक्षा उत्कृष्ट झाला. आपल्या भारत देशातील विविध ठिकाणी प्रवास करायची इच्छा होती. भारतात बघण्यासारखी बरीच ठिकाणे आहेत. त्या स्वप्नपूर्तींचा योग जुळून आला. चौधरी यात्रा कंपनीचे दीड महिन्याचे चार धाम यात्रेचे पॅकेज घेतले. तिचा प्रत्येकी खर्च फक्त साडेतीन हजार होता. जनाबाई आणि मी आम्ही दोघांनी जायचे ठरले. ही गोष्ट तीस वर्षांपूर्वीची आहे. सर्व प्रवास बसने करावा लागला. जुलैमध्ये प्रवास असल्याने थोडा फार प्रवास पावसाळ्यातच झाला. बद्रीनाथ, केदारनाथला जाताना वरपर्यंत सुखरूप पोहोचलो होतो; पण परतीच्या वेळी मात्र दगड-माती खचायचा अनुभव आला. एका ठिकाणी तर बस रिकामी करून रस्त्याच्या एका बाजूला लोखंडी मोठे रॉड, लाकडाच्या फळ्या टाकून एका साईडचे मागचे पुढचे व्हील त्याच्यावर ॲडजेस्ट करून हळूहळू बस चालवत रस्ता पार केला. तिथला रस्ताच डोंगरावर आहे, त्यामुळे अतिशय अरुंद आहे. त्याचा प्रवास म्हणजे एक धाडसी गोष्ट करण्यासारखेच आहे. ते आठवले की आजही भीती वाटते. त्यानंतर गुजरात, राजस्थान, दिल्ली, अमृतसर, नेपाळ परतीच्या वेळेस जनकपुरी, बुद्धगया, आग्रा, मध्यप्रदेश, उज्जैन, इंदूरमार्गे नाशिकला परतलो होतो.

अडीच-तीन वर्षांच्या अंतराने 'गार्डियन हॉलिडे' या संदीप जोशी यांच्या कंपनीसोबत सिंगापूर, बँकॉक, पटाया ही सहल अरेंज केली. त्यावेळेला पंचवीस हजार रुपये भरून मी एकटाच तीस लोकांच्या ग्रुपबरोबर जाण्यास निघालो. पुण्यातून सर्व जण बसने निघाले. सर्व पुण्याचेच असल्यामुळे सगळे एका परिवारातील असल्यासारखे वाटायचे. मी पहिल्यांदाच विमान प्रवास करणार होतो. त्यामुळे खूप उत्साह होता. आमची बस विमानतळावर पोहोचली. सिंगापूर या देशाबद्दलचे मी खूप कौतुक ऐकले होते. त्या देशात जाण्याचा योग आला होता. संध्याकाळीच आम्ही मुंबई विमानतळावर जाऊन पोहोचलो. विमान पहाटे चारला होते. तोपर्यंत वेळेप्रमाणे पुढे तिकीट, बॅगेज सर्व प्रक्रिया पूर्ण झाल्यावर फ्लाईट 'टेक ऑफ'

झाले. साधारण अडीच तासाच्या प्रवासानंतर बँकॉकला पोहोचलो.

शेड्युलप्रमाणे सर्व प्रेक्षणीय स्थळे आम्हाला दाखवण्यात आली. दोन दिवसांनी पटायाला नेले. स्पीडबोटचा प्रवास, पॅराग्लायडिंग झाले. त्यानंतर परत बँकॉकला आल्यावर सिंगापूरला जाण्यास निघालो. तिकडेसुद्धा एका दिवसात बरेच काही दाखवण्यात आले. शेवटचा दिवस खरेदीसाठी ठेवला होता. मी एक ट्रॅव्हल बॅग आणि एक कप-बशी सेट घेतला. तो आजतागायत माझ्याजवळ उत्तम स्थितीत आहे. सात दिवसांची टूर करून आम्ही सर्व सुखरूप घरी परत आलो. घरच्यांना मात्र येईपर्यंत काळजी वाटत होती. मी परत आल्याचे बघून जनाबाई आणि मुलांना आनंद झाला.

मला आणि जनाबाईला युरोप टूरसाठी जायचे होते. मी बाहेर फिरण्यासाठी ठरावीक टूर कंपन्यावर विश्वास ठेवत होतो. त्यापैकी एक 'कॉक्स अँड किंग' या कंपनीतर्फे एक ऑफर होती. मग आम्ही आमच्यासोबत विनिताचेपण तिकीट बुक केले. आम्ही तिघांच्या तिकिटावर तीन लोकांना सिंगापूर यात्रा फ्री मिळाली. आम्ही परत आल्यावर मुलगा प्रमोद, सून पूजा, मोठे जावई राजेंद्र हे तिघे चार दिवसांसाठी सिंगापूरला जाऊन आले. आमची युरोप यात्रा बारा दिवसांची होती. इटली, फ्रान्स, ऑस्ट्रिया, बेल्जियम असे लहान-मोठे सहा देश फिरलो. पहिल्यांदाच देशाबाहेरचा प्रवास असल्याने आम्हाला खूप उत्सुकता होती. आज आपला देशपण इतर देशांप्रमाणे प्रगती करून त्यांच्या बरोबरीला आला आहे; पण पंधरा-वीस वर्षांपूर्वीची परिस्थिती वेगळी होती म्हणून आम्हाला परदेशात फिरण्याचे जास्त आकर्षण होते.

वर्षा आधीची गोष्ट, माझा मावसभाऊ सुरेश हासुद्धा नोकरी करून पुढे सांगवी येथे स्वतः नवीन घर बांधून राहण्यासाठी गेला होता. त्याने मुलासाठी डांगे चौकात बियाणाचे दुकान टाकले होते. त्यावेळेला जनाबाईचा लहान भाऊ शरद हा पायाच्या दुखण्याने त्रासला होता. सासूबाई त्याला घेऊन पुण्याला आल्या होत्या. त्याला दवाखान्यात कोठारी हॉस्पिटलमध्ये नेले. कारण गुडघ्याचे दुखणे होते. डॉक्टरांनी बायोप्सी केली. गुडघ्याला कॅन्सर आहे, हे निदान केले. तो मांडीवरचा नऊ इंचाचा भाग सोडून पूर्ण पाय काढावा लागणार असे सांगितले. तो जर काढला नाही, तर रोग वर पसरण्याची भीती होती. शेवटी पुना हॉस्पिटलला ऑपरेशन केले आणि पाय काढून टाकला. तो तिथे चार-पाच दिवस अॅडमिट होता. हळूहळू त्रास कमी झाला, तिथेही त्या वेळेला पंधरा-वीस हजार खर्च करावा लागला. सासूबाईंची परिस्थिती इतकी चांगली नव्हती. त्यामुळे मी त्यांना जेवढे शक्य होईल तेवढे सहकार्य केले,

तो बरा व्हावा ही एकच इच्छा होती. कालांतराने जखम बरी झाल्यावर त्याला कृत्रिम पाय लावून डांगे चौकात सुरेशच्या दुकानात कामासाठी ठेवले. काही दिवस बरे चालले होते. त्याने त्याच्या आई-वडिलांना इकडे बोलवून घेतले आणि एक खोली घेऊन ते सर्व एकत्र राहू लागले. त्याला जर काही कमी-जास्त लागत असेल किंवा कसलीही मदत लागली तर मी त्याला कमी पडू देत नव्हतो. त्याला तसेही इथे मदत करणारे माझ्याशिवाय कोणी नव्हते. मग पुढे त्याचेपण लग्न पोहाणा येथील नातेवाईकांच्या मुलीशी लावून दिले. बरेच दिवस तो स्वतः सेल्समन म्हणून काम करत राहिला. त्याला दोन मुली झाल्या. पगार बेताचा असल्याने पुढे मुलाच्या अपेक्षेने मुलगी झाली, तर खूप फरफट होईल म्हणून मीच त्यांना संततीचे ऑपरेशन करण्यास सांगितले. ते त्याने मान्य केले. त्याला बी बियाणाच्या दुकानाचा अनुभव असल्यामुळे त्याने पुण्याच्या बाहेर दुकान टाकण्याचे ठरवले. शरदने पिरंगुटला दुकान टाकले. त्याचा संसार चांगल्या पद्धतीने रुळायला लागला. आता मोठ्या मुलीला पुण्यातच दिले आहे. तीपण चांगल्या घरात गेली.

आमच्या सासूबाई दोन वर्षांपूर्वीच वारल्या. त्यांच्या चार वर्षे अगोदर सासरे गेले होते. आता शरदला त्याच्या कुटुंबाचेच कर्तव्य राहिले होते. दुकान आणि घर भाड्याने देण्याइतपत सोय करून ठेवली. त्याची अशीच प्रगती पुढे चालत राहो, हेच परमेश्वराजवळ मागणे आहे.

सुरेशने त्याच्या राहत्या गावी वीस एकर जमीन घेतली. पुण्यात दुकान असूनही, हाताशी मुलगा महिंद्र असतानाही त्याची पुण्यात राहण्याची इच्छा राहिली नाही. त्याचा सर्व ओढा गावाकडे, स्वतःच्या गावाला पाळे येथे राहण्याचा होता. तो विचाराने खूप प्रामाणिक आणि स्वाभिमानी. त्याने पुण्यातील राहते घर विकून गावाजवळच कळवणे या तालुक्याच्या गावी बंगला घेतला. पुण्यातील दुकानाचे लायसन्स असल्यामुळे सुरेशने मुलासाठी कळवण येथे सीड्स फार्मचे दुकान चालू केले. सुरेशला ब्रेनट्यूमर व हार्टला भरपूर ब्लॉकेज असल्याने ऑपरेशन करता येत नव्हते. ट्यूमरचे ऑपरेशन सक्सेसफुल होईल, याची गॅरंटी नव्हती. ते केल्यावर त्याचे बायपास होणार होते; पण या गोष्टीला डॉक्टरांनी अगोदरच रिस्क आहे म्हणून जोपर्यंत चालेल तोपर्यंत चालू द्या, असे ठरवले. त्याअगोदर तो राजस्थान, गुजरात टूर करून परत आला होता. २० मार्च २०२० रोजी पहाटे त्याला मोठा अटॅक आला. त्यातच त्याची जीवनज्योत मावळली. तशी त्याने मागे कुठलीही जबाबदारी ठेवली नव्हती. पत्नी विमलासाठीही त्याने त्याचे कर्तव्य पूर्ण केले होते. सध्या विमल आणि मुलगा महेंद्र, त्याची पत्नी, दोन मुले आणि एक मुलगी हे एकत्र

राहत असून मुले त्यांचे शिक्षण पूर्ण करत आहेत.

निलज्योतीमध्ये घर लहान होते; पण कुटुंबात राहणाऱ्यांचे मन खूप मोठे होते. घरात लोकांची संख्या वाढली होती. त्यामुळे आता जागा कमी पडत होती. हा प्रॉब्लेम थोड्याच दिवसांसाठी होता. कारण सहा-आठ महिन्यात वसंतविहारमध्ये डुप्लेक्स दोन बेडरूमचे घर मिळणार होते. असेच एके दिवशी दुकानातून घरी आलो. आठ वाजेपर्यंत स्वयंपाक झालेला असायचा. आम्ही सर्व जनाबाई, मी, विनिता, प्रमोद, पूजा जेवणासाठी हॉलमध्ये बसलो होतो. दोन घास खाल्ले, त्याचवेळेस माझ्या डाव्या बाजूला पाठीत दुखू लागले, खूप वेदना वाढत गेल्या. मला जेवण बंद करावे लागले. मी अजिबात वेळ न दवडता आमच्या फॅमिली डॉक्टर डॉक्टर अरविंद कुलकर्णी यांच्याकडे तपासणीसाठी पोहोचलो. त्याला काय होते ते सविस्तर सांगितले. त्यांनी पेनकिलर आणि औषध दिले. म्हणाला, 'हे किडनीचे दुखणे असावे, उद्या सोनोग्राफी काढा. मग पुढे जाऊ.'

मला आजारपणाचा खूप अनुभव आलेला असल्यामुळे दुखण्याच्या बाबतीत मी हयगय करत नसे. जितक्या लवकर निदान होते, तितक्या लवकर योग्य निर्णय आणि उपचार घेता येतात. मी लगेच दुसऱ्या दिवशी जाऊन सोनोग्राफी केली. त्याचे रिपोर्ट फारच खराब आले. माझ्या डाव्या किडनीवरती दुपटीने मोठा ट्युमर दिसत होता. ते बघून आमचे फॅमिली डॉक्टर म्हणाले की, 'तुम्ही जरा उशीरच केला. तुमची डावी किडनी निकामी झाली आहे. ती जर काढली नाही तर कधीही फुटेल आणि आतमध्ये सेप्टिक पसरेल.' हे ऐकून जनाबाईला फार टेन्शन आले. तिला खूप भीती वाटत होती. मग तिला समजावले की, 'एका किडनीवरपण माणूस स्वस्थपणे जगू शकतो.' मला अस्वस्थ वाटू लागले होते; पण मी स्वतःला तयार केले की दुखण्याने तडफडण्यापेक्षा ऑपरेशन करणे, हा पर्याय कधीही योग्यच आहे.

शेवटी किडनीचे प्रसिद्ध डॉक्टर मिलिंद बापट यांच्याकडे ऑपरेशन करण्याचे ठरले. ठरल्याप्रमाणे रत्ना मेमोरियलमध्ये ऑपरेशन झाले. डावी किडनी पूर्णतः काढून टाकावी लागली. दहा दिवसात मी नॉर्मल झालो. लवकरच दुकानातपण जाऊ लागलो. योग्य वेळी मला व्याधी आहे हे समजले आणि योग्य वेळी निदानदेखील झाले. खरेच मी देवाचे खूप आभार मानतो. वेळीच जर कळले नसते, तर सेप्टिक परत आत गेले असते आणि ते कंट्रोल करणे फार कठीण झाले असते.

दरम्यान मालतीचा मुलगा दोन वर्षांचा झाला होता. तो प्रायव्हेट स्कूलमध्ये बालवाडीत जात होता. तो शाळेत गेला की ती माझ्याकडे लक्ष द्यायची. पूजाने मी

दवाखान्यात असताना घरची जबाबदारी खूप व्यवस्थित सांभाळली होती. माझ्या वडिलांचे अल्सरचे ऑपरेशन करूनसुद्धा ते बरे झाल्यावर त्यांनी परत दारू पिणे चालू केले होते. त्यामुळे माझ्या वडिलांची तब्येत दिवसेंदिवस खालावत होती. खाणे कमी आणि पिणे जास्त असा त्यांचा नित्यक्रम असे. एके दिवशी आईने निरोप पाठवला की, 'तुझ्या बापूंची तब्येत जास्तच खराब होत चालली आहे. ते सारखं तुझं नाव घेतात, त्यांना तुला बघायचं आहे. तेव्हा तू तुझ्या नातवाला बापूंना दाखवण्यासाठी घेऊन ये.' हे समजल्यावर आम्ही सहकुटुंब गारेगावला पोहोचलो. आम्हा सर्वांना पाहून ते खूप खुश झाले. त्यांच्या पणतूच्या तोंडावरून सतत मायेने हात फिरवत होते.

खरेतर इतक्या वर्षांनी आम्हा सर्वांना पाहून त्यांच्या चेहऱ्यावर समाधान पसरले होते. आम्ही सगळे बापूंना भेटून दुसऱ्या दिवशी परत पुण्याला पोहोचलो. त्यानंतर साधारण पंधरा दिवस झाले असतील, ते पावसाचे दिवस होते. सकाळी आठची वेळ होती. घरात फोन असल्याने आम्हाला कॉल करून बापू गेल्याचे गावावरून कळवण्यात आले. ते ऐकून मन खूप विषण्ण झाले. त्यांची आम्हाला भेटायची शेवटची इच्छा होती. ती पूर्ण करता आली या गोष्टीचे समाधान वाटत होते.

एव्हाना पुण्यात आमच्या नातेवाईक मंडळींची पाच-सहा कुटुंबे झाली होती. त्यापैकी स्वतंत्र जाण्याची कोणाची परिस्थिती नव्हती आणि आले जरी असते तर एसटीने आले असते; पण एसटीने वेळेवर पोहोचले नसते. आमच्या शेजारी मेटे यांचा ट्रॅव्हल्सचा व्यवसाय होता. त्यांना गाठून सर्व हकीकत सांगितली आणि एक मिनी बस अरेंज केली. बस येईपर्यंत वेळ न दवडता मी सर्वांना निलज्योतीला बोलावले. सगळे दहा वाजता जमले. मग आम्ही मिनी बसने गारेगावला रात्रीच्या आठ वाजता पोहोचलो. आमच्या गावची भजनी मंडळी आली होती. त्यांनी रात्रभर भजन अविरत चालू ठेवले. सकाळपर्यंत आमचे लखमापूरचे मामा, मावश्या जमा झाले होते. सकाळी दहा वाजता अंत्यविधी ठरला होता; पण सकाळपासूनच पावसाला सुरुवात झाली होती. मुखाग्नी देताना वर ताडपत्री धरून अग्नी दिला. विधी आटोपल्यानंतर सर्व मंडळी आपापल्या गावी परतली होती. पाचव्या दिवशी दहावा करायचे ठरले. पुण्याहून आलेले इतर सर्व मंडळी त्याच दिवशी परत गेली होती. फक्त मी आणि जनाबाई पाच दिवस थांबलो होतो. सर्व भावांनी मिळून जेवणाची आणि दहाव्याच्या खर्चाची जबाबदारी घेतली. तो दिवस पार पडला. दरवर्षी महिन्याचे पित्र मी पुण्यातून करत राहिलो. वर्षश्राद्धाला पुन्हा एकत्र आलो. आईची सदाशिवजवळ व्यवस्था करून आम्ही पुण्याला परतलो.

माझे वडील गेल्यावर सर्व कुटुंबाचा भार आईवर आला होता. तशी माझी आई स्वाभिमानी, करारी स्वभावाची. ती कुटुंबाला व्यवस्थित पुढे नेणारी होती. मी आणि विजय आम्ही दोघे अगोदरच गारेगाव सोडून पुण्याला आणि सावळाराम औरंगाबादला कायमचे स्थायिक झालो होतो. मी पहिल्यापासून पुण्यात राहत असल्याने घर, प्रपंच आणि धंदा पुण्यातच स्थिर केला होता. लहान भाऊ विजयची शिक्षकाची नोकरी असल्याने पुणे आणि मावळ येथे बरेच वर्ष राहिल्याने त्यानेपण पुण्यातच राहणे पसंत केले. सदाशिव नाना हा गारेगावाला शेती करत असे. त्याच्या सोबतच आई राहत होती. जोपर्यंत आई होती, तोपर्यंत मी तिथे गारेगावला वरचेवर जाऊन येऊन करत होतो. कधी तिला बरे वाटले नाही, असे कळळे की मी एक दिवस जाऊन येत असे.

मला वसंतविहारचे घर मिळाले होते. फर्निचरसुद्धा लवकरच बनवून घेतले. आम्हा सर्वांना तिथे राहायला जाण्याची खूप आतुरता होती. तेथील फर्निचर अतिशय सुरेख बनले होते. पाहणारा प्रत्येकजण खूप कौतुक करत असे. त्याला जवळपास सहा लाख रुपये खर्च आला होता. फ्लॅटमध्ये आल्यावर बंगल्यासारखे वाटायचे. माझे अशा सुखवस्तू ठिकाणी राहायचे स्वप्न पूर्ण झाले होते. कुठे दहा बाय दहाची खोली आणि कुठे हा प्रशस्त फ्लॅट. मी जनाबाई आणि तिन्ही मुलांनी खूप वाईट काळ पाहिलेला होता. कष्टाने, मेहनतीने आणि जिद्दीने इथे पोहोचलो, हे पाहून आत्मा खूप सुखावत होता. स्वप्नांची परिपूर्ती माणसाच्या अंतर्मनात सुखाचे कारंजे उडवत असते, हे खरेच. वसंतविहारच्या घराच्या वास्तुशांतीला जवळच्या लोकांनाच बोलावले होते. यावेळी गावाकडच्या कुणालाही बोलावणे पाठवले नव्हते. पुढे बिझनेस चांगला वाढीला लागला होता. या सोसायटीमध्ये सर्वच स्तरावरच्या लोकांना घराचे वाटप केले गेले होते. त्यामध्ये बरीच तफावत जाणवत असे. त्यामुळे पुढे लहान आणि मोठ्या घरातील लोकांमध्ये भेदभाव होऊ लागले. लहान-सहान गोष्टींसाठी सोसायटीत भांडणे होऊ लागली. मी मुळात शांतीप्रिय माणूस होतो. मला भांडण आणि राजकारण अजिबात आवडत नाही.

माझा स्वभावच थोडा हळवा असल्याने इतरांची भांडणे बघून माझे सुख-चैन हिरावले जात असे. मला वाटायचे की का हे लोक छोट्या छोट्या गोष्टींवरून भांडतात? माणसाच्या आयुष्याचा काय भरवसा असतो? थोडे तुझे, थोडे माझे असे करून आयुष्य आनंदाने जगावे. हा विचार मी स्वतः आचरणात आणू शकत होतो. माझ्या घरच्यांना सांगू शकत होतो; पण सोसायटीमधील मंडळींना मी कसे समजावू? संपूर्ण सोसायटीला समजावून सांगत बसण्यापेक्षा मी घर बदलण्याचा

निर्णय घेतला. सोसायटीमध्ये सर्वांत जास्त खर्च केलेले घर माझेच होते. तरीही त्याच्यावर पाणी सोडायचा विचार केला. कारण आपण पैसा परत उभा करू शकतो; पण मानसिक स्वास्थ्य पैशाने उभारता येत नसते आणि त्या ठिकाणी शांतीची अपेक्षा करणे चुकीचे होते. दुसऱ्या घराचा निर्णय पक्का झाल्यावर मी नवीन कन्स्ट्रक्शन ज्या ठिकाणी दिसेल त्या ठिकाणी चौकशी सुरू केली. दरम्यान माझ्यावरील सर्व कर्ज फिटले होते. जवळ कार असल्याने नवीन घरासाठी शोध घेणे सोपे झाले. एके दिवशी भोसलेनगरमध्ये सहज फिरणे झाले. त्या वेळेला नितीन भोसले यांचे कन्स्ट्रक्शन चालू होते. तपास करून बघू म्हणून फोन केला. तर फ्लॅट उपलब्ध होते. वाकडेवाडी ऑफिसात नितीनशी बोलणे झाले. तशी त्याची ओळख काढली, त्यांना बरे वाटले. किंमतीबद्दल बोलणे झाले, तिथे मला दोन फ्लॅट बुक करायचे होते. मालतीसाठी दोन बेडरूमचे आणि माझ्यासाठी तीन बेडरूमचे फ्लॅट बुक करण्याचे ठरले. टोकन रकमेचा चेक देऊन सर्व पूर्तता करण्याचे ठरवले. बांधकाम वेगात सुरू होते, त्याप्रमाणे पैशाची मागणी होऊ लागली. मला निलज्योती, वसंतविहार आणि कुमार पार्क या तिन्ही ठिकाणची घरे विकून राहिलेली रक्कम पूर्ण करायची होती. नितीन भोसलेंना भेटून मी सविस्तर सांगितले की माझे घर विक्रीला काढले आहे. ते विकल्यावर जशी रक्कम येईल तशी मी आपल्याला रक्कमेची पूर्तता करतो; पण त्याला शेड्युलप्रमाणे चालायचे होते. मला पैशाची गरज होती. मी खूप विचार करत होतो, तेव्हा मला भूषणजींचे नाव डोक्यात आले.

मी त्यांचा वेळ घेऊन भेटायला गेलो. भूषणजींना सर्व हकीकत सांगितली. मी भोसले नगरमध्ये घर पाहिले आहे आणि नितीन भोसलेंना टोकन दिले आहे. त्यांना आता रक्कम हवी आहे. त्यांना मी घर विकले जाईल, तशी रक्कम देतो, असे सांगितले; पण त्यांना पुढच्या बांधकामासाठी रक्कम लागत आहे. त्यामुळे आमच्यात असे ठरले आहे की पूर्ण रक्कम आधी देईल आणि जसा जसा पैसा येईल मी त्यांना चेक देणार. त्यामुळे मला घरासाठी रक्कम हवी आहे. यावर ते लगेच म्हणाले, "जेवढी पाहिजे, तेवढी रक्कम घेऊन जा. तूपण माझी फॅमिलीच आहेस. मी तुला कधी वेगळं समजलं का?" त्यांचे हे शब्द ऐकून मला खूप हायसे वाटले. आयुष्यात लाखमोलाची माणसे भेटणे आणि ती जतन करणे खूप गरजेचे असते. हे खरेच.

नितीन भोसलेंना रोख रकमेची गरज असल्यामुळे त्या रकमेची तजवीज भूषणजींकडून झाली. त्यांच्या मदतीमुळे माझ्या डोक्यातील विचारांचा कल्लोळ

कमी झाला आणि २८ मे २००१ रोजी घर ताब्यात मिळाले. दोन महिन्यात फर्निचर करून राहण्यासाठी आलो. आजपर्यंत आम्ही सर्व कुटुंब प्रेमाने येथेच राहतो आहोत. भोसले नगरमध्ये एका मागून एक दिवस आनंदात जात होते. कधी विचारसुद्धा केला नव्हता की अशा ठिकाणी मी राहण्यासाठी येईन; पण माझी सर्व जबाबदारी परमेश्वराने घेतली होती. मी सदैव इतरांच्या चांगल्याचाच विचार करत आलो. कधीही कोणाचे वाईट चिंतले नाही आणि म्हणतात ना की, आपण चांगले-वाईट जे कर्म करतो, तेच आपल्याकडे परत येत असते आणि तेपण कैकपटीने अधिक वाढून येते. मला देवाच्या कृपेने खूप सुख मिळाले. जीवनातले सुख-दुःख आनंदाने झेलत होतो. नफा-नुकसान हा तर ऊन-सावल्यांचा खेळ आहे. वरच्या परमात्म्याने घड्याळ फिट केले आहे, त्याप्रमाणे ते अविरत चालत राहते. त्यात आपल्या कर्माची आणि चांगल्या विचारांची जोड असतेच.

माझ्या आईचा नानांमध्ये खूप जीव होता. बापूंना जाऊन नऊ-दहा वर्षे होत आली होती. आईची तब्येत वयानुसार ढासळत गेली.

२०१२-१३ मध्ये आई आजारी आहे, असा निरोप आला. मी, जनाबाई, प्रमोद, नातू चिन्मय आईला बघण्यासाठी गारेगावी पोहोचलो. आई घराच्या बाजूला पेरूच्या झाडाखाली कॉटवर झोपली होती. तिला अशा अवस्थेत पाहिल्यावर मला अश्रू अनावर झाले. हे बघून बाकीच्या तिघांनाही रडायला आले. सगळेच खूप दुःखी झाले. जिच्या एका शब्दात सर्व घर हलायचे, जी आजवर घरात राज्य करायची, ती एका बाजूला निपचित पडून होती. नाना नाशिकला गेला होता. त्याची पत्नी निर्मला घरी होती. मी आईजवळ जास्त वेळ राहू शकलो नाही, कारण मला लवकर पुण्याला परतायचे होते. जनाबाईने पेढे आणले होते. ते तिला हातात काढून दिले. तिला स्वतःच्या हाताने खाण्याचे त्राण उरले नव्हते. मग जनाबाईने तिच्या हाताने थोडा तुकडा भरवला आणि पाणी पाजले. मी आईला विचारले, "आई आम्ही निघू का?" त्यावर ती स्पष्ट आवाजात, "या" म्हणाली. तिने चिन्मयला प्रेमाने जवळ घेतले आणि म्हणाली, "तू का रडतोस? मी चांगली आहे, रडू नको. तुम्ही या."

आम्ही परतीला निघालो. मनातून आईची आठवण जात नव्हती. मनातून सारखे वाटत होते की तिचे फार थोडे दिवस उरले आहेत. मनात अपराधाची भावना येऊ लागली. माझ्या आजोबांची शेवटच्या क्षणापर्यंत मी सेवा केली होती. शेवटच्या क्षणांमध्ये आजोबा बोलू शकत नव्हते, तेव्हा ते फक्त एकटक माझ्याकडे बघत असत. त्यांच्या डोळ्यातून मला काहीतरी सांगण्याचा प्रयत्न करत. त्यांनी मला

लहानपणापासून जे सांगितले, शिकवले तेच आता सांगत असतील, अशी भावना मनात यायची. कालांतराने त्यांनी शरीर सोडले होते. माझे आईवडील होते म्हणूनच मी एका खेड्यातून निघून पुण्यासारख्या शहरात जी अपेक्षा केली नव्हती, ते सर्व मिळवले होते. घरादाराची प्रगती साधली होती. या सगळ्या गोंधळात त्यांची त्यांची सेवा करायचे राहून गेले. ते पुण्य सदाशिवच्या पदरात पडले. म्हणून मी स्वतःला विचारू लागलो, 'ज्यांनी मला जगात आणलं ते श्रेष्ठ की कमावलेला पैसा श्रेष्ठ?' 'स्वामी तिन्ही जगाचा आईविना भिकारी' कवी यशवंतांच्या कवितेचे हे बोल सर्व काही सांगून जात होते. मुलामुलींना वाढवायचे, त्यांना हवे-नको ते पाहायचे, त्यांच्या पायावर उभ करायचे, हे जसे आई-वडिलांचे कर्तव्य असते. तसेच मुलामुलींचेसुद्धा कर्तव्य असते की आई-वडिलांची शेवटच्या श्वासापर्यंत त्यांची सेवा करावी.

दिवाळी झाल्यावर गारेगावहून फोन आला की आई आपल्यात नाही. मला लगेच निघावे लागेल. मग आम्ही सर्व कुटुंब रात्रीच निघून पहाटेपर्यंत पोहोचते झालो. बरीचशी नातेवाईक मंडळी जमा झाली होती. मी शांत बसून होतो. मनात अपार दुःख झाले होते; पण प्रकट कोणाजवळ करणार? ज्यांच्याजवळ आजपर्यंत दुःख मोकळे करत होतो, तेच आता राहिले नाही. मला सर्वार्थाने पोरके झाल्यासारखे वाटत होते. आई-वडिलांशिवाय या जगात आपले असे कोणीच नसते. आज आम्ही सर्व भावंडे वेलसेटल आहोत. पैसा, संपत्ती सर्व होते; पण आमचे आई-वडील नसल्यामुळे आम्हाला या वयातसुद्धा खूप पोरके वाटत होते. या स्वार्थी, ढोंगी समाजाला त्याचे काही देणेघेणे नसते. आईच्या अंत्यविधीपर्यंत अश्रू निघत राहिले. त्यांना मी वाट मोकळी करून दिली. त्यातूनच माझे दुःख हलके होत गेले.

आईचा दहावा झाल्यावर मी पुण्यात परत आलो. नंतर मी गारेगावामध्ये तीन वर्षे पाय ठेवला नाही. वर्षश्राद्धसुद्धा मी पुण्यात केले. श्रद्धा असली तर कुठेही श्राद्ध होते. सध्याची नाती ही स्वार्थ आणि व्यवहार या पलीकडे जात नाहीत. जाणारे निघून जातात पण आठवणी कायमच्या सोडून जातात. जोपर्यंत माणूस जिवंत आहे, तोपर्यंत त्यांची इच्छा पूर्ण करावी. एकदा का माणूस गेला की मग फक्त आठवणी राहतात. मी जिवंत असेपर्यंत मला माझ्या आई-वडिलांची आठवण कायम येत राहील.

पूर्वी मी चाळीच्या ठिकाणी दहा बाय दहाच्या रूममधून लहान मुलांचे संगोपन करत होतो. मग पडत्या काळात बायको, मुलांना घेऊन रेंजहिल्सच्या घरात

राहून कष्टाने मेहनतीने रिक्षाच्या कमाईतून माझा प्रपंच पुढे नेला. आता सहज निवांत बसल्यावर तो दहा बाय दहा ते तीन बेडरूम फ्लॅट असा हा प्रवास मला माझ्या मागील संघर्षाची आठवण करून देतो. आपल्या हातात प्रामाणिक मेहनत करणे इतकेच असते, बाकी सर्व देवाच्या हातात असते. आम्ही 'ओमशांती' या समुदायासोबत जोडले गेलो आहोत. आम्ही सत्संगासाठी माउंट अबुला गेलो होतो. त्यावेळी पूजा पहिल्या बाळंतपणासाठी औरंगाबादला तिच्या आईवडिलांकडे गेली होती. त्यांची बदली औरंगाबादला झाली होती. ते नोकरीनिमित्त तिकडेच शिफ्ट झाले होते. याच दरम्यान माझा नातू चिन्मय याचा जन्म औरंगाबादला झाला. आम्ही माऊंट अबू येथे असताना, त्या संध्याकाळी मालतीला घरी फोन केल्यावर आम्हाला कळाले की आम्हाला नातू झाला. आम्हा दोघांना आणि आमच्याबरोबर जे लोक आले होते, त्यांना ही बातमी ऐकून खूप आनंद झाला. पुण्यात आम्ही परत आल्यावर नातवाला बघण्यासाठी आतुर झालो होतो. नंतर दोन दिवसात गाडीने प्रमोदला घेऊन औरंगाबादला गेलो. तिथे गेल्यावर त्याला बघून आम्हाला खूप बरे वाटले. बाळपणीच बाळाच्या नशिबी नको ते दुखणे बरोबर आले होते, पण पुढे पुढे त्याने बऱ्यापैकी दुखण्यावर मात केली होती. शरीर प्रकृती उत्तम झाली होती. ते करण्यासाठी पूजाने खूप मेहनत घेतली. नंतर मोठे झाल्यावर त्याला विखे पाटील स्कूलमध्ये ॲडमिशन मिळाले. त्याच्यासोबत मालतीचा धाकटा मुलगा मयूर बरोबर जात येत असे. दोघांचे दहावीपर्यंत शिक्षण विखेमध्येच पूर्ण झाले. पुढे दोघांनी कॉलेज बदलले. चिन्मय सध्या पुणे युनिव्हर्सिटीतून बीकॉमची परीक्षा देत आहे. सोबत सीएचापण अभ्यास करत आहे.

एक वेळ अशी होती की, मॉलमध्ये त्याला बरोबर नेले की सेकंदात तो नाहीसा होत असे. त्याला काय हवे तो ते शोधत असे. आम्ही मात्र त्याच्या शोधात फिरत असू. हे आठवले की खूप राग येतो; पण आज त्याला बघितले की मन समाधानी होते. त्याच्या वडिलांनी त्याला मोटर सायकल घेऊन दिली. तिच्यावर मला फेरफटका मारून आणतो. यापेक्षा दुसरा कुठला आनंद मला हवा आहे?

नाना पेठेत सुरुवातीला घेतलेली दोन्ही दुकाने 'पाटील एजन्सी' या नावाने चांगली प्रसिद्ध झाली. माझ्याकडे सर्व सामान उपलब्ध असल्याने लांबून लांबून बाहेर गावचे तसेच बेंगलोर-चेन्नईचे दुकानदारपण येतात. आता व्यवसायाची व्याप्ती बऱ्याच मोठ्या प्रमाणात वाढली. त्यामुळे अपेक्षेपेक्षा जास्त भरभराट झाली. शनिवारचा दिवस मी कलेक्शनसाठी राखून ठेवतो. आठवडेभराची उधारी त्या दिवशी दुकानदारांकडून गोळा होते. हा शनिवारचा नित्यनियम मी कधीच

बदलून दिला नाही. अगदी कुठलेही महत्त्वाचे काम असले की मी शनिवारीच करत होतो. शनिवार हा जगासाठी काय असतो, हे सांगणे नको; पण माझ्यासाठी आयुष्यभर भरवशाचा भाग्याचा दिवस होता आणि आहे.

दुकान खूप चालायचे; पण मनात शंकेची पाल चुकचुकत असे. आपले दुकान अशा ठिकाणी आहे, जिथे कधीही आपत्कालीन परिस्थिती निर्माण होऊ शकते. दंगे होऊ शकतात. असे काही झाले, तर तिथून बाहेर निघणे अत्यंत कठीण होते आणि दुकानावर मुलगा एकटाच असायचा म्हणून असे वाटायचे उगाच रिस्क कशाला? त्यामुळे मी नवीन दुकानाच्या शोधात होतो. योगायोगाने क्वार्टर गेट लेन येथील कावेरी अपार्टमेंटमध्ये खाली तळमजल्याला काही दुकाने दिसली. माहिती काढल्यावर कळले की त्या दुकानांसाठी एजंट कोठारी होता. त्याने मला दुकानांची कल्पना देऊन मालकाचे नाव आणि पत्ता दिला. त्याला मी भेटलो. ते रिटायर मेजर होते. सिंधी समाजाचा सरळ मनुष्य. त्यांना किंमत विचारली असता त्यांनी वीस लाख सांगितले. मी त्यांना किंमत कमी करण्याची विनंती केली. मी त्यांना म्हणालो, 'तुम्हाला तो गाळा विकायचाच आहे, तर गरजूला द्या. मला दुकानाची अत्यंत गरज आहे.' शेवटी दुकान फायनल केले. टोकन म्हणून काही रक्कम दिली आणि नंतर दहा-बारा दिवसात पुढचा व्यवहार क्लिअर करायचा, असे ठरले. त्याच्याजवळ लगेच ठरलेली रक्कम ठेवून मी पुढची जमवाजमव करण्यासाठी निघून आलो. लवकरच जमवाजमव करून तो व्यवहार उरकून मोकळा झालो. मी जे दुकान घेतले, त्याच्या बाजूला अजून एक दुकान होते, ते हरिशजी छाब्रा नावाच्या व्यक्तीने घेतले होते. आम्ही दोघांनी मिळून फर्निचर करायचे ठरवले आणि एका महिन्यात फर्निचर केले. तेसुद्धा मला जसे हवे तसे. ते पूर्ण काम झाल्यावर मी पाटील एजन्सी पूर्णतः क्वार्टर गेट कावेरी अपार्टमेंटमध्ये २००० साली शिफ्ट केली.

नवीन दुकानात शिफ्ट व्हायच्या अगोदरच जुनी दोन्ही दुकाने एका व्यापाऱ्याला चांगल्या किंमतीत विकली. तिकडे शिफ्ट झाल्यावर थोडे हायसे वाटायला लागले होते. माझ्या मनावरचा ताण कमी झाला. आता मी निश्चिंत झालो. दुकान घेऊन आज तेवीस वर्षे उलटली, जर त्यावेळी मी थोडी चालढकल केली असती, तर आज शंभर स्क्वेअर फुटाचे लहान दुकानसुद्धा त्या ठिकाणी मिळाले नसते. आता त्या ठिकाणचे भाव गगनाला भिडलेले आहेत.

आज 'पाटील एजन्सीने' भरपूर कमावून दिले. आता पुढे काहीतरी इन्व्हेस्ट करावे, असे वाटू लागले होते. राजेंद्र आणि प्रमोद दुकानात आणि बाहेर फिरून

व्यवसाय वाढवत होते. प्रमोद आता बऱ्यापैकी समजदारीने निर्णय घेऊ लागला होता. मी जोपर्यंत व्यवसाय केला, तोपर्यंत खात्रीशीर थोड्याफार उधारीवर केला. बहुतेक रोखीमध्ये व्यवसाय जास्त होत असे. त्यातही माझी प्रगती चांगल्याप्रकारे झाली. प्रमोदने मात्र व्यवसायात वाढ व्हावी म्हणून थोडी उधारी देणे चालू केले. गिऱ्हाईक वाढवण्याचा त्याचा प्रयत्न होता. तो एका वेळेस रास्त असू शकतो, तरीही जास्त उधारी देणे, माझ्या तत्त्वात बसत नव्हते. त्यावेळेला मी त्याला सांगितले की, 'मला जो त्रास सहन करता आला तेवढा केला; पण आता पुढे हे शक्य नाही. तुला मी गल्ला आणि दुकानाची चावी देतो. पुढे तुला काय करायचे ते कर.' दुसऱ्या दिवसापासून मी दुकानातून बाहेर पडलो.

माझ्याकडे दुकान भांडवल सोडून काही लाखांपर्यंत गंगाजळी होती. ती मी स्वतः कमावली असल्याने मी गप्प बसणारा नव्हतो. मग मी त्या पैशातून शेती खरेदी करण्याचे ठरवले. पूर्वीच्या खानदानी शेती व्यवसायात पडायचे ठरवले. मला आधीपासून शेतीची ओढ होतीच. सकाळ पेपरमध्ये फक्त तीन दिवसांसाठी जाहिरात दिली. सहा ते सात एकर शेती हवी आहे, अशी जाहिरात दिल्यामुळे फोन येऊ लागले. डायरीमध्ये तीन दिवस पत्ते आणि फोन नंबर घेऊन ठेवले.

एक दिवस पूर्णपणे साईट बघण्यासाठी देत होतो. असेच पाहता पाहता मला उरुळीकांचन येथील एक प्लॉट मिळाला आणि मला तो आवडलादेखील. जवळ-जवळ आठ ते पंधरा दिवस जमीन बघण्यात गेले. शेवटी उरळीकांचनवरून फोन आला. त्यांनी फोनवर जुजबी माहिती दिली की त्यांची सहा एकर जमीन आहे. एकदा येऊन बघा. मग प्रमोद आणि मी उरळीला गेलो. गावापासून दीड किलोमीटर अगोदर सोलापूररोड सोडून सहा हजार फूटवर जमीन होती. त्यावर गुलाबाची शेती होती. मग त्याची बोलणी झाल्यावर दहा लाख एकरने शेती घेण्याचे ठरले. त्या जमिनीमध्ये अजून एक हिस्सेदार मालक होते, भोसले यांचे लहान भाऊ. ते विकायला नाही म्हणू लागले. मग त्यांचा हिस्सा तसाच सोडून दिला. राहिलेल्या दोघा भावांचे चार एकर क्षेत्र घेतले. सहा महिन्यांनी सुधीर भोसलेने त्यांच्या हिश्श्याची एक एकर शेती मी विकत घेतली. शेतीतील सामाईक विहिरीचा सर्व हक्क माझ्या हातात करून घेतला होता. वर्षाच्या आतच राहिलेले एक एकर क्षेत्र त्यांनी मला विकत दिले. असे सर्व मिळून सहा एकर झाले. त्या ठिकाणी पाच एचपीची जलपरी पाईपलाईन टाकली. सर्व क्षेत्रांमध्ये पाईपलाईन करून शेती डेव्हलप केली. लहान लहान दोन रूम बांधून घेतले. त्यात एक जोडी सालदार ठेवून बैलाने शेती करू लागलो. शेतीला लागणारा सर्व खर्च बिझनेसमधून कमावलेले

पैशातून करत होतो. माझ्याजवळचा सर्व पैसा मी शेतीतअडकवून मोकळा झालो. मला काही काम नसले, तर सरळ शेतीवर जाऊन थांबत असे.

शेती घेऊन सहा सात महिने झाले होते, त्याच वेळेत लहान मुलगी विनिताच्या लग्नासाठी स्थळ येऊ लागले. तिची विवाह मंडळात नाव नोंदणी केली होती. त्यामुळे मुले मुलीला बघून जात होते. त्यांच्यात एक स्थळ मुंबई बांद्रा येथून बघण्यासाठी आले होते. मुलगा आणि त्याची आई दोघे जण होते. पोहे, चहा झाला. अशाप्रकारे विनिताला पाहण्याचा कार्यक्रम झाला. त्यांनी दोन दिवसांनतर भोसले नगरमधील त्यांचे नातेवाईक गायकवाड यांच्याकडे आम्हाला मुलगी पसंत असल्याचा निरोप सांगितला. पुढे लग्नाच्या बोलणीसाठी नवऱ्यामुलाच्या मोठ्या मेहुण्यांकडे कोथरूडला बैठक करू म्हणून कळवण्यात आले. मीपण माझा लहान भाऊ सावळाराम, विजय, मावसभाऊ सुरेश आम्ही कोथरूडला पोहोचलो. मुलाच्या दोन्ही बहिणी पुण्यातच होत्या. त्यामुळे दोघींच्या सासरची ज्येष्ठ मंडळीसुद्धा आली होती. त्यांच्याकडून सर्वांची ओळख झाली. मीपण माझ्या भावांची ओळख करून दिली. गावाकडची सर्व माहिती सांगितली. त्यानंतर आमच्या परिवाराविषयी जुजबी माहिती सांगितली की मी पुण्यात ६८ सालापासून राहतो आहे. त्यामुळे माझी तिन्ही मुले पुण्यातच लहानाची मोठी झाली आणि त्यांचे शिक्षणही पुण्यातच झाले. मोठ्या मुलीचे लग्न झालेले आहे. तिच्या परिवाराबद्दल थोडी माहिती सांगितली. मधल्या मुलाचे लग्न झालेले आहे, असे सांगून पूजाच्या आईवडिलांची ओळख सांगितली. हे सर्व सांगून झाल्यावर मग त्यांनीच थेट विषयाला सुरुवात केली की लग्नाचा जो खर्च येईल तो अर्धा-अर्धा करू, कपडे वगैरे ज्याचे त्यानेच घ्यावे. आम्हाला हुंडा नको; पण येणाऱ्या पाहुण्यांना मानपान आणि राहण्याची व्यवस्था चांगली करा. कार्यालय आमच्या पसंतीचे. हे ऐकल्यावर मीच त्यांना सांगितले की आमच्याकडे अर्धा खर्च कोणी करत नाही. मी तुम्हाला जसे हवे त्यापेक्षा चांगले लग्न लावून देतो. श्रावण महिन्यात साखरपुडा उरकून घेऊ. २० डिसेंबर २००४ रोजी लग्न करण्याचे ठरवले. पुढे पत्रिका बघणे झाल्यावर सर्व पुढच्या गोष्टी ठरवल्या गेल्या. आता अजून एक महत्त्वाची जबाबदारी पार पाडायची होती. ती म्हणजे कार्यालयाचा शोध. मग मी, प्रमोद आणि राजू असे आम्ही तिघेही कार्यालयाच्या शोधात फिरू लागलो. खूप शोधले असता शेवटी असे ठरले की, अगोदर साखरपुड्यासाठी आपटे रोडवरचे 'श्रुती मंगल कार्यालय' बुक करायचे. त्यांचे कार्यालय जेवणासह भाड्याने देतात. ते कार्यालय आमच्यासाठी जवळचे होते. साखरपुड्यासाठी तेच पक्क करायचे ठरवले.

पुढे चार-पाच दिवसात डिसेंबरमधील लग्नासाठी कार्यालय बघणे चालू झाले. शेवटी बरेच फिरल्यावर म्हात्रे ब्रीजजवळ 'सिद्धी गार्डन' पसंत केले. वीस डिसेंबर या तारखेसाठी कार्यालय बुक केले. आता कार्यालयाचे टेन्शन संपले होते. बाकी बुकिंगची माहिती मुलाचे मोठे मेहुणे धायबर यांना कळवली. त्यानंतर ते दोन्ही कार्यालय बघून आले, तरी त्यांचा रिप्लाय आला नव्हता. त्यामुळे त्यांना ते आवडले असावे, असे आम्ही गृहीत धरले. पुढे जनाबाई व मी रोज एकेक दिवस मार्केटमध्ये जाऊन लागणारे सामान खरेदी करून आणत होतो. विनीताला सोन्याचे दागिने ऑर्डरप्रमाणे निळकंठ ज्वेलर्समधून घेतले होते. चांदीचे ताट, ग्लास, फुलपात्र आणि लोटे पिंगळे फॅमिलीसाठी घेतले होते. मुलाला सोन्याची चेन, ब्रेसलेट आणि अंगठीपण केली होती. कपडे त्यांच्या पसंतीने घेतले होते. मुलाच्या दोन चुलत्या, आई, वरमाई अशांना मानपानाच्या चांगल्या साड्या घेतल्या होत्या. तसेच मुलाच्या तीनही बहिणींना मानापानाच्या साड्या घेऊन ठेवल्या होत्या.

श्रावण महिना उजाडला. थोड्याफार प्रमाणात पावसाची रिमझिम सुरू होती. तीन सप्टेंबरला म्हणजे साखरपुड्याच्या दिवशी फार पाऊस नव्हता. साडेनऊ ते अकरापर्यंत विधीवत साखरपुडा पार पाडला. मुलाकडची मंडळी मुंबई आणि पुणे दोन्ही ठिकाणची असल्याने मी माझ्याकडची मोजकीच मंडळी बोलावली होती. साधारण आमचे पन्नास तर त्यांचे दीडशे असे एकूण दोनशे लोकांचे सात्त्विक भोजन तयार केले होते. साडेबारा ते एकपर्यंत सर्व मंडळी गोड जेवण करून तृप्त झाली. दोन वाजेपर्यंत सर्व स्त्रिया-पुरुष मंडळींचे एकमेकांना भेटून झाले. मग जमलेल्या पुरुष-स्त्रियांना त्यांच्या मानाप्रमाणे मानपान देऊन अडीच वाजेपर्यंत कार्यालय मोकळे केले होते. कार्यक्रम चांगल्याप्रकारे पार पडल्याचे समाधान आम्हाला आणि मुलाकडील मंडळींनापण होते.

एकोणीस डिसेंबर उजाडला. डेक्कनला 'ऋतुगंध' हे पूर्ण हॉटेल बुक केले होते. हळदीचा कार्यक्रम हॉटेलच्या हॉलमध्येच ठेवला होता. पाच वाजेपर्यंत मुंबईची सर्व मंडळी येऊन पोहोचली. प्रत्येक कुटुंबाला स्वतंत्र खोली दिली होती. चहापाणी झाल्यावर लगेच सहा वाजता हळदीचा कार्यक्रम चालू होणार होता. बरोबर सहा वाजता आमची आणि मुलाकडची मंडळी जमा झाली. मग विधिवत हळदी समारंभ पार पडला. सहा वाजता सुरू झालेला कार्यक्रम साधारण साडेआठ वाजेपर्यंत पार पडला. जेवणाचा बंदोबस्त हॉटेलनेच केला होता. वीस डिसेंबर उजाडला. सकाळी नऊलाच हॉटेल खाली केले. पुढे सर्व मंडळी 'सिद्धी गार्डनला' पोहोचली. तिथेच नाश्ता झाला. सर्व मंडळी जमा होऊ लागली. मी गावाकडून जे कार्यालयापर्यंत

पोहोचतील अशा मंडळींना बोलवले होते. मागील दोन लग्नाचा अनुभव बरोबर होता. त्यामुळे जास्त त्रास करून घेतला नाही. १२.२९ ला लग्न होते. मंडपाची पूर्ण सजावट केली होती. मंगलाष्टक म्हणण्यासाठी एक गायक आणला होता. त्यांच्या साथीला सनई-चौघडा होता. ब्राह्मणाने वधू-वराला मंडपात बोलावले. दोघांचे मामा बोलवण्यात आले. अतिशय समाधानाने लग्न पार पडले. तेवीस प्रकारचे व्यंजन भोजनात ठेवले होते. तीन काऊंटर लावले होते. सर्व वरपक्ष त्यांच्या मनाप्रमाणे लग्न झाल्याच्या आनंदात होता. सर्व मंडळींच्या गाठीभेटी घेऊन मंडळी तीन वाजता मुंबईला जाण्यास सज्ज झाली. आम्ही जड अंतःकरणाने विनिताला निरोप दिला.

जावई समीर आणि मुलगी विनिता यांना दोन मुले आहेत. मोठी मुलगी श्रावणी कॉलेजमध्ये डिप्लोमा करते आणि मुलगा विहान सहावीत शिकत आहे. सध्या त्यांनी बाणेरला प्लॉट घेऊन तीन मजली घर बांधले आहे. एका मजल्यावर स्वतः राहतात, तर दोन मजले भाड्याने दिले आहेत. समीर ऑटो स्पेअर्सचा व्यवसाय करत आहे. त्याचे सर्व व्यवस्थित चालू आहे.

मी दुकान सोडल्यावर परत दुकानाकडे फिरकायचे नाही, असा प्रणच केला होता. शेतीत ऊस, बाजरी आणि गहू ही पिके चांगली निघत होती. शेतमाल तयार झाला की जागेवरच उरुळीचे व्यापारी येऊन धान्य घेऊन जात असत. मी ही शेती २००४ मध्ये विकत घेतली होती. त्यानंतर सहा वर्षांनी मार्च २०१० मध्ये विकून टाकली. त्यावेळी शेतीचे चांगले पैसे मिळाले होते. त्यानंतर टॅक्स नियमाप्रमाणे काही पैसे परत जमिनीला अडकावे लागले. शेतीच्या चक्रात परत अडकावे लागणार होते. शेती घ्या आणि विका असे सुरू झाले. शेतीचे दोन प्लॉट नाशिक-औरंगाबाद रोड लगत लाखलगावी घेतले. बारामती रोडवर शेतीचे पैसे अडकवले. राहिलेल्या पैशांमधून माणगाव (कोकणात) सहा एकर जमीन घेतली. २०११ मध्ये नाशिकला सर्व शेती घेऊन मोकळा झालो. त्याच्या अगोदर २००८ मध्ये नाशिकमध्ये टू बीएचके फ्लॅट घेतला होता. कारण मला काही हाताशी काम नसायचे. तेव्हा गावाकडे जाणे व्हायचे. गारेगाववरून पुणे खूप लांब अंतर वाटायचे. मग मी त्याच नाशिकच्या फ्लॅटमध्ये राहत असे. दोन-तीन दिवसांनी पुण्याला परत यायचो. नाशिकमध्ये शेती घेतल्यामुळे त्या ठिकाणी घराचीपण आवश्यकता होतीच.

पुण्यात राहून सर्व व्यवस्थित दिवस चालले होते. बराच वेळ घरात घालवत होतो; पण मेहनतीची सवय असणाऱ्यांना घरात बसून त्रास होतो. त्यामुळे मला अंगदुखी, सांधेदुखी हे प्रकार सुरू झाले. माझ्या मनात सहज आले की एकदा सर्व

बॉडीचेकअप करून घेऊ. भोसले हाईटमध्येच राहणाऱ्या एक ओळखीच्या डॉक्टर प्राची साठे आहेत. मी रोज सकाळी चालायला जायचो तेव्हा खाली जाता जाता त्यांची भेट झाली. त्यांनी सहजच माझ्या तब्येतीची चौकशी केली. त्या वेळेला मी म्हणालो, 'इतकं काही बरं वाटत नाही. मला वाटतं की तुझ्या देखरेखीत माझी पूर्ण शरीराची चेकिंग केली तर बरं होईल.' तिने लगेच रुबी हॉलमध्ये ॲडमिट होण्याचा सल्ला दिला.

ठरल्याप्रमाणे मी ॲडमिट झालो आणि तिथे माझे अवघ्या दोन दिवसात चेकिंग पूर्ण झाले. दोन दिवसात ब्लड, युरीन आणि इतर सर्व चेक केले, छातीचा एक्स-रे काढला. इसीजी काढला. बॉडी चेकिंग सिटीस्कॅन काढला. त्यामध्ये उजव्या किडनीवर काहीतरी अस्पष्ट दिसत होते. मग परत चेकिंग करायचे ठरले. दुसऱ्या दिवशी दुसऱ्या मशीनने चेक केल्यावर मला थोडी शंका येऊ लागली. दुसऱ्या दिवशी परत चेकिंग झाली. त्यात थोडे क्लियर दिसले की किडनीच्या वरच्या भागात थोडी सूज असल्यासारखे दिसत होते. आधी डाव्या किडनीवर कॅन्सरचे निदान झाले होते. त्यावेळी दुसऱ्या किडनीलापण त्रास होऊ शकतो म्हणून दरवर्षी डॉक्टर बापट यांच्याकडून रिपोर्ट करून घेण्याचा त्यांनी सल्ला दिला होता. आता मला त्याचे कारण उमगत होते. परत ऑपरेशन आहे, असे ऐकून सर्वांची झोप उडाली. मला स्वतःला डॉक्टर आणि हॉस्पिटल या गोष्टींचा फार कंटाळा आला होता. माझ्या शरीराला आधीच्याच ऑपरेशनने खूप विकनेस आलेला होता आणि त्यात अजून भर पडणार होती. मला बायोप्सीसाठी जोशी हॉस्पिटलला पाठवण्यात आले. तिथे मशीनने बायोप्सी केली.

दोन दिवसांत रिपोर्ट आला की कॅन्सरची गाठ आहे, ती काढावी लागेल. परत आधीच्याच डॉक्टरांच्या, डॉक्टर बापट यांच्या देखरेखीखाली त्यांचेच मोठे चुलते, जे एक सिनियर डॉक्टर त्यांनी ठरल्या दिवशी ऑपरेशन पार पडले. ऑपरेशननंतर सहा दिवसात मला घरी आलो. महिनाभर काळजी घेऊन जखमा बऱ्या झाल्यावर परत रूटीनला लागलो. मी जर शरीराचे चेकिंग केले नसते, तर हा आजार अजून मोठा झाला असता. एकतर एकाच किडनीवर माझे जीवन चालू होते आणि वेळीच निदान झाले नसते तर ते कदाचित संपले असते. परमेश्वराने मला अघटित घडण्याआधीच संकेत दिले होते. म्हणूनच देव तारी त्याला कोण मारी असेच म्हणावे लागेल. देवाने आजवर जे माझ्यासाठी केले, त्याबद्दल मी देवाचा शतशः ऋणी आहे. वेळोवेळी देवाने मला साथ दिली आणि कठीण-अतिकठीण प्रसंगातूनदेखील अलगद बाहेर काढले.

शरीरात अशक्तपणा होता, त्यामुळे मला दोन महिने काळजी घ्यावी लागली. त्यानंतर जवळजवळ सहा महिने घरातच आराम करीत होतो. नंतर थोडेफार बाहेर हिंडून फिरून होतो. काम करायची सवय असल्यामुळे घरात राहणे कंटाळवाणे वाटायचे. एके दिवशी अनिल पाटील म्हणून एका तोतया व्यक्तीची शरदने भेट घालून दिली. त्यावेळी शरदला पण त्याची सत्यता माहित नव्हती. तो स्वतःला दुभत्या जनावरांचा खाद्य विक्रीचा व्यवसाय करणारा म्हणून सांगत होता. त्याने कपिला खाद्य विक्रीची एजन्सी घेतली, असे सांगत होता. शरद काकडे आणि अनिल त्या दोघांचे चांगले जमत असे. एका गाडीमागे एक हजार रुपयाचे प्रॉफिट आहे, असे समजल्यावर थोडे भांडवल अडकवण्याचे ठरवले. साधारण एका गाडीला साडेतीन लाख रुपये लागायचे. साधारण सहा गाड्यांचा टर्नओव्हर होईल म्हणून मी पंचवीस लाखापर्यंत भांडवल जमवले आणि 'विहान ॲग्रो एजन्सी' या नावाने परत नवीन धंदा चालू केला. हे सर्व फावल्या वेळेमध्ये सुरू केले. त्यामुळे एक वर्षभर बऱ्यापैकी चालू होते.

हळूहळू अनिल ही व्यक्ती फ्रॉड असल्याचे मला जाणवू लागले. मी जर उघड उघड बोललो असतो, तर तो पळून गेला असता. त्यामुळे न बोलता हळूहळू एकोणीस लाख रुपये धंद्यातून मी जमा केले होते. तरीपण माझे शेवटचे सहा लाख रुपये त्याच्याकडे अडकून पडलेच. हे सर्व घडत असताना त्याने शरदच्या ओळखीने चार-पाच लोकांना असेच फसवले होते. काही लालसेपोटी तीस, पन्नास, साठ लाखापर्यंत फसवणूक झाल्याचे कळाले. हे सर्व चालू असताना मी त्याच्या बहकाव्यात नाशिकमध्ये शेतात दहा हजार स्क्वेअर फुटाचे इंडस्ट्रीयल शेड बांधले. राहण्यासाठी बाराशे स्क्वेअर फुटाचा बंगला बांधला आणि कंपनी चालवण्यासाठी आमच्या नातेवाईकांना हाताशी घेतले. कॅटल फिडची कंपनी पूर्ण तयार केली. त्यासाठी दीड कोटी रुपये खर्च आला होता. कंपनीचे काम ७०टक्के पूर्ण झाले होते. त्याच वेळेला अनिलचे वाईट कृत्य बाहेर आले; पण आता कंपनी पूर्ण करणे गरजेचे होते. मला त्याशिवाय पर्याय नव्हता.

मी हाती घेतलेले काम अर्धवट तर सोडूच शकत नव्हतो. मग मी माझ्या हिमतीने सर्व बांधकाम पूर्ण केले. तिथेच राहण्यासाठी बंगला बांधला. त्यानंतर मी आणि जनाबाईने पुणे सोडण्याचा विचार केला. २०१४ मध्ये आम्ही नाशिकला शेतावरील फार्म हाऊसवर राहण्यास गेलो. माझ्याकडे हाताशी एक व्यक्ती होती. ती जवळची असल्याने त्याच्यावर सर्व भरवसा टाकला. हे सर्व करण्यासाठी मी 'बँक ऑफ महाराष्ट्रचे' कंपनीसाठी कर्ज घेतले होते. त्याच्यातून बरीच माहिती

गोळा करून कंपनीचे रॉ मटेरियल गोळा करून 'गोदावरी कृषी उद्योग' या नावाने प्रॉडक्शन सुरू केले. दीड वर्ष आम्ही माल तयार करून गोठ्यांना पुरवू लागलो; पण त्याच्यात फार फायदा होईल, अशी अपेक्षाच नव्हती. कारण जी व्यक्ती बरोबर होती, तीच बँकेचे काम पाहत होती. वाईट विचारांपुढे चांगले विचार टिकत नाही. असाच अनुभव मला काम करताना आला. मी ज्यांचे चांगले करायला गेलो, त्यांनीच माझा फायदा उचलला. सहा महिन्यांनी ती कंपनी पूर्णपणे बंद झाली. मग शेती कॉन्ट्रॅक्ट पद्धतीने देऊन आम्ही आनंदी राहायचे ठरवले.

बंगल्याच्या आजूबाजूला तीनशे प्रकारची फुलझाडे व फळझाडे लावली. खत-पाणी घालणे, त्यातील तण काढून आजूबाजूचा परिसर स्वच्छ ठेवणे, हे काम नित्याचे झाले. सकाळी पाचला उठून झाडलोट करणे, हिंडणे-फिरणे करून सकाळचे नऊ वाजायचे. थोडा व्यायाम होत होता. टाईमपास होत असे. कोरोनाच्या काळात आम्ही खूप सेफ राहिलो. त्याच काळात कंपनी तीन वर्षांसाठी तेलाच्या घाण्यासाठी भाड्याने दिली होती. तीन वर्षे पस्तीस हजार महिन्याप्रमाणे भाडे मिळाले. तेवढीच कमाई हातात आली. दिवस, महिने, वर्ष एकामागून एक जात होते. नाशिकच्या फार्महाऊसवर राहायला आल्यावर सुरुवातीला जरा करमत नसे. खूप वर्षे शहरात राहिलेलो होतो, गावाची सवय होतीच. इतक्या वर्षांनंतर अचानक गावी राहण्याचा निर्णय घेतल्यामुळे मनाला शांतता मिळत होती; पण अधूनमधून करमत नव्हते. गाव आणि शेत यासोबत माझी जोडलेली नाळ मी कधीच तुटू दिली नव्हती. शेवटी काय आम्ही मातीतली माणसे, आम्हाला शहराच्या जंगलात राहणे म्हणजे शिक्षेसारखे वाटायचे. गावाकडे शेतामध्ये मन रमून जायचे.

आम्ही नाशिकच्या फार्महाऊसवर राहत होतो, त्यावेळेला आमच्याकडे एक कुत्रा पाळला. आम्ही सुरुवातीला कुत्र्याचे लहान पिल्लू आणले होते. ते त्याच्या आईकडून आणल्यापासून रडत होते. लहानपापासूनच त्याला दूध पाजून मोठे केले. त्याच्या डोक्यावर असलेला पांढरा पट्टा त्याला शोभून दिसायचा दोन्ही डोळ्यांच्यामधून पांढरा टिक्का लावल्यासारखा दिसत होता. वर्षभरात बराच मोठा झाला. त्याला डॉक्टरकडून इंजेक्शन देऊन आणले. त्यामुळे अंगावर किडे किंवा रोग हा प्रकार नव्हता. आम्ही पूर्ण शाकाहारी त्यामुळे त्याला नॉनव्हेज मिळत नसे. त्यासाठी रेडिमेड पेडिग्री म्हणून कुत्र्याचे खाद्य आणत होतो. रोज वाटीभर खाल्ल्यावर त्याची तृप्ती होत असे. त्याची योग्य ठेप ठेवल्यामुळे तो खूप धष्टपुष्ट होऊ लागला. बंगलाच नाही, तर सर्व शेतीची राखण तो करत असे.

एके दिवशी घरातील खिडकी उघडी असल्याने वाऱ्याने प्लास्टिकचा डबा

खाली पडला. त्या आवाजाने आम्ही जागे झालो. तो आवाज टिकूला म्हणजे आमच्या कुत्र्याला ऐकायला गेला. मग त्याने भुंकायला सुरुवात केली. पूर्ण बंगल्याच्याभोवती जोरजोरात फिरू लागला. शेवटी दरवाजा उघडून मलाच टिकूला गप्प करावे लागले, त्याला मी वारंवार सांगत होतो की इथे कोणी नाही. तेव्हा तो शांत बसला. नंतर नंतर तो अति करायला लागला. मेन रोडवर येणाऱ्या जाणाऱ्या मोटरसायकलवर भुंकू लागला. त्यामुळे मला त्याची भीती वाटू लागली. एकदा तर मोठ्या कुत्र्यांच्या झटापटीत त्याच्या मानेला मोठी जखम झाली. त्याला मी लगेच डॉक्टरकडे नेले आणि डॉक्टरकडून तीन इंजेक्शन घेतल्यावर काही दिवसातच तो पूर्ण बरा झाला. मला मात्र तो खूप घाबरत होता. बाहेरून काही खाऊन आल्यावर तो कधीच जवळ येत नसायचा. पुढचे दोन पाय लांबवून त्याच्यावर मान ठेवून आमच्यापासून दूर अंतरावर जाऊन बसायचा. ते बघितल्यावर मला कळायचे की हा बाहेरून काही खाऊन आला. मग मी त्याला सहज म्हणायचो, 'काय रे टिक्या, आज काय केलं?' तो ते ऐकताच उठून दूर निघून जात होता. त्याचे अग्रेसिव्ह वागणे पाहून त्याला कुठेतरी पाठवावे, असा विचार माझ्या मनात आला. कारण पुढे जाऊन जर काही मोठा प्रकार घडला, तर आम्ही वयस्कर व्यक्ती तो हाताळण्यास असमर्थ होतो आणि त्यात जनाबाईला दुखापत झालेली, त्यामुळे त्याच्याकडे आधीसारखे लक्ष देणे जमत नव्हते. या सर्व गोष्टींचा विचार करून त्याला दूर पाठवायचे पक्के करून कळवण्याच्या भावाकडे शेतीवर त्याला पोहोच केले. जातेवेळी त्याला कळाले होते की मला साखळीने बांधले म्हणजे नक्कीच काहीतरी वेगळे घडत आहे. नाहीतर मी बांधल्यावर खूप मस्ती करायचा.

तो निघून गेल्यावर दुसऱ्या दिवशी भरला परिसर ओसाड वाटू लागला. त्याची मोकळी जागा, त्याची साखळी, त्याचे ताट सर्व काही बघून मला भरून आले. दोन दिवस बेचैन वाटत होते. त्या दिवसापासून प्राणी पाळणे बंद केले. माणसांपेक्षा मुके जनावर खूपच जीव लावतात. त्यांच्या प्रेमात कुठलाही स्वार्थ नसतो. आपण आयुष्यभर माणसांमध्ये जे प्रेम शोधत असतो ते प्रेम मुक्या जनावरांकडून आपणाला मिळत असते. त्याच्या प्रेमातून बाहेर निघणे शक्य होत नाही. आजही आम्हाला त्याची आठवण येत राहते. आम्ही नसल्यावर त्याची खाण्यापिण्याची व्यवस्था करून जात असू; पण त्याच्यापर्यंत ते पोहोचत नसे. त्यामुळे पाच-सहा दिवसात त्याची खाण्याची आबाळ होत असे. तो आम्ही नसल्यावर आम्हाला शोधण्यासाठी व्हरांड्यात फेऱ्या मारायचा. आम्ही आलो का नाही ते वेळोवेळी येऊन पाहायचा. त्यामुळे त्याच्या पायाची धूळ तिथे साठत असे. जनाबाईला

अस्वच्छता बिलकूल खपत नसे. आम्ही गेलो की सर्वांत आधी ती पाण्याने सर्व घर आणि व्हरांडा अगोदर साफ करत असे. त्या दिवशी तिने असेच सफाईचे काम चालू केले. अचानक एक पाय घसरून गुडघा फ्रॅक्चर झाला. मी नाशिक रोडला गेलो होतो. जनाबाईचा फोन आल्यावर मी लगेच निघालो. तिला दुखणे असह्य होत होते. मग आमचे नातेवाईक प्रकाश दादा यांना फोन करून बोलावले. ते गाडी घेऊन आल्यावर जनाबाईला नाशिकच्या पंडित कॉलनी हॉस्पिटलमध्ये अॅडमिट केले. दुसऱ्या दिवशी सकाळी ऑपरेशन झाले, तोपर्यंत प्रमोद आणि पूजा आले होते. चार-पाच दिवसात तिला अॅम्बुलन्सने बंगल्यावर आणले. प्रमोद आणि पूजाने तिची खूप काळजी घेतली. खाण्यापिण्याची ठेप ठेवली. त्यामुळे तिला बरे होण्यास महिना गेला. फेर तपासणीसाठी जनाबाईला दवाखान्यात न्यायचे झाल्यास स्कूटर शिवाय दुसरे साधन नव्हते.

दसरा जवळच होता. त्याच मुहूर्तावर व्हॅगनर घेण्याचे ठरले. गाडी आल्यावर मला फक्त पंधरा दिवस प्रॅक्टिस करावी लागली. त्यानंतर मी चांगल्या प्रकारे गाडी चालवू लागलो. दवाखान्यात किंवा नाशकात नातेवाईकांकडे जायचे ठरले तर आम्ही गाडीनेच जात असू. तिच्यात मी चार महिन्यात पुण्यात येणे-जाणे करत होतो. कधी जर पुण्याला जायचे झाले तर सकाळी पाचला निघालो की सकाळी नऊ वाजेपर्यंत नाश्त्याला पुण्यात पोहोचत होतो.

पुणे सोडून आम्हाला नऊ वर्षे झाली होती. घरात आम्ही दोघेच राहत होतो. जनाबाईला दुखापत झाल्यामुळे घरातील सर्व कामे मलाच करावी लागणार होती. तसा आईच्या हाताखाली कामाचा अनुभव मला होताच; पण जशी जनाबाई माझ्या आयुष्यात आली तेव्हापासून मला सर्व काही हातात मिळायचे. त्यामुळे मध्यंतरी कामाचा अनुभव कमी झाला होता. त्यामुळे आम्ही कामे वाटून करू लागलो. ती दोन्ही वेळेचा स्वयंपाक करत असे, तर मी वरच्यावर रिकामी झालेली भांडी धुणे, मॉपने सर्व बंगला साफ करणे आणि वॉशिंग मशिनला कपडे लावणे ही कामे करत असे. आता हीसुद्धा कामे नित्याची झाली होती. महिन्यातून एका वेळेला पाईप लावून व्हरांडा धुतला जाई. शहाबादी फरशी असल्यामुळे धूळ दिसत नसे; पण पाणी टाकल्यावर खूप घाण निघत असे. शेवटी शेतीतील घर होते ते. ओट्यावर दोन जण बसतील असा झोपाळा लावला होता. बंगला तयार होत असताना ती तजवीज केली होती. एक रूम होती त्यात आमच्यासाठी आतल्या बाजूला एक दरवाजा आणि दुसरा रूमच्या बाहेरच्या बाजूला होता. त्याला स्वतंत्र दरवाजा आणि बाथरूम अटॅच होते. पुण्याहून मालतीची किंवा प्रमोदची फॅमिली अध्ध्या

रात्री आली, तर अडचण येत नसे. बाहेरून दरवाजा उघडाच असायचा, ते येऊन झोपत.

पुण्याच्या सर्व मंडळींना दोन दिवस हवापालट करावे वाटत असे. उन्हाळ्याचे दिवस सोडले, तर एरवी पावसाळा खूप आनंदाचा जाई. दिवाळीसारखा सणसुद्धा आम्ही फार्म हाऊसवर साजरा केला. पक्षांना मातीच्या वाडग्यात पाणी भरून झाडाखाली ठेवून देत असू. बंगल्याच्या परिसरात दोन प्रकारचे पेरू, डाळिंब, सिताफळ, पपई, निंबाची, चिकू आणि जांभूळ अशी झाडे लावलेली आहेत. त्याच्यात सर्व पक्षांची वर्दळ असायची. भारद्वाज पक्षी, चिमण्या, कबूतर, पोपट, सुगरण, कावळे, कोकिळा. कोकिळेबद्दल मी फक्त ऐकले होते की ती स्वतः घरटे बांधत नाही. हे मी स्वतः डोळ्यांनी अनुभवले. कावळ्याला चोचीने कोकिळेच्या पिल्लांना भरवताना बघितले. कारण सकाळी रात्रीचे उरलेले भात, चपाती बारीक करून एका भांड्यात मी ठेवत असे. मग पक्षी हळूहळू येऊन ते अन्न टिपत असत. सर्व पक्षी आपापल्या भाषेत इतरांना बोलवत असत.झोपाळ्यावर बसून चिमण्यांना वाडग्यात डुबकी मारून आंघोळ करताना बघण्यात मला मोठा आनंद वाटत असे.

मी लहानपणापासून खूप काबाडकष्ट केले. एका क्षणाचीदेखील मला उसंत नसायची. आयुष्यभर मी आणि जनाबाईंनी खूप कष्ट उपसले होते. त्यामुळे म्हातारपणात मिळालेले हे सुख, ही शांतता मनाला खूप सुखावत होती. सर्व कार्य व्यवस्थित पार पाडून मुलामुलींना त्यांच्या संसारात स्थिर केले. मी माझ्यासोबत माझ्या सर्व घरादाराला पुढे नेईल, हे माझे स्वप्न पूर्ण झाले. त्यामुळे स्वतःच्या कष्टाच्या फार्महाऊसमध्ये आरामदायी झोपाळ्यावर बसून किलबिल करणाऱ्या पक्षांना, बहरलेल्या वेली-वृक्षांना पाहून मन सुखावते. घरी पाहुणे आल्यावर मी लावलेले पिवळ्या प्रकारचे नारळाचे पाणी आवर्जून देतो. नारळाची झाडे लावून दहा वर्षे झाली. दोन वर्षापासून मी स्वतः उन्हाळ्यात स्वतःच्या झाडाला येणाऱ्या नारळाचे पाणी प्यायलो आणि तेसुद्धा कंटाळा येईपर्यंत. देवाचे खूप आभार की त्याने उतरत्या वयात आमच्यावर सुखाचा वर्षावच केला आहे.

२०२१च्या डिसेंबरात मोठ्या नातवाचे लग्न ठरले. माझ्या मोठ्या मुलीच्या-मालतीच्या मुलाचे. मुलगी चाळीसगाव तालुक्यातील भामरे गावातील असून मेकॅनिकल इंजिनिअर म्हणून पुण्यातच सर्विस करणारी. मुलगी नाजूक आणि दिसायला सुंदर. यापूर्वी दोन-तीन स्थळे बघितली होती. पण आमच्या मनात काही भरत नव्हती. तसे आम्ही मुलीकडच्यांकडून देण्या-घेण्याच्या अपेक्षेत मुळीच नव्हतो. मी मुलींना लग्नात हुंडा दिला नाही आणि मुलाच्या वेळी घेतला नाही.

ते आमच्या तत्त्वात बसत नव्हते. म्हणून लग्न चांगले व्हावे, सोयरे हे फार श्रीमंत असावे, ही इच्छा मुळीच नव्हती. सोयरे साधारण जरी असले तरी आदरभाव ठेवणारे असावे, हीच अपेक्षा होती. शेवटी भामरे गावाची भदाणे परिवाराची मुलगी आम्हाला नातसून म्हणून मिळाली. मुलीला बघण्याच्या कार्यक्रमापासून ते लग्न ठरवण्यापर्यंतच्या कार्यक्रमापर्यंत सर्व काही फार्महाऊसवर घडत होते म्हणजे ती ज्या घरात येणार, त्याच घरात हे घडत होते. एव्हाना कोरोनाचा काळ संपला होता. साखरपुड्याचा कार्यक्रम चाळीसगावला करण्याचे ठरले. गावाबाहेर एका चांगल्या हॉटेलमध्ये साखरपुडा पार पडला. डेकोरेशन छान केले. मुलामुलींचे पोट्रेट वेगवेगळ्या अँगलने केले होते. त्यामुळे कार्यक्रमाला वेगळा लूक आला होता.

लग्नाचा कार्यक्रम १९ डिसेंबर २०२१ रोजी चाळीसगावातच ठरला. पाहुणे मंडळींना हळदीसाठी एक दिवस आधी पोहोचायचे होते म्हणून पाच वाजता सर्व वऱ्हाड पोहोचले होते. हळदीचा कार्यक्रम अतिशय सुंदर रीतीने पार पडला. दुसऱ्या दिवशी दुपारचे लग्न आणि सकाळी वैदिक पद्धतीने लग्न पार पडले. असा लग्नसोहळा मी पहिल्यांदाच अनुभवला, ते सुद्धा नातवाच्या लग्नात. आमच्या काळातील लग्न आणि आताच्या लग्नात फार फरक होता. आताची लग्ने अगदी सिनेमाप्रमाणे भव्य-दिव्य असतात. हळदीत आणि वरातीत मी नाचण्याचा आनंद घेतला. लग्नानंतर नाशिकला रिसेप्शन ठेवले होते. कारण व्यापारी वर्ग चाळीसगावात येऊ शकत नव्हता. मुंबई, पुणे, नाशिकचे व्यापारी मंडळी आवर्जून रिसेप्शनला आले होते. खरेच खूप मज्जा अनुभवली. अगदी फिल्मी दुनियेत आल्यासारखे भासले. त्यानंतर डोक्यावरचे ओझे खूप कमी झाल्यासारखे वाटले.

निवांत क्षणी बसल्यावर एकेक क्षण मनात डोकावू लागले. तो लहानपणीचा काळ खूपच छान असतो. बालपणानंतरचा काळ संघर्षाने भरलेला असतो. महाराष्ट्रीयन माणसाला व्यवसाय जमू शकत नाही, हा विचार मला फोल ठरवायचा होता. काटकसर, जिद्द, चिकाटी आणि दृढ इच्छाशक्तीच्या जोरावर एक साधारण शेतकरी कुटुंबातील व्यक्तीदेखील मोठा व्यवसाय चालवू शकते, हे मला सिद्ध करायचे होते. देवकृपेने ते मला जमले. गावात जन्मलो. मला पुण्यासारख्या शहरात यशस्वी होण्यासाठी खूप मोठा संघर्ष सुरुवातीपासूनच करावा लागला. मला आधीपासून व्यावसायिक होण्याची ओढ होतीच; पण अधीर न होता आधी नोकरी केली. त्यातून व्यवसायाच्या वाटा शोधत वाटचाल करत राहिलो. अनेकदा अपयशदेखील आले. त्या अपयशातून शिकून पुढे जाण्याचे ध्येय ठेवले. माझे आधीपासून एकच ध्येय होते, ते म्हणजे मी स्वतः सोबत माझ्या संपूर्ण कुटुंबाची

प्रगती साधेन आणि वेळोवेळी मी ते करत आलो.

माझ्या नोकरी दरम्यान काटकसर करून गावाला माझ्या शेतीत वाढ करून अनेक सुखसोयी करून ठेवल्या. तसेच गावातील घरदेखील सुधारले. माझ्या भावंडांची शिक्षणे, त्यांची लग्ने त्यावेळी मी करत आलो. त्यानंतर माझ्या परिवाराला, माझ्या मुलांना शिकवण्यावर मी भर दिला. मुलगा-मुलगी असा भेद न करता तिघांचे शिक्षण केले. त्यांना त्यांच्या परिवारात स्थिरस्थावर होताना पाहून मन खूप समाधान पावते. मला माझ्या चांगुलपणामुळे अनेक बिकट प्रसंगांचा सामना करावा लागला; पण मी त्यातून उभारी घेतली. मेडिकल इमर्जन्सिज तर माझ्या पाचवीला पुजल्या आहेत. आजोबांचे आजारपण, वडिलांचे ऑपरेशन, सासूचे ऑपरेशन, मेव्हण्याचे ऑपरेशन आणि माझी तर सहा ऑपरेशन्स झाली आहेत.

माझ्या जीवनातील घडलेले प्रसंग, चांगल्या-वाईट घटना या सर्व बाबींना माझी अर्धांगिनी जनाबाई साक्षी आहे. आम्हा दोघांच्या सहजीवनात जनाबाईचा बहुमूल्य वाटा आहे. पत्नीला पतीची अर्धांगिनी म्हटले जाते, ते असेच म्हटले जात नाही. तिने जी शक्ती स्वरूप धारण करून घरात प्रवेश केला, ती शक्ती आजपर्यंत कुठेही कमी झालेली मला दिसली नाही. उलट वेगवेगळ्या स्वरूपात या शक्तीचे दर्शन घडत गेले. आजी-आजोबा, आई-वडील, भाऊ-बहीण, मुलगा-सून, मुली-जावई, नातवंडे, पतवंडे. आमच्या डोळ्यांसमोर सगळ्यांचे सुरळीत सुरू आहे. माझी सुप्त दृढ इच्छा परमेश्वर दयेने साकार झाली. माझ्या सर्व जबाबदाऱ्यांतून मुक्त होऊ पुढे मार्गस्थ होत असताना आम्हा उभयतांना परदेशवारीचा पुन्हा एकदा योग जुळून आला.

कोरोनाच्या सुरुवातीला मार्च २०२० मध्ये आम्ही श्रीलंकेला जाऊन आलो. या प्रवासाचा अनुभव अनोखा होता. श्रीलंकेच्या सुंदर समुद्रकिनाऱ्यांनी आणि हरितवनांनी आमचे मन मोहरले. आम्ही तेथील इतिहास आणि संस्कृतीबद्दल जाणून घेतले. बौद्ध मंदिरांमध्ये शांततेचा अनुभव घेतला आणि स्थानिक खाद्यपदार्थांचा आस्वाद घेतला. आम्हाला मालदीवचे अप्रतिम सौंदर्य जास्त भावले. मालदीवची निर्भेळ स्वच्छता, निळ्या पाण्याचे समुद्र आणि आलिशान रिसॉर्ट्स हे खरोखरच नावीन्यपूर्ण आणि अद्वितीय होते. त्यामुळे श्रीलंकेत काही ठिकाणी नाविन्याचा अभाव वाटला. आम्हाला श्रीलंकेपेक्षा फक्त मालदीवच जास्त आवडले. बाकी इतर काही नावीन्यपूर्ण वाटले नाही. तरीही आम्हाला या प्रवासातून खूप काही शिकायला मिळाले.

आम्ही आपले केरळसुद्धा फिरून आलोय. ते तर खूपच सुंदर, प्रेक्षणीय आणि निसर्गरम्य आहे. केरळचे निसर्गसौंदर्य, हिरवीगार वनश्री आणि तिथल्या बॅकवॉटर्सचा अनुभव अद्वितीय आहे. आम्ही तिथे बोटहाऊसवर राहिलो होतो आणि त्यातून संथपणे वाहणाऱ्या नद्यांचा आनंद घेतला. केरळमधील चहा आणि मसाल्यांचे मळे पाहण्यासारखे आहेत. स्थानिक लोकांच्या आतिथ्यशीलतेने आम्ही भारावलो. आयुर्वेदिक उपचार आणि स्पा सेंटरमधील शांतीचा अनुभवही मनाला सुखावणारा होता. केरळच्या विविधतेने आणि सौंदर्याने आम्हाला खूप प्रभावित केले. यामुळे आपला भारतच विविधतेने नटलेला आहे, हे पुन्हा एकदा जाणवले.

अनेक चढ-उतार, सुखदुःख, मान-अपमान यातून वाटचाल करत १५ नोव्हेंबर २०२३ रोजी मी एकोणऐंशीव्या वर्षात पदार्पण केले. आम्ही दोघेही आहे त्या परिस्थितीत खूप आनंदी आहोत. दोन्ही मुली आणि मुलगा यांचा संसार अपेक्षेपेक्षा अतिसुंदर आहे. मोठ्या मुलीचा कुणाल याचे लग्न होऊन दोन वर्षे झाली. त्यांच्याकडून पणतू बघण्याची इच्छा आहे. त्याचा लहान भाऊ मयूर हा जॉब शोधत असल्याने त्याला जे हवे आहे, ते तो नक्कीच मिळवेल, अशी मला खात्री आहे. माझा नातू चिन्मय २०२४ मध्ये २३ वर्षांचा होत आहे, त्याचे शिक्षण पूर्ण झाले आहे. आता पुढील शिक्षण चालू आहे. हेसुद्धा आमच्या डोळ्यांदेखत घडत आहे. याचा आम्हा उभयतांना खूप आनंद आहे. विनिताची मुलगी माझी नात श्रावणी ही दोन वर्षांत कॉलेज पूर्ण करेल आणि नातू विहान माध्यमिक शालेय शिक्षण घेत आहे.

ब्रह्मकुमारी संस्थेमध्ये पद्मा बहनजीबरोबर माऊंट अबुला जाऊन आम्ही दोघांनी कोर्स पूर्ण केलाय. या कठीण व्रत व्यवस्थेत जनाबाईने मलापण सहभागी केले. आम्ही वर्षातून एकदा तरी आठ-दहा दिवसांसाठी माऊंट अबूला जात असतो. आमच्या पाठशाळेत नाना फुले, त्यांची पत्नी नानी वयस्कर असूनही आम्हाला त्यांच्या कुटुंबातले समजतात. संस्थेचे काही नियम आहेत. त्या नियमांचे पूर्ण पालन करणे, ही ईश्वर भेटण्याची एक कसोटी आहे. ईश्वरीय आठवणीत सकाळी स्नानानंतर योग भोजन करावे, त्यामुळे भोजनात सात्त्विकतेची अधिक भर पडते. शुद्ध आचरण, शुभकामना आणि शुभ भावना या गोष्टी अंगिकारण्यात येतात. शुद्ध खानपान आणि शुद्ध आचरण या विचारांमुळे जनाबाईने घरात मंदिरासारखे वातावरण निर्माण केले आहे.

आतापर्यंत माझ्या जीवनात जे काही आहे आणि जीवनात जे काही घडले आहे, ही सर्व परमेश्वराची कृपा आहे. अनेकांना सुखसमृद्धी आणि परदेश फिरण्याबाबत स्वप्ने पडतात; पण माझ्या जीवनात जे घडले, ते कधी कधी मला स्वप्नवत असल्याचा भास होतो. ईश्वर कष्टांना आणि प्रयत्नांना फळ देतो, हे निश्चितच खरे आहे. बऱ्याच दिवसांपासून मनात इच्छा होती की जे आमच्या आयुष्यात घडले, ते लिखाणबद्ध करावे. ती वेळ माझ्यासाठी चालून आली आणि त्याची पूर्तता होताना मन सुखावत आहे. यात लिहिलेले तंतोतंत खरे आहे; पण म्हणतात ना, 'सत्य कडू असते', त्यामुळे मी सरतेशेवटी इतकेच म्हणेन की आम्हा उभयतांकडून या पुस्तकाद्वारे किंवा आयुष्याच्या कुठल्याही क्षणात कोणीही किंचित जरी दुखावले गेले असेल, तर आम्हा उभयतांना मोठ्या मनाने क्षमा करावी. आम्हा दोघांकडून माझ्या कुटुंबीयांना, मित्र परिवारांना, नातेवाईकांना आणि ज्यांनी ज्यांनी मला साथ दिली, त्या सर्वांना भरभरून आशीर्वाद. त्या सर्वांचे मी आभार व्यक्त करतो. माझ्या शब्दांचा प्रवास जरी मी इथेच थांबवत असलो तरी माझा आयुष्याचा प्रवास असाच समाधानाने पुढे निरंतर चालू राहील. जीवनात ज्या गोष्टींनी परिपूर्ण झालो, त्याच गोष्टींची पूर्तता माझे जीवन बनत गेले.

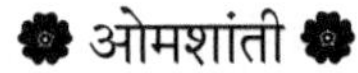 ❀ ओमशांती ❀

पाटील कुटुंबीयांची छायाचित्रे

सजन आणि भागीरथी पाटील (पोपटराव पाटील यांचे आई-वडील)

पोपटराव आणि जनाबाई पाटील

कुटुंबासमवेत पोपटराव पाटील

स्वत: पोपटराव पाटील

लेखक परिचय

पोपटराव सजन पाटील

जन्मतारीख : १५.११.१९४५

शिक्षण : मॅट्रिक

व्यवसाय : काहीकाळ शेती आणि नंतर व्यवसाय

छंद : अध्यात्म आणि व्यायामाची आवड. नाटके, सिनेमा पाहण्याची आवड.
जुनी गाणी ऐकणे, देवस्थाने आणि पर्यटन स्थळे भेट देणे.

www.ingramcontent.com/pod-product-compliance
Lightning Source LLC
LaVergne TN
LVHW010527200726
843506LV00013B/2729